அந்த ஃபார்வர்ட் பொத்தானை அழுத்துமுன்...

(வாழ்வியல் கட்டுரைகள்)

அந்த ஃபார்வர்ட் பொத்தானை அழுத்துமுன்...

(வாழ்வியல் கட்டுரைகள்)

என். சொக்கன்

ZDP SPECIFICS

Title: Antha Forward Pothaanai Azhuthumun
Author's Name: N Chokkan

Published by ZDP Specifics

SPECIFICS

(An imprint of Zero Degree Publishing)
No. 55(7), R Block, 6th Avenue,
Anna Nagar,
Chennai - 600 040

Website: www.zerodegreepublishing.com
E Mail id: zerodegreepublishing@gmail.com
Phone: 89250 61999

ZDP Specifics First Edition: May 2023
ISBN: 978-93-95222-18-1
TITLE NO ZDPS: 54

Cover Design & Layout: Vijayan, Creative Studio

முன்னுரை

பல இடங்களில், பல நூல்களிடம், மனிதர்களிடம் நான் தெரிந்துகொண்டவை, பயன்படுத்திப் பலன் பெற்றவை, பலன் பெறாதவை, சும்மா கேள்விப்பட்ட, சோம்பலினால் முயன்று பார்க்காத, ஆனால் சுவையாக, பலன் தரும் என்று தோன்றுகிறவை என்று பலவற்றையும் பொதுவில் பகிர்ந்துகொள்வது என்னுடைய வழக்கம். அப்படிக் கடந்த ஐந்தரை ஆண்டுகளில் (2017 ஃபிப்ரவரி முதல் 2022 நவம்பர்வரை) நான் பல்வேறு அச்சு, இணைய இதழ்களில் எழுதிய சுயமுன்னேற்றக் கட்டுரைகளின் தொகுப்புதான் இந்த நூல்.

Self Help/Self Improvement வகை நூல்கள் தேவையா என்கிற ஒரு நியாயமான கேள்வி இருக்கிறது. தேவையில்லை என்று சொல்லிவிடும் அளவுக்கு நம்முடைய சமூகத்தில் (தமிழ்நாடு/இந்தியாவில்மட்டுமில்லை, உலகம்முழுக்க) தானாக முன்னேறுகிறவர்களின் சதவிகிதம் உயர்ந்துவிடவில்லை என்பதுதான் என்னுடைய தனிப்பட்ட எண்ணம். அதனால், இவற்றை அறியாத வாசகரை இழிவாகக் கருதிச் செருக்கை வெளிப்படுத்தாத, அவர்களைப் பரிவோடு அணுகுகிற, ‘எனக்கும் இந்தமாதிரி சில விஷயங்கள் தெரியாது, அதனால

என்ன? எல்லாரும் எல்லாத்தையும் கத்துக்கிட்டா பிறந்தோம்? மெதுவாக் கத்துக்குவோம் வாங்க' என்கிற தொனியில் அமைந்த நட்பான நூல்கள் நிச்சயம் பயன் தரும் என்றுதான் நான் நம்புகிறேன். தானாக முன்னேறிய சிலர் இவற்றை ஒரு மாற்று குறைவாகக் கருதலாம், அதனால் தேவை உள்ளவர்களுக்கு எந்தப் பலனும் கிடைத்துவிடப்போவதில்லை என்பதால் இவ்வகையில் தொடர்ந்து எழுதிவரத்தான் விரும்புகிறேன். இவற்றைப் படிக்கிறவர்கள் அன்புடனும் நன்றியுடனும் எழுதும் கடிதங்கள் என்னுடைய இந்தத் தீர்மானம் சரிதான் என்று உறுதிப்படுத்துகின்றன.

கால முன்னேற்றம், தனி மனித மேம்பாடு, முதிர்ச்சியால் இவ்வகை நூல்கள் தேவையற்றுப்போகிற ஒரு நாள் வரக்கூடும். ஆனால் அதை நோக்கி முன்னேறுவதற்கு இப்போது இந்நூல்கள் தேவைப்படுகின்றன.

இந்தக் கட்டுரைகளுக்கு இடம் அமைத்துத் தந்த பல்வேறு இதழ்களின் ஆசிரியர்களுக்கு என்னுடைய நன்றி. இவற்றைத் தொகுத்து வெளியிடும் 'ஸீரோ டிகிரி' குழுமத்துக்கும் நன்றி. இந்நூலைப் படித்து, பரிசளித்து, பகிர்ந்துகொள்ளப்போகும் உங்களுக்கும் நன்றி.

என்றும் அன்புடன்,
என். சொக்கன்,
பெங்களூரு.

nchokkan@gmail.com
http://www.nchokkan.com/

பொருளடக்கம்

1. ஸ்டம்ப்ஸைத் தாக்கு

கிரிக்கெட்டில் பந்துவீச்சாளருடைய வேலை என்ன?

விக்கெட் எடுப்பது, அதாவது, எதிரணியின் மட்டைவீச்சாளரை ஆட்டமிழக்கச்செய்வது. இதை அவர் பல வழிகளில் செய்யலாம். அவற்றில் இரண்டு வழிகளைமட்டும் இங்கு பார்ப்போம்:

1. மட்டைவீச்சாளருக்குப் பின்னாலிருக்கும் குச்சிகளை (ஸ்டம்ப்ஸை)ப் பந்தால் தாக்கி வீழ்த்தி விக்கெட் பெறலாம்.

2. தான் வீசும் பந்தை மட்டைவீச்சாளர் தவறாகக் கணித்து அடிக்கும்படி செய்யலாம், அப்போது அந்தப் பந்தை இன்னொரு வீரர் பிடித்துவிட்டால் இவருக்கு விக்கெட் கிடைக்கும்.

இந்த இரண்டு வழிகளுக்கும் ஒரு முக்கியமான வேறுபாடு உள்ளது: முதல் வழியில் பந்துவீச்சாளர் முழுமையாகத் தன்னை நம்பி விக்கெட் பெறுகிறார். அதாவது, தன் திறமையைமட்டும் காண்பித்து விக்கெட்டைச் சம்பாதிக்கிறார். இரண்டாவது வழியிலும் அவர் தன்னுடைய திறமையைக் காண்பிக்கத்தான் வேண்டும். ஆனால், அதுமட்டும் போதாது, அவருடைய அணியில் உள்ள இன்னொருவர் அந்தப் பந்தைப்

பிடிக்கவேண்டும். ஒருவேளை, அவர் அதைப் பிடிக்காவிட்டால், இவருக்கு விக்கெட் இல்லை. அதாவது, இந்த வழியில் அவர் விக்கெட் பெறுவதற்கு இன்னொருவரைச் சார்ந்திருக்கிறார்.

பாகிஸ்தான் அணியின் புகழ் பெற்ற வேகப்பந்துவீச்சாளர் வாசிம் அக்ரம் இப்படி 150க்கும் மேற்பட்ட விக்கெட்களை இழந்திருக்கிறாராம். அதாவது, 150க்கும் மேற்பட்ட முறைகள் அவர் சிறப்பாகப் பந்துவீசி மட்டைவீச்சாளரைத் தவறாக அடிக்கச்செய்திருக்கிறார். ஆனால், மற்றவர்கள் அந்தப் பந்துகளைப் பிடிக்கவில்லை, அதனால் அக்ரமுக்கு இழப்பு.

இதுபோன்ற சூழ்நிலைகளில் அந்த வீரர்களெல்லாம் அக்ரமிடம் மன்னிப்பு கேட்பார்களாம். ஆனால், மன்னிப்பு யாருக்கு வேண்டும்? விக்கெட் அல்லவா முக்கியம்!

அக்ரம்போன்ற பந்துவீச்சாளர்கள் கஷ்டப்பட்டுச் சிந்தித்து, நன்கு திட்டமிட்டு, வியூகம் அமைத்துப் பந்துகளை வீசுகிறார்கள். மட்டைவீச்சாளர்கள் அவற்றைத் தவறாக அடிக்கும்போது விக்கெட் பெறும் வாய்ப்பு உண்டாகிறது. அதைப் பிறர் பிடிக்காவிட்டால், அதாவது, கேட்ச்சை நழுவவிட்டால் பந்துவீச்சாளருடைய உழைப்பு மொத்தமும் வீணாகிறது.

அதனால், அக்ரம் ஒரு தீர்மானம் எடுத்தார்: இனிமேல் நான் ஸ்டம்ப்ஸைத்தான் குறிவைக்கப்போகிறேன், அதன்மூலம் கிடைக்கும் விக்கெட்களில்தான் கவனம் செலுத்தப்போகிறேன்.

இப்போதும் அக்ரமுடைய பந்துகளை மட்டைவீச்சாளர்கள் தவறாக அடிக்கலாம், அவற்றை மற்ற வீரர்கள் பிடிக்கலாம், பிடிக்காமலும் இருக்கலாம், அதைப்பற்றி அக்ரம் பெரிதாக அலட்டிக்கொள்ளப்போவதில்லை. ஏனெனில், அவர் உறுதியாக விக்கெட்களைப் பெறுவதற்கு வேறொரு வழியைக் கண்டுபிடித்துவிட்டார், அதில் அவர் வேறு யாரையும் சார்ந்திருக்கவேண்டியதில்லை.

கிரிக்கெட் என்பது குழு விளையாட்டு. அதில் ஒரு தனி நபர் பிறருடைய துணையில்லாமல் வெல்லமுடியாது. எனினும், அதற்குள் பிறரைச் சார்ந்திருக்காமல் தன்னுடைய வேலையைச்

சிறப்பாகச் செய்வதற்கு என்ன வழி என்று அக்ரம் யோசிக்கிறார், அதைச் செயல்படுத்துகிறார்.

சில ஆண்டுகளுக்குப்பிறகு, அக்ரமுடைய அணிக்கு ஒரு புதிய பயிற்சியாளர் வருகிறார். அவர் வீரர்களுக்கு நல்ல பயிற்சி கொடுத்துப் பந்துகளைச் சிறப்பாகப் பிடிக்கச்செய்கிறார். இதனால், எல்லாரும் பந்துகளைப் பாய்ந்து பாய்ந்து கைப்பற்றுகிறார்கள், முன்புபோல் யாரும் கேட்ச்சை நழுவவிட்டுவிட்டு மன்னிப்பு கேட்பதில்லை.

இதனால், அக்ரமுக்கு இரட்டை நன்மை: முன்புபோல் அவர் ஸ்டம்ப்ஸைக் குறிவைத்துப் பந்து வீசி விக்கெட் எடுக்கலாம், ஒருவேளை, மட்டைவீச்சாளர் அதைத் தடுத்து ஆடிவிட்டால் அந்தப் பந்தைப் பிறர் பிடிக்கும்போது கேட்ச் முறையிலும் விக்கெட் எடுக்கலாம். அதாவது, அவர் தானாகவும் விக்கெட் பெறலாம், பிறரைச் சார்ந்தும் விக்கெட் பெறலாம்.

நம்மில் யாரும் தனிமரங்கள் இல்லை. வீட்டில், பள்ளி, கல்லூரியில், அலுவலகம், தொழிற்சாலையில், பிற சமூகச் சூழல்களில் நாம் பலரைச் சார்ந்திருக்கிறோம், பலர் நம்மைச் சார்ந்திருக்கிறார்கள். இந்தச் சார்ந்திருத்தல் உறவை நாம் சரியாகப் புரிந்துகொள்ளாவிட்டால் வீணான மனக்கசப்பும் எரிச்சலும் உண்டாகும்.

எடுத்துக்காட்டாக, நாள்தோறும் ஆறு மணிக்குப் பால் பாக்கெட் போடுகிறவர் என்றைக்காவது வரவில்லை என்றால் வீட்டில் எப்பேர்ப்பட்ட சண்டை, அடிதடி! காஃபி ஏன் இன்னும் வரலை என்று ஒருவர் கத்த, பால்காரருக்கு ஃபோனைப் போடு என்று இன்னொருவர் அலற, யாராச்சும் கடைக்குப் போய்ப் பால் வாங்கிட்டு வாங்களேன் என்று ஒருவர் எரிச்சலாக... இந்தக் குழப்பத்தில் அந்த நாள்முழுவதும் கெட்டுப்போகிறது.

இங்கு எல்லாப் பிரச்சனைகளுக்கும் பால்காரர்தான் காரணம் என்று பழியை அவர்மேல் போட்டுவிட்டு எரிச்சலுடன் அமர்வது சாத்தியம்தான். ஆனால், அந்த வீட்டில் இந்தச் சூழ்நிலையை ஒருவர் வாசிம் அக்ரம்போல் கவனித்தார், சிந்தித்தார் என்றால் அவர் என்ன செய்வார்?

★ சரியான நேரத்தில் காஃபி இல்லாவிட்டால் வீட்டில் பிரச்சனை வருகிறது.

★ காஃபி போடுவதற்குப் பால் தேவை, அதுவும் சரியான நேரத்தில் வரவேண்டும்.

★ பாலை மொத்தமாக வாங்கிவைக்க இயலாது, ஓரிரு நாட்களுக்குள் பயன்படுத்தவேண்டும்.

★ அதனால், நாள்தோறும் ஒரு பாக்கெட் பாலை ஃப்ரிட்ஜில் பத்திரப்படுத்திவிடலாம். அதை மறுநாள் காலையில் பயன்படுத்திக்கொள்ளலாம். ஒருவேளை பால்காரர் நேரம் கழித்து வந்தாலும் பிரச்சனையில்லை.

★ ஒரு மாதம் வைத்திருந்து பயன்படுத்தக்கூடிய பால் பாக்கெட் வந்திருக்கிறது என்று சொல்கிறார்கள். அதில் ஒன்றிரண்டு வாங்கி வைத்துக்கொள்ளலாம், அவசரத்துக்கு ஆகும்.

★ பக்கத்து மளிகைக்கடையின் தொலைபேசி எண்ணைக் குறித்துவைத்துக்கொள்ளலாம், திடீரென்று பால் தேவைப்பட்டால் அவர்களை அழைத்துக் கொண்டுவரச்சொல்லலாம்.

மேற்கண்ட சிந்தனைமுழுவதும் நம்மை ஒரு குறிப்பிட்ட திசையில் நகர்த்துகிறது: பிறரை(அதாவது, பால்காரரை)ச் சார்ந்திருப்பதிலிருந்து சார்ந்திராத நிலைக்கு. இதனால் நாம் பால்காரரை நிறுத்திவிடப்போவதில்லை, தொடர்ந்து நாம் அவரைச் சார்ந்திருப்போம். ஆனால், ஒருவேளை அவர் சொதப்பினாலும் பரவாயில்லை, நம்மால் நம்முடைய வேலையைச் செய்துகொள்ள இயலும்.

ஒருவர் சாலையில் வண்டி ஓட்டுகிறார் என்றால் அவருடைய வண்டிமட்டும்தான் அவர் கட்டுப்பாட்டில் இருக்கும். பக்கத்தில் ஓடுகிற வண்டிகள் வெவ்வேறு நபர்களுடைய கட்டுப்பாட்டில் இருக்கும். அதனால், அவர் எல்லாவற்றையும் கவனித்துதான் தன்னுடைய வண்டியைச் சரியாக ஓட்டிச்செல்லவேண்டும், தேவையான மாற்றங்களைச் செய்துகொள்ளவேண்டும். அதுதான் நம் பயணத்தையும் உயிரையும் காப்பாற்றும்.

நம்முடைய பெரும்பாலான வேலைகளும் இப்படித்தான். பிறரைச் சார்ந்திருத்தல் என்பது சமூக வாழ்க்கையின் அம்சங்களில் ஒன்று. சில நேரங்களில் அந்தப் பிறர் சொதப்பவும் செய்வார்கள், நாமும் பிறருடைய வேலைகளில் சொதப்பிவைப்போம். இது நடக்கத்தான் செய்யும் என்பதை உணர்ந்துகொண்டு, பதற்றம் இல்லாமல் ஒவ்வொருவரும் தங்களுடைய சார்ந்திருத்தல் சதவிகிதத்தைக் குறைக்க முயலலாம், பிரச்சனை வந்தால் தன்னைத் தான் முன்னேற்றிக் கொண்டுசெல்கிற வழிகளைச் சிந்தித்துச் செயல்படலாம், வாசிம் அக்ரம்போல் நம்முடைய அலமாரியிலும் வெற்றிக் கோப்பைகளை நிரப்பலாம்.

(அக்டோபர் 2022)

2. மேதையை அடையாளங்காண்பது எப்படி?

சில ஆண்டுகளுக்குமுன்னால் நான் ஒரு சிறுவர் கதை எழுதினேன். அதைப் புத்தகமாக வெளியிடுவதற்குமுன் அதற்கான ஓவியங்களை வரையவேண்டியிருந்தது. அந்தப் பணி வங்காள ஓவியர் ஒருவரிடம் ஒப்படைக்கப்பட்டது.

அந்த ஓவியருக்குத் தமிழ் தெரியாது. ஆனால், கதையை முழுக்கத் தெரிந்துகொள்ளாமல் ஓவியம் வரையமாட்டேன் என்று சொல்லிவிட்டார். அதனால், நான் அவரைத் தொலைபேசியில் அழைத்துக் கதையை விளக்கினேன். அதில் அவர் பல ஐயங்களைக் கேட்டார். அவற்றையெல்லாம் நான் அதற்குமுன் யோசித்திருக்கக்கூட இல்லை. ஆனாலும், கதையை உருவாக்கியவன் என்பதால் நானாகச் சில கூடுதல் கற்பனைகளைச் செய்துகொண்டு அவருடைய கேள்விகளுக்குப் பதில் சொன்னேன்.

இருபது நாட்களுக்குப்பின், அவருடைய ஓவியங்கள் மின்னஞ்சலில் வந்து சேர்ந்தன. ஆர்வத்துடன் அந்த ஓவியங்களை ஒவ்வொன்றாகக் கிளிக் செய்து பார்த்த கணத்தை என்னால் என்றைக்கும் மறக்க இயலாது.

ஏனெனில், அந்த ஓவியங்கள் ஒவ்வொன்றும் என்னுடைய கதையைக் கண்முன்னால் கொண்டுவந்து நிறுத்தின. என்னுடைய கற்பனையுடன் அவை முழுக்கப் பொருந்திப்போகவில்லைதான். ஆனால், அவருடைய படைப்பாற்றல் ஒவ்வொரு கோட்டிலும் ஒவ்வொரு நுணுக்கத்திலும் தெரிந்தது.

நாங்கள் அந்தப் புத்தகத்தைக் கறுப்பு வெள்ளையில்தான் வெளியிட எண்ணியிருந்தோம், ஓவியரிடமும் கறுப்பு வெள்ளை ஓவியங்களைத்தான் கேட்டிருந்தோம், அந்த அடிப்படையில்தான் அவருக்குச் செலுத்தவேண்டிய தொகையையும் தீர்மானித்திருந்தோம்.

ஆனால், இப்போது அந்த வங்காள ஓவியர் முழுக்க முழுக்க வண்ண ஓவியங்களை உருவாக்கியிருந்தார். அவையும் சும்மா இலக்கற்றுத் தெளிக்கப்பட்ட வண்ணங்கள் இல்லை, கதையை, மாந்தர்களை, சூழலைச் சுட்டிக்காண்பிக்கும் மிகச் சிறப்பான வண்ணத் தேர்வு.

என்னுடைய பொறியாளர மூளையைக் கேட்டால், அவர் செய்தது வீண் வேலை என்றுதான் சொல்வேன். கறுப்பு வெள்ளையில்தான் ஓவியங்கள் அச்சாகவுள்ளன என்று தெரிந்தபின் ஏன் வண்ணம் பூசி நேரத்தை வீணடிக்கவேண்டும்?

ஆனால், அவருடைய படைப்பாளர மூளை அப்படி எண்ணவில்லை. இந்த ஓவியங்கள் இப்படித்தான் வரவேண்டும் என்று அவருடைய மனத்தில் தோன்றியிருக்கிறது, அதை அவர் தாளில் வடித்திருக்கிறார், வண்ணம் பூசியிருக்கிறார், அதற்குத் தனக்குக் காசு தரப்படுகிறதா இல்லையா என்பதெல்லாம் அவருக்குப் பொருட்டில்லை, அந்தப் படைப்பு அதனளவில் மிகச் சிறப்பாகவும் தெளிவாகவும் வரவேண்டும், அதுதான் அவருக்கு முக்கியம்.

சென்ற மாதம், நான் இன்னொரு சிறுவர் கதை எழுதினேன். இதற்கும் ஓவியங்கள் தேவைப்பட்டன. ஆனால், இந்தமுறை எனக்கு ஓர் இணையதளம் தரப்பட்டது, அதில் எங்களுக்குத் தேவையான ஓவியங்களை 'உருவாக்கிக்கொள்ளலாம்' என்று என்னுடைய பதிப்பாளர் சொன்னார்.

ஓவியங்களை உருவாக்குவதா?

ஆம், அந்த இணையதளம் செயற்கை அறிவைப் பயன்படுத்திப் புதிய ஓவியங்களை வரைகிறது. அதனிடம் சென்று 'சிறுவன் ஒருவன் மரத்தில் ஏறுகிறான்' என்பதுபோல் குறிப்புகளைக் கொடுத்தால் போதும், அடுத்த நொடி அந்தக் காட்சியை ஓவியமாக வரைந்து கொடுத்துவிடும். மரத்தைக் கொஞ்சம் உயரமாக்கு, சிறுவனுக்கு மஞ்சள் சட்டை போடு, அவனுடைய பாக்கெட்டில் ஒரு பேனாவைச் சேர் என்றெல்லாம் கட்டளைகளைக் கொடுத்தால் அதற்கேற்ப ஓவியம் உடனுக்குடன் மாறும். அதன்பிறகு, அந்த ஓவியத்தை நாம் எடுத்துப் பயன்படுத்திக்கொள்ளலாம்.

நான் அந்த இணையதளத்தைப் பயன்படுத்தி ஏழெட்டு ஓவியங்களை ஒரு மணிநேரத்துக்குள் உருவாக்கிவிட்டேன். நம்பமுடியாத விரைவும் வசதியும்!

ஆனால், உடனடியாகவும் குறைந்த செலவிலும் கிடைத்த இந்த ஓவியங்கள் எங்கள் புத்தகத்தின் தேவையை நிறைவேற்றின. ஆனால், அந்த வங்காள ஓவியருடைய கலைத்திறன் இவற்றில் வெளிப்படவில்லை. அது எங்களுக்கு ஒரு குறையாகவும் தோன்றவில்லை. ஏனெனில், இன்றைய புத்தகத்துக்கு இவை 'போதும்'. ஓவியர் ஒருவர் எழுத்தாளர் ஒருவருடன் பேசிக் கதையை நன்கு நுணுக்கமாகப் புரிந்துகொண்டு பல மணி நேரங்கள் செலவிட்டுச் செதுக்குகின்ற ஓவியங்கள் இந்த ஓவியங்களைவிடச் சிலவிதங்களில் சிறப்பாக இருக்கலாம். ஆனால், இன்றைக்கு அவற்றுக்கான 'தேவை இல்லை'.

'இது போதும்', 'வேறெதற்கும் தேவை இல்லை' என்கிற இந்த இருமுனை இழுப்பு ஓவியங்களுக்குமட்டுமில்லை, எல்லாத் துறைகளுக்கும் இன்றைக்குப் பொருந்துகிறது. அறிவு சார்ந்த துறைகள்மட்டுமின்றி உணர்வு சார்ந்த துறைகளிலும் 'படைப்பூக்கம், மேதைமை என்பவையெல்லாம் தேவையானவைதானா? சந்தையின் தேவைக்கேற்ப இருக்கிற நேரத்தில் மிகுதியாகச் செய்வதல்லவா உண்மையான திறமை?' என்கிற கேள்வி வலுவாகிக்கொண்டிருக்கிறது. இந்தச் சிந்தனை

பரவலானபிறகு, நமக்கு மேதைகள் தேவைப்படமாட்டார்கள், அதனால் அவர்கள் பெரிய எண்ணிக்கையில் உருவாகவும் மாட்டார்கள்.

ஆனால், மேதைகள் இல்லாத ஓர் உலகத்தில் நமக்குக் கிடைக்கும் லட்சிய பிம்பங்கள் வலுவிழந்துபோவார்கள். நாலு வரி நோட்டில் ஆசிரியர் ஒரு சொல்லைப் பிழையாக எழுதிவிட்டால் குழந்தையும் அதே பிழையை ஒழுக்கத்துடன் திரும்பத் திரும்பச் செய்வதுபோலப் புதியவர்கள் சராசரிகளைப் பிரதியெடுத்துப் பழகுவார்கள், அதன்மூலம் சராசரியின் அளவு மேலும் சரிந்துகொண்டே செல்லும்.

அதனால், நம்மிடையில் இருக்கிற மேதைகளை நாம் கொண்டாடவேண்டும். அதற்கு, அந்த மேதைகளை நாம் அடையாளம் காணவேண்டும். அவர்களிடம் என்ன சிறப்பு, மற்றவர்களிடமிருந்து அவர்கள் எப்படி, ஏன் வேறுபடுகிறார்கள் என்று காணவேண்டும். அதன்பிறகுதான் அவர்களைப் பிரதியெடுக்க முயல்வதும் அதில் வெல்வதும் தோற்பதும்.

ஆயிரத்துக்கும் மேற்பட்ட திரைப்படங்களில் ஐந்தாயிரத்துக்கும் மேற்பட்ட பாடல்கள், பல நூறு மணிநேரப் பின்னணி இசைத் தொகுப்புகள் என்று எண்ணளவில் பெரும் சாதனைகளைப் படைத்துள்ள இளையராஜா இந்தியத் திரையிசை உலகின் மிகப் பெரிய மேதைகளில் ஒருவர். உண்மையில் அவரைத் திரையிசையமைப்பாளராகக் கருதுவதுகூட பிழைதான், இசைப் படைப்பாளி என்கிற பொதுவான குடையின்கீழ் பார்த்தாலும் இந்தியா உருவாக்கிய மிகச் சிறந்த, முதன்மையான மேதையாக அவரைக் காணலாம்.

இதற்குக் காரணம், அவருடைய திரைப்படங்களின் எண்ணிக்கையோ, அவர் இசையமைக்கிற வேகமோ, அவருடைய பாடல்கள் ஹிட்டான சதவிகிதமோ, அவர் சம்பாதித்த பணமோ, புகழோ, வாங்கிய விருதுகளோ இல்லை. இவையெல்லாம் வியந்து பாராட்டவேண்டிய விஷயங்கள்தான் எனினும், இவற்றை எட்டிய வேறு இசையமைப்பாளர்களும் இருக்கிறார்கள்,

அல்லது, இனி வரக்கூடும். இதுபோன்ற புள்ளிவிவரங்கள்மட்டும் ஒரு மேதையை வரையறுத்துவிடுவதில்லை.

அப்படியானால், இளையராஜா எதனால் மேதை ஆகிறார்? இதைப் புரிந்துகொள்வதற்கு நாம் அவருடைய படைப்புலகத்தை இன்னும் கூர்ந்து கவனிக்கவேண்டியிருக்கிறது.

இளையராஜாவைப்பற்றிப் பேசுகிற எல்லாரும் கண்டிப்பாகக் குறிப்பிடுகிற ஒரு விஷயம், 'குப்பைப் படங்களுக்குக்கூட, மிக மோசமான காட்சியமைப்பைக் கொண்ட பாடல்களுக்குக்கூட அற்புதமான இசையைக் கொடுத்தார்' என்பதுதான். பெரிய நடிகரா, சிறிய நடிகரா, இயக்குநர் புதியவரா, பழையவரா, தயாரிப்பாளரிடம் பணம் உண்டா, இந்தப் படத்தை அவரால் பல இடங்களுக்குக் கொண்டுசெல்ல இயலுமா என்பதுபோன்ற கணக்குகளை இளையராஜா ஒருபோதும் செய்ததில்லை, அதன் அடிப்படையில் தன்னுடைய பணியை ஏற்றி இறக்கிக்கொண்டதில்லை. தனக்குத் தரப்படும் சூழலுக்குத் தன்னுடைய அறிவின்மூலம், உணர்வின்மூலம் வழங்க இயலுகிற மிக உயர்ந்த இசையைத் தரவேண்டும் என்பதுதான் அவருடைய கணக்காக இருந்திருக்கிறது.

அதனால்தான் குப்பைப் படங்கள், வெளிவராத படங்கள், அவருடைய பாடல்களை வெட்டி எறிந்த படங்கள், அவ்வளவு ஏன், அவருக்குச் சம்பளம் கொடுக்காமல் ஏமாற்றிய படங்களுக்குக்கூட அவருடைய இசை ஒரே தரத்தில்தான் இருந்தது. பாத்திரத்துக்கேற்ற பண்டம், அந்தப் பாத்திரம் யார் கையில் இருக்கிறது என்பதைப் பொருட்படுத்துவதில்லை!

இன்றைக்குப் பெரிய வெற்றியாளர்களாக இருக்கிற பல கலைஞர்கள் தங்களுடைய முதல் படத்தில், அல்லது தாங்கள் பட்ஜெட் கட்டுப்பாடுகளில் சிக்கிக்கொண்டிருந்த ஒரு படத்தில் இளையராஜா எப்படிச் சம்பளம் வாங்காமல் (அல்லது குறைந்த சம்பளம் பெற்றுக்கொண்டு) பணியாற்றினார் என்பதைப்பற்றி விரிவாகப் பேசுகிறார்கள். இந்தியாவின் சின்னஞ்சிறிய கிராமம் ஒன்றில் பிறந்து வளர்ந்து, திரைப்படங்கள், மேடைப் பாடல்களின்மூலம் இசை ஆர்வத்தை வளர்த்துக்கொண்டு,

கிடைத்த வாய்ப்புகளிலெல்லாம் மேலும் மேலும் கற்றுக்கொண்டு, விழித்திருக்கும் அத்தனை நேரத்தையும் இசைக்குக் கொடுக்கிற அர்ப்பணிப்புடன் நாட்களைச் செலுத்திய அந்தக் கலைஞருக்குத் திரைப்படங்கள் என்பவை இசைப்பயிற்சியைத் தொடர்கிற ஒரு களம், அவ்வளவுதான். அப்படி ஒரு களம் தன்னைச் சுற்றியிருக்கிற திறமையுள்ள, ஆர்வமுள்ள எல்லாருக்கும் கிடைக்கவேண்டும் என்று விரும்பிய அவர் அதற்குத் தன்னுடைய புகழை ஒரு *Launchpad*ஆகத் திறந்துவிட்டிருக்கிறார்.

சந்தை மதிப்பு மிக்கவர்களுடன் பணியாற்றுவது ஒரு வசதி, பாதுகாப்பு. அவர்களுடைய நிழலில் நம்முடைய போதாமைகளை எளிதில் பூசி மெழுகிவிடலாம். ஆனால், இளையராஜா இசையில் முதல் படம் நடித்த அல்லது இயக்கிய கலைஞர்களுடைய பட்டியல் ஒன்றைத் தயாரித்தால் அது இரண்டு தலைமுறைத் தமிழ் சினிமா என்சைக்ளோபீடியாவாக அமையும். புதியவர்களுடன் தொடர்ந்து பணியாற்றுவதற்கு அவருக்கு இருந்த துணிவுக்கு முக்கியக் காரணம், அவர் திரைமொழியை நன்கு புரிந்துகொண்டிருந்தார். அதனால், அவருடைய இசையால் அந்தக் கலைஞர்களுடைய படைப்புகளை நன்கு (அதாவது, தேவையான அளவுக்கு) அலங்கரித்துத் தர இயன்றது.

இளையராஜா இந்தத் திரைமொழிப் பயிற்சியை எப்படிப் பெற்றார் என்பது இன்னொரு வியப்பு. அவர் தனியாக இசையமைக்குமுன் பிற இசையமைப்பாளர்களிடம் பணியாற்றியிருக்கிறார் என்றபோதும், கர்நாடக இசை, மேற்கத்திய இசை உள்ளிட்டவற்றை முறைப்படி பயின்றிருக்கிறார் என்றபோதும், இவற்றில் எவையும் அவருக்குத் திரைப்படங்களைப் புரிந்துகொண்டு இசையமைப்பது எப்படி என்கிற பயிற்சியை வழங்கியிருக்க வாய்ப்பில்லை. எனினும், முதல் படமாகிய ‘அன்னக்கிளி’யிலிருந்து இளையராஜாவின் பாடல்களும் சரி, பின்னணி இசையும் சரி, வாழ்க்கையின் பிரதிபலிப்புகளாகப் பொழியத் தொடங்கின. அவர் இதற்கான நுட்பங்களைக் கற்றுக்கொண்டார், அவற்றை வலியப் பயன்படுத்தினார் என்பதற்கான எந்தச் சான்றுகளும் இல்லை.

சில பேட்டிகளில் இளையராஜாவின் குறிப்பிட்ட பாடல்கள் அல்லது பின்னணி இசை நுட்பங்கள் விளக்கப்பட்டு, 'இதை நீங்க எப்படிக் கற்பனை செஞ்சீங்க?' என்கிற கேள்வி அவரிடம் கேட்கப்படுகிறது. பெரும்பாலும் அந்தக் கேள்விகளுக்கு ராஜாவின் பதில் 'எனக்குத் தெரியலை' என்கிற தொனியில்தான் இருக்கிறது. அதாவது, அந்த நேரத்தில் அப்படிச் செய்யவேண்டும் என்று தோன்றியது, செய்தார். இவையெல்லாம் தன்னிடமிருந்து வரவில்லை, தன்னை மீறிய ஒரு சக்தியிடமிருந்து தன்வழியாக வருகின்றன என்று இளையராஜா உறுதியாக நம்புவதாகத் தோன்றுகிறது.

இளையராஜாவின் இந்தப் பதில் போலியான தன்னடக்கம் இல்லை. அவர் தன்னுடைய 'ரகசிய'ங்களை யாருக்கும் சொல்லித்தராமல் மறைக்கவும் இல்லை. ரெண்டும் ரெண்டும் நாலு என்கிற வகையில் வரிசையாகப் பல சூத்திரங்களை வைத்துக்கொண்டு அவற்றை உரிய இடங்களில் சரியாகப் பயன்படுத்தி வேண்டிய பலனைப் பெறும் பணிமுறை அவருடையது இல்லை. தன்னை எல்லாரும் பாராட்டவேண்டும் என்கிற நோக்கத்துக்காகமட்டும் ஒரு 'புதுமை'யைச் செய்கிற பழக்கமும் அவருக்கு இல்லை. ஒரு சூழலைக் கேட்கும்போது, அல்லது திரையில் ஒரு காட்சியைப் பார்க்கும்போது அதற்கு என்ன இசையைத் தரவேண்டும் என்கிற உணர்வு அவருக்குள் உண்டாகிறது, அதை அவர் மொழிபெயர்த்துத் தருகிறார். அதன்பிறகு, அடுத்த சூழலுக்குச் சென்றுவிடுகிறார். இதைத்தான் அவர் பல பத்தாண்டுகளாகத் திரும்பத் திரும்பச் செய்துகொண்டிருக்கிறார்.

இசையைத்தவிர வேறெதற்கும் இளையராஜாவின் வாழ்க்கையில் இடம் இல்லை. அவர் சில நூறு பாடல்கள் எழுதியிருக்கிறார், ஒரு கண்காட்சி வைக்கும் அளவுக்குப் புகைப்படங்கள் எடுத்திருக்கிறார், சில புத்தகங்கள் எழுதியிருக்கிறார். ஆனால் இவையெல்லாம் அவருடைய வரலாற்றின் அடிக்குறிப்புகள்தான். முதன்மைப் புத்தகத்தில் முழுக்க முழுக்க அனைத்து அத்தியாயங்களிலும் இசை, இசை, இசைதான். அப்படி ஒரு கூர்மையான கவனம் எந்தத் துறையிலும் அரிது, பெரிது.

இளையராஜாவின் இசையும் செவ்வியல், கிராமியம், மேற்கத்தியம் போன்ற வரையறைகளுக்குள் நிற்பதில்லை. இவற்றை அவர் பலவிதமாகக் கலைத்துப்போட்டு விளையாடியிருக்கிறார், அதற்காகப் பெரும் விமர்சனங்களையும் எதிர்கொண்டிருக்கிறார். ‘எதுதான் இசை இல்லை?’ என்பது இளையராஜா அடிக்கடி கேட்கிற கேள்வி. இந்தக் கேள்வியில் வரும் ‘இசை’ மிகப் பொதுவானது, அங்குதான் அவருடைய இருப்பிடம். இந்தவிதத்தில் நம் நாடு உருவாக்கிய அனைத்து இசைக்கலைஞர்களிடமிருந்தும் இளையராஜா தனித்துச் சிறக்கிறார்.

காலையில் இளையராஜா தன்னுடைய ஸ்டூடியோவுக்கு வரும் நேரத்தைப் பார்த்துக் கடிகாரத்தைச் சரிசெய்துகொள்ளலாம் என்கிற ஒரு தேய்வழக்கு திரைத்துறையில் உண்டு. அந்த ஒழுங்கு கலைக்கு அவர் தருகிற மதிப்பு. நேரத்தை மதித்தல் என்பது உழைப்பாளிகளுக்குமட்டுமில்லை, படைப்பாளிகளுக்கும் தேவையான ஒன்றுதான்.

இத்தனைக்கும் இளையராஜாவுடைய தனிப்பட்ட படைப்புமுறைக்கு நேரம் ஒரு பொருட்டே இல்லை. அவர் அரை மணிநேரத்துக்குள் ஒரு திரைப்படத்தின் எல்லாப் பாடல்களையும் உருவாக்கிய நிகழ்வுகளெல்லாம் உண்டு. படக்காட்சியைப் பார்த்த மறுநொடி தாளில் இசைக்குறிப்புகளை எழுதத் தொடங்கிவிடுவார் என்று வியப்புடன் சொல்லும் இயக்குநர்கள் உள்ளார்கள்.

இதற்கெல்லாம் காரணம், அவருடைய இசை ஓர் ஊற்றைப்போல் பொங்கிவரும் தன்மை கொண்டது. ஒவ்வொரு செங்கல்லாக அடுக்கி உருவாக்கும் சிரமம் அங்கு இல்லை. இளையராஜாவுடைய பல பாடல்களுடைய கட்டமைப்பைக் கவனிக்கும்போது, ஒவ்வொரு பகுதியாகச் செய்து பூட்டாமல் மொத்தமாக ஒரு விமானத்தையோ கப்பலையோ செய்து வெளிச்செலுத்தும் இயந்திரத்தைப்போல் அவரைக் கற்பனை செய்யத்தோன்றுகிறது.

ஆனால், இளையராஜா இயந்திரம் இல்லை. அதுதான் அவருடைய படைப்பூற்றின் வேர். மனிதர்களை, அவர்களுடைய அனைத்து உணர்வுகளையும் அவர் துல்லியமாகப் புரிந்துகொண்டிருக்கிறார். அவற்றை இசையில் வெளிப்படுத்துகிறார். அதன்மூலம் நமக்குள் எங்கோ ஒளிந்திருக்கிற ஒரு குறிப்பிட்ட நரம்பை அவர் தொட்டுவிடுகிறார். அதனால்தான் அது நமக்குள் அத்தனை ஆழமாகத் தங்குகிறது. 'அவர் ஒருபக்கம், மற்ற எல்லா இசையமைப்பாளர்களும் இன்னொருபக்கம்' என்று அவருடைய ரசிகர்கள் பலர் சொல்கிறார்கள் என்றால் அது தர்க்கரீதியிலான வாதம் இல்லை, உணர்வுரீதியிலானது, அவர் அவர்களுடையவர், அவர் அவர்களில் ஒருவர், ஆனால் மேதை.

இந்தப் பயிற்சியை இளையராஜா எப்படிப் பெற்றார் என்பதும் வியப்புதான். மிக இளம் வயதில் இசையால் ஈர்க்கப்பட்டுவிட்ட அவருக்கு இத்தனை நுட்பங்களையும் நேரடியாக அனுபவிக்கிற வாழ்க்கை வாய்க்கவில்லை. சிறுவயதில் அனுபவித்த வறுமை, திரைப்படங்களில் வாய்ப்புத் தேடிக்கொண்டிருந்த நேரத்தில் பட்ட சிரமங்கள் போன்றவை வாழ்க்கைபற்றிய இத்தனை ஆழமான புரிந்துகொள்ளலை அவருக்குக் கொடுத்தனவா, நண்பர்களா, புத்தகங்களா, இறையருளா... எது இந்தப் புரிந்துகொள்ளலை வழங்கியிருக்கமுடியும்? ஒன்று, இரண்டு இல்லை, லட்சக்கணக்கான, கோடிக்கணக்கான ரசிகர்கள், அடுத்தடுத்த தலைமுறையைச் சேர்ந்தவர்கள், வெளிமாநிலத்தினர், வெளிநாட்டினர் என்று எல்லாருக்குள்ளும் ஒரு பொதுவான நரம்பு இருக்கிறது, அதைத் தொடமுடியும் என்று அவர் எப்படிப் புரிந்துகொண்டார்? இது நிச்சயம் திட்டமிட்டுச் செய்த தந்திரமாக இருக்க வாய்ப்பில்லை. இசை நம்மிடையில் எப்படிப் பரவுகிறது, என்ன மாற்றங்களை உண்டாக்குகிறது என்பதை அவர் இயல்பாக உணர்ந்திருக்கிறார், அதனால் அது ஒட்டுத் தாவரமாக இல்லாமல் செழித்து வளர்ந்திருக்கிறது, கன்றுகளை ஈன்றிருக்கிறது.

இளையராஜா பெரும்பாலும் தமிழ்த் திரைப்படங்களில் பணியாற்றியிருந்தாலும், கேரளம், கர்நாடகம், ஆந்திரம் என்று சென்ற இடமெல்லாம் தனக்கான தனி இருக்கையை

உரிமையுடன் பெற்றுக்கொண்டவர். ஆந்திரர்கள் சிலர் அவரைத் தங்களுடைய சொந்த மாநிலக்காரர் என்று உறுதியாக நம்புவதைப் பார்த்து வியந்திருக்கிறேன், அவர் இசையமைத்த கன்னடப் படங்கள் மிகக் குறைவுதான் என்றாலும் இப்போதும் இங்கு எந்த விழாவில் யார் அவருடைய பெயரைச் சொன்னாலும் உடனடிக் கைதட்டலைக் கேட்டிருக்கிறேன். எல்லா மொழிப் பாடல்களிலும் தன்னுடைய முத்திரையைப் பதித்தபடி அந்தந்த மண்ணின் சூழலை, இசைப்பாணியைப் புரிந்துகொண்டு மாறுபட்ட இசையை வழங்கியவர் அவர்.

பெங்களூரைச் சேர்ந்த புல்லாங்குழல் இசைக்கலைஞர் அஷ்வினி கௌசிக் இளையராஜாவுடன் பணிபுரிந்த அனுபவத்தைப்பற்றிப் பேசும்போது, ‘நாங்கள் கிட்டத்தட்ட 40 மணிநேரம் ஒன்றாகப் பணிபுரிந்திருப்போம். அதில் ஒரு நிமிடம்கூட நாங்கள் பணியாற்றிக்கொண்டிருந்த இசையோடு தொடர்பில்லாத எதையும் அவர் பேசவில்லை’ என்கிறார். இளையராஜாவுடன் பணியாற்றிய பலரும் இதைச் சொல்லியிருக்கிறார்கள். அதன்மூலம் விளைகிற படைப்பூக்கம் போன்றவை ஒருபுறமிருக்க, தேவையில்லாத விஷயங்களில் மனத்தை ஊன்றாமலிருப்பதால் கிடைக்கும் விடுதலையுணர்வு எப்பேர்ப்பட்டதாக இருக்கவேண்டும்!

பிறர்மீது அவதூறு பேசாமலிருப்பதும் இளையராஜாவிடம் நாம் கற்கவேண்டிய ஒரு விஷயம். இத்தனை ஆண்டுத் திரை வாழ்க்கையில் அவருக்குப் பலருடன் உரசல்கள் ஏற்பட்டதுண்டு. ஆனால் அவர்களில் யாரைப்பற்றியும் பொதுவில் அவர் ஒரு வரி விமர்சனம் வைத்தது கிடையாது. உண்மையில் இதுபற்றி நாம் ‘கேள்விப்படுகிற’ அனைத்தும் வதந்திகள், அல்லது, எதிர்த்தரப்பால் முன்வைக்கப்பட்ட வாதங்கள். இவற்றுக்கு அவர் பதில் சொல்வதில்லை. அதை முக்கியமாகக் கருதுவதும் இல்லை.

தன்னுடைய முன்னோடிகள், மூத்த கலைஞர்களைப்பற்றி இளையராஜா அளவுக்கு விரிவாகப் பேசிய இசையமைப்பாளர்கள் தமிழில் வேறு யாருமில்லை. குறிப்பாக, எம். எஸ். விஸ்வநாதன்,

கண்ணதாசன் இருவருடைய பாடல்கள் தன்னுடைய வாழ்க்கையை, இசை ஆர்வத்தை எப்படிச் செழுமைப்படுத்தின என்று இளையராஜா மிகுந்த நெகிழ்ச்சியுடன் விவரித்திருக்கிறார்.

தான் உருவாக்கிய இசை அப்படியே வெளிப்படவேண்டும் என்பதில் இளையராஜாவிடம் சற்றுப் பிடிவாதம் உண்டு. அது வேறுவிதமாக வரும்போது திரும்பத் திரும்பத் திருத்துவார், இதை அவர் மேடைகளிலும் செய்ததுண்டு. வழக்கம்போல் ஊடகங்கள் அதை வேறுவிதமாகத் திரித்து 'இளையராஜா இசைக்கலைஞர்களை, பாடகர்களை அவமானப்படுத்துகிறார்' என்று சேறு வீசியதும் உண்டு.

ஆனால், அவரிடம் பணியாற்றிய பல இசைக்கலைஞர்கள் இப்படித் திரும்பத் திரும்பத் திருத்துவதுதான் தங்களை மேம்பட்ட கலைஞர்களாக ஆக்கியது என்கிறார்கள். 'இது போதும்' என்ற இன்றைய மனநிலையில் பார்க்கும்போது இந்தத் திருத்தங்கள் தேவையில்லாத ஒன்றாகத் தோன்றலாம். ஆனால் இந்த விஷயத்தில் போதும் என்ற மனத்தைவிடச் சரியான இலக்கை எட்டும்வரை தொடர்ந்து முனைதல்தான் யாரையும் முன்னேறச்செய்யும். இந்தத் திருத்தங்களில் பலவும் மற்றவர்களுக்குத் தெரியப்போவதுகூட இல்லை என்றாலும், நம் மேசையிலிருந்து வெளிச்செல்கிற அனைத்தும் மிகச் சிறப்பாகமட்டும்தான் இருக்கவேண்டும் என்கிற மனநிலை தேவையான ஒன்று, அதைத்தான் இளையராஜா வெளிப்படுத்துகிறார்.

இளையராஜாவின் திறமை, தென்னிந்தியத் திரையுலகில் அவர் கொண்டிருக்கும் புகழ், எளிய பின்னணியிலிருந்து வருகிறவர்களும் திறமையாலும் உழைப்பாலும் பணி ஒழுக்கத்தாலும் பெரிய உயரங்களுக்குச் செல்லலாம் என்பதற்கு எடுத்துக்காட்டாகத் திகழ்தல் ஆகியவற்றை வைத்துப் பார்க்கும்போது, அவருக்குக் கிடைத்திருக்கும் விருதுகள், கௌரவங்கள் மிகக் குறைவுதான். சொல்லப்போனால் ஒருபக்கம் மிகப் பெரிய பாராட்டுகளும் ரசிகர் கூட்டமும் இன்னொருபக்கம் மிகப் பெரிய சர்ச்சைகளும் இழிவுபடுத்தல்களும் என்கிற விநோதமான சூழ்நிலையைத்தான்

அவர் தொடர்ந்து சந்தித்துவந்துள்ளார். எனினும், இந்த விருதுகளோ பாராட்டுகளோ இழிவுகளோ ஒரு மேதையை வரையறுத்துவிடுவதில்லை. ஏனெனில் அவர்கள் கலை வெளிப்பாட்டைத்தான் தங்களுடைய பங்களிப்பாகக் கருதுகிறவர்கள், மற்றவை அதற்குப்பிறகுதான்.

டென்னிஸ் வீரர் ரோஜர் ஃபெடரரைப்பற்றி இதழாளர் ரெனெ ஸ்டாஃபெர் ஒரு புத்தகம் எழுதியபோது அதற்கு *'Quest for Perfection'* என்று பெயர் வைத்தார். இளையராஜாவின் வாழ்க்கைக்கும் அந்தத் தலைப்பு பொருந்தும். இசையை வாகனமாகக் கொண்டு அவர் நிகழ்த்திய அந்தத் தேடலில் இதுவரை நமக்குக் கிடைத்துள்ள கனிகள் ஏராளம். நாம் பெற்றவையே இத்தனை என்றால் அவர் பெற்றவை இன்னும் பல நூறு மடங்கு இருக்கும். ஆனாலும் இளையராஜா மனநிறைவுடன் அமர்ந்துவிடவில்லை, அவருடைய தேடல் தொடரத்தான் செய்கிறது, மேதைமையின் முதன்மை அடையாளம் அது.

(செப்டம்பர் 2022)

3. முத்தான பத்து

நம்ம வீட்ல இது இருக்கணும், அது இருக்கணும் என்று மக்களுக்குத் தனிப்பட்ட விருப்பங்கள் இருக்கும். அதில் ஒருவருக்குப் பிடிப்பது இன்னொருவருக்குப் பிடிக்காது, இவருக்குப் பிடிப்பதை வேறொருவர் 'ம்ஹூம், தேறாது' என்று உதட்டைப் பிதுக்குவார். ஆனால், இன்றைய சூழ்நிலையில் எல்லாருடைய வீட்டிலும் இருக்கவேண்டிய, மக்களுடைய நல்வாழ்வு, முன்னேற்றத்துக்குத் துணைபுரியக்கூடிய பத்து விஷயங்கள் என்று நான் நினைப்பவை எவை?

1. அலாரம் கடிகாரம்

இந்தப் பட்டியலில் முதல் இடத்தில் அலாரம் கடிகாரத்தைப் பெரும்பாலானோர் எதிர்பார்த்திருக்கமாட்டார்கள். ஏனெனில், நம்மைப் பொறுத்தவரை அது ஒரு சாதாரணக் கருவி. சொல்லப்போனால், நாம் நன்கு தூங்க விரும்பும் நேரத்தில் நம்மை எழுப்பிவிட்டு எரிச்சலூட்டுகிற பொருள். அதனால், 'இது ஒரு பெரிய விஷயமா?' என்று நாம் அலட்சியமாக நினைக்கக்கூடும்.

ஆனால், இன்னொரு கோணத்தில் பார்த்தால் அலாரம் கடிகாரம் நமக்கு நேரத்தின் முக்கியத்துவத்தை உணர்த்தும் ஒரு

தோழராக இருக்கிறது. அதிகாலையில் நம்மை எழுப்பிவிடுகிற கடிகாரத்தில் தொடங்கி, ‘மதியம் ரெண்டரைக்கு ஒருத்தரைக் கூப்பிடணும்’ என்று நாம் செல்பேசியில் வைத்துக்கொள்கிற நினைவூட்டல், சமையலறையில் ‘காய் 15 நிமிஷத்துக்கு வேகணும்’ என்று நாம் கடிகாரத்தைப் பார்த்துக்கொள்ளுதல் என அனைத்தும் இந்த வகையில்தான் வருகின்றன.

பல்வேறு துறைகளில் உலகின் தலைசிறந்த வெற்றியாளர்களைப் பார்த்தால், அவர்கள் அனைவரும் நேரத்தின் முக்கியத்துவத்தை உணர்ந்தவர்களாக இருப்பார்கள். எதையும் சரியான நேரத்தில் தொடங்கவேண்டும், சரியான நேரத்தில் செய்யவேண்டும், ஒரு நிமிடத்தைக்கூட வீணாக்கக்கூடாது என்று ஓடுகிறவர்களாக இருப்பார்கள், எந்த ஒரு நிகழ்ச்சிக்கும் சரியான நேரத்தில் வருவார்கள், அவர்களால் எந்த வேலையும் கெட்டுப்போகாது. இந்தப் பழக்கத்தையெல்லாம் நமக்கு வழங்கும் ஓர் அரிய, எளிய கருவிதான் அலாரம் கடிகாரம்.

நினைவிருக்கட்டும், உலகில் யாரும் பணம் தந்து வாங்க இயலாத ஒரே சொத்து, நேரம்தான். அதைச் சரியாகப் பயன்படுத்தத் தெரிந்தவர்கள் முன்னேறுவார்கள். குறிப்பாக, குழந்தைகளுக்கு இளவயதிலிருந்து இதைக் கற்பிக்க அலாரம் கடிகாரம் மிகவும் உதவும்.

2. எடை இயந்திரம்

முன்பெல்லாம் எடை இயந்திரம் என்பது பேருந்து அல்லது ரயில் நிலையத்தில் இருக்கிற ஒரு மிகப் பெரிய பெட்டி. அதில் ஒரு ரூபாயோ இரண்டு ரூபாயோ போட்டால் எடைச்சீட்டும் அதிர்ஷ்டக் குறிப்பும் கிடைக்கும். நாம் அதைப் பார்த்துவிட்டு ‘அச்சச்சோ, இவ்ளோ எடை ஏறிட்டோமா?’ என்று திகைப்போம். ஆனால், அடுத்த சில நிமிடங்களில் நாம் அதை மறந்துவிடுவோம்.

உடல் எடையைச் சரியாகக் கவனித்துக்கொள்ளுதல் ஒரு முக்கியமான வாழ்க்கைத் திறன். நம்முடைய உயரத்துக்கு நாம் எவ்வளவு எடை இருக்கவேண்டும் என்று தெரிந்துகொள்வதும்,

அந்த எடையைவிடக் கூடுதலாக அல்லது குறைவாக இருக்கிறவர்கள் உரிய உணவுமுறை மாற்றங்கள், உடற்பயிற்சி போன்றவற்றின்மூலம் சரியான எடையை நோக்கிச் செல்வதும், தேவைப்பட்டால் மருத்துவ ஆலோசனை பெறுவதும் நன்மையுள்ள பழக்கங்கள். இதையெல்லாம் செய்வதற்கு வீட்டில் ஓர் எடை இயந்திரம் இருக்கவேண்டும், அது டிஜிட்டல் முறையில் துல்லியமாகக் கணக்கிடுகிற இயந்திரமாக இருந்தால் இன்னும் நல்லது.

ஆனால் ஒன்று, எடை இயந்திரம் இருக்கிறது என்பதற்காகச் சில மணி நேரத்துக்கு ஒருமுறை எடை பார்த்து அதிர்ச்சியடைவதோ மகிழ்ச்சியடைவதோ வீண் வேலை. எடையைக் கட்டுப்படுத்துவது ஒரு போதையாக ஆகிவிடக்கூடாது, நல்ல பழக்கமாகத் தொடரவேண்டும், அந்தச் சமநிலை முக்கியம்.

3. இணைய இணைப்புள்ள ஒரு ஸ்மார்ட் கருவி

மாற்றங்கள் நிறைந்த இன்றைய உலகத்தில் ஏராளமான விஷயங்கள் நொடிக்கு நொடி நடந்துகொண்டிருக்கின்றன. நம் நண்பர்கள், உறவினர்களுடைய வாழ்க்கையில் என்ன நடக்கிறது என்பதில் தொடங்கிச் செய்திகளைப் படிப்பது, பொழுதுபோக்கு, வங்கிச் சேவைகளைப் பயன்படுத்திக்கொள்வது, அரசு அலுவலகங்களை அணுகுவது, கல்லூரி, பள்ளிப் படிப்பு என அனைத்துக்கும் இணையம் தேவையாக இருக்கிறது. உலகில் அனைவருடனும் ஒரு கிளிக்கில் இணைகிற, ஊடாடுகிற வசதியைத் தருகிற இணையமும் அதைப் பயன்படுத்திக்கொள்ளக்கூடிய ஒரு ஸ்மார்ட் கருவியும் (செல்ஃபோன் அல்லது தொடுகணினி (டேப்ளட்) அல்லது மேசைக்கணினி அல்லது மடிக்கணினி (லாப்டாப்) போன்றவை) நம் வீடுகளில் கண்டிப்பாக இருக்கவேண்டும்.

இணையத்தில் நல்லவற்றோடு தீயவையும் நிறைந்திருக்கின்றன என்பதையும் நினைவில் வைக்கவேண்டும், நமக்கு வேண்டியது என்ன என்பதை அறிந்து அதைமட்டும் சரியாகப் பயன்படுத்திக்கொள்கிற கலையையும் பழகவேண்டும். இன்றைக்கு இணையத்துக்கும் சமூக ஊடகங்களுக்கும்

அடிமையாகித் துன்பப்படுகிறவர்கள் பலர் உள்ளார்கள், அந்த வழியில் சென்றுவிடக்கூடாது, அதற்கு அஞ்சி இணையத்தை ஒதுக்கிவிடவும் கூடாது.

4. மிதிவண்டி (அல்லது) மின்சார வண்டி

அன்றைய வீடுகளில், 'ஒரு பைக் இல்லாட்டி ஒரு கார் இருக்கணும், ரெண்டும் இருந்தா இன்னும் நல்லது' என்பார்கள். இன்றைக்கும் அவை தேவையாகத்தான் இருக்கின்றன. ஆனால், கால மாற்றங்களைக் கருத்தில் கொண்டு இதை நாம் சற்று மாற்றிக்கொள்ளலாம், 'ஒரு மிதிவண்டி இருக்கணும், தேவைப்பட்டா ரெண்டு சக்கர அல்லது நாலு சக்கர வண்டி ஒண்ணு, அது மின்சாரத்துல இயங்கறதா இருந்தா இன்னும் நல்லது.'

மிதிவண்டிக்குப் பெட்ரோல், டீசல், மின்சாரம் எதுவும் தேவையில்லை, அது சுற்றுச்சூழலைப் பாதிப்பதில்லை என்பதெல்லாம் ஒருபுறமிருக்க, அது ஒரு நல்ல உடற்பயிற்சியாகவும் இருக்கிறது, உடலுக்கு நன்மை தருகிறது. ஆனால், அதை எல்லா இடங்களிலும் எல்லாத் தேவைகளுக்கும் பயன்படுத்த இயலாது என்பதால், செலவு குறைவான, மாற்று எரிபொருளைப் பயன்படுத்துகிற இன்னொரு வண்டியையும் ஏற்றுக்கொள்ளலாம். இவற்றுடன் வாய்ப்புள்ள இடங்களுக்கு நடந்து செல்கிற பழக்கமும் சேர்ந்துகொண்டால் மேலும் சிறப்பு.

5. தூய்மைப் பொருட்கள்

Cleanliness is next to Godliness என்று ஆங்கிலத்தில் ஒரு பொன்மொழி உண்டு. தூய்மையின் முக்கியத்துவத்தை நம் மக்கள் எப்போதும் உணர்ந்திருந்தார்கள். தூய்மையான வீட்டில் உடல் நலம் பெருகும், நோய்கள் குறையும். பல் தேய்த்தல், முகம் கழுவுதல், குளித்தல், வெளியில் சென்று திரும்பினால் கை, கால் கழுவுதல், ஆடைகளை அழுக்கின்றித் துவைத்தல், காய்கறிகளைத் தூய்மைப்படுத்திவிட்டுச் சமைத்தல் என்று இதையொட்டிப் பல பழக்கங்கள் உள்ளன. இவற்றை நாம் மிகுதியாகப் பயன்படுத்த பயன்படுத்த நமக்கு நல்லது.

அதற்குத் தேவையான பொருட்கள் அனைத்தும் நம் வீட்டில் இருக்கவேண்டும்.

அதற்காக விலை உயர்ந்த சோப்பு, சீப்பு, பற்பசைதான் வாங்கவேண்டும் என்று பொருள் இல்லை. நம்முடைய பட்ஜெட்டில் நமக்கு ஏற்றதை வாங்கிப் பயன்படுத்தலாம். இயன்றவரை தூய்மையைப் பராமரிக்கும் மனநிலைதான் இங்கு அடிப்படைத் தேவை.

6. ஒழுங்குள்ள சமையலறை

நம்முடைய சமையலறைகள் ஒவ்வொன்றும் ஒரு மினி தொழிற்சாலையைப் போன்றவை. மளிகைப் பொருட்கள், காய்கறிகளை வாங்குவது, சேமித்துவைப்பது, சரியான நேரத்தில் சரியான அளவில் பயன்படுத்திச் சுவையாகச் சமைப்பது, யாருக்கு எவ்வளவு தேவை என்று கணக்கிட்டுச் சமைப்பது, எஞ்சும் பொருட்களைக் கையாள்வது என அனைத்தையும் இல்லத்தரசிகள் மிகச் சிறப்பாகச் செய்கிறார்கள். இதற்கு அவர்களுக்கு உதவக்கூடிய ஒழுங்குள்ள சமையலறை ஒவ்வொரு வீட்டிலும் இருக்கவேண்டும்.

எடுத்துக்காட்டாக, அரிசி, பருப்பை வண்டு வராமல் சேமிக்கும் பாத்திரங்கள், அரைக்கும் கருவி, மாசு ஏற்படுத்தாத, உடலுக்கு ஊறு விளைவிக்காத, சிக்கனமான எரிபொருள் என்று இந்த ஒரு தலைப்புக்குள் நூற்றுக்கணக்கான குறுந்தலைப்புகள் இருக்கின்றன. இவற்றைச் சரியாகச் செய்யும்போது சமையலுக்கான நேரமும் குறையும், உணவில் சத்து பெருகும், வீணாதல் குறையும், வீட்டில் அனைவருக்கும் நன்மை.

7. வரவு செலவுப் புத்தகம்

நாம் சம்பாதிக்கிற ஒவ்வொரு ரூபாய்க்கும், நாம் செலவழிக்கிற ஒவ்வொரு ரூபாய்க்கும் கணக்கு வைத்திருப்பது ஒரு நல்ல பழக்கம். இதன்மூலம் நம்முடைய பணம் எப்படி வருகிறது, எப்படிச் செல்கிறது என்கிற தெளிவு நமக்குக் கிடைக்கும், அதை மிச்சப்படுத்திச் சேமிக்கும் வழிகளையும் கண்டறியலாம்.

அதற்காக, ஒவ்வொரு வீட்டிலும் ஒரு வரவு செலவுப் புத்தகம் இருக்கவேண்டும். அதை நோட்டுப் புத்தகத்தில்தான் எழுதவேண்டும் என்று கட்டாயம் இல்லை, கணினி, செல்பேசியில்கூட எழுதலாம், தொடர்ந்து எழுதுவதும் மாதம் நிறைவடைந்ததும் செலவுகளை அலசி, ஆராய்ந்து, அவற்றைக் கட்டுப்படுத்தும் வழிகளைச் சிந்திப்பதும்தான் முக்கியம். இதில் ஏழை, பணக்காரர் என்று எந்த வேறுபாடும் இல்லை, எல்லாரும் தங்களுடைய வரவு, செலவுகளை அறிந்திருக்கவேண்டும், வீணான செலவுகளைக் குறைக்கவேண்டும், அதுதான் நிதி மேலாண்மையின் அடித்தளம்.

8. நூலகம்

நல்ல நூல்கள் புதிய உலகங்களை நமக்கு அறிமுகப்படுத்துகின்றன. அதன்மூலம் எண்ணற்ற வாழ்க்கைப் பாடங்களைக் கற்றுத்தருகின்றன. உலகின் தலைசிறந்த வெற்றியாளர்கள் அனைவரும் நிறையப் படிக்கிறவர்களாக இருப்பது அதனால்தான்.

ஒவ்வொரு வீட்டிலும் ஒரு சிறிய நூலகமாவது இருக்கவேண்டும். அதில் நான்கைந்து நூல்கள் இருந்தால்கூடப் போதும், அவற்றை அவ்வப்போது மாற்றிக்கொண்டிருக்கலாம், பொது நூலகத்திலிருந்து நூல்களை வாடகைக்குப் பெற்றுப் படிக்கலாம், பழைய நூல்களைக் குறைந்த விலையில் வாங்கலாம்... இப்படிப் பல வழிகளில் வீட்டில் எல்லாருக்கும் படிக்கிற பழக்கத்தைக் கொண்டுவந்துவிட்டால், அதன்மூலம் நாம் ஏராளமாகக் கற்றுக்கொள்வோம், நம் வாழ்க்கையை இன்னும் முன்னேற்றிக்கொள்வோம். இதைவிடச் சிறந்த ஒரு நேர முதலீடு வேறு எதுவும் இல்லை.

9. மகிழ்ச்சிப் பெட்டி

உடல் நலத்துக்காக இந்தப் பட்டியலில் பல விஷயங்களைப் பார்த்துவிட்டோம். மன நலனுக்கு?

எல்லாருடைய வாழ்க்கையிலும் பிரச்சனைகள் வருகின்றன, பதற்றமும் அச்சமும் அவ்வப்போது எழுகின்றன.

அதுபோன்ற நேரங்களில் நம்மைத் தேற்றிக்கொள்வதற்காக ஒரு 'மகிழ்ச்சிப் பெட்டி'யைத் தயாரிக்கச்சொல்கிறார்கள் உளவியல் வல்லுனர்கள். அதாவது, நாம் சோர்ந்திருக்கும் நேரத்தில் நமக்கு ஊக்கம் அளிக்கக்கூடிய பொருட்களை இந்தப் பெட்டியில் சேர்த்துவைக்கலாம். எடுத்துக்காட்டாக, நம் அன்புக்குரியவர்களுடைய புகைப்படங்கள், நமக்குப் பிடித்த உணவுப் பொருட்கள், நாம் அழைத்துப் பேசக்கூடிய நண்பர்களுடைய தொலைபேசி எண்கள், நாம் விரும்பிப் பார்க்கிற ஒரு திரைப்படம் அல்லது விரும்பிக் கேட்கிற ஒரு பாடல் ஆகியவை அந்தப் பெட்டியில் இடம்பெறலாம்.

இப்படி ஒரு பெட்டி வீட்டில் ஒவ்வொருவருக்கும் இருக்கலாம். அது தேவையுள்ளபோது சட்டென்று கிடைக்கிற இடத்தில் இருக்கவேண்டும். ஏனெனில், பதற்றத்தில் இருக்கிறபோது நம் சிந்தனை வேகம் குறைந்திருக்கக்கூடும், அப்போது பெட்டியைத் தேடிப்பார்த்துக் கிடைக்காமல் இன்னும் பதற்றமாகிவிடக்கூடாது!

10. நன்றிக் குறிப்பேடு

இவ்வுலகில் நமக்கு எத்தனையோ நல்லவை கிடைத்திருக்கின்றன, கிடைத்துக்கொண்டிருக்கின்றன. இவற்றுக்கெல்லாம் பல தனி நபர்கள், நிறுவனங்கள், அமைப்புகள் காரணமாக இருக்கிறார்கள். அவர்களுக்கெல்லாம் நாம் நன்றி சொல்கிறோமா? ஒருவேளை, வாயைத் திறந்து சொல்லாவிட்டாலும், மனத்துக்குள்ளாவது சொல்கிறோமா?

இந்தப் பழக்கத்தைக் கொண்டுவரக்கூடிய ஒரு நல்ல விஷயம், நன்றிக் குறிப்பேடு. அதாவது, ஒவ்வொரு நாளும் இந்தக் குறிப்பேட்டைத் திறந்துவைத்துக்கொண்டு சில நிமிடங்கள் சிந்திக்கவேண்டும், அந்த நாளில் நமக்கு நடந்த நல்ல விஷயங்கள் என்ன, நாம் எதற்கெல்லாம் நன்றியுடன் இருக்கவேண்டும் என்று எண்ணிப்பார்த்து அதை எழுதவேண்டும். உடற்பயிற்சியைப்போல் இது ஒரு நல்ல மனப்பயிற்சியாக இருக்கும்.

இதை எழுதுவதுடன் நிறுத்திவிடவேண்டியதில்லை, சம்பந்தப்பட்ட நபரிடம் நேரிலோ தொலைபேசியிலோ நம்முடைய நன்றியுணர்வைத் தெரிவிக்கலாம், அது நம் உறவுகளை இன்னும் வலுவாக்கும், நமக்கும் மன நிறைவையும் மகிழ்ச்சியையும் வழங்கும்.

(ஜூன் 2022)

4. HMW

‘எதையும் பிரச்சனையாகப் பார்க்காதீர்கள், அதில் உள்ள வாய்ப்பைப் பாருங்கள்’ என்பது பிஸினஸ் உலகில் ஒரு புகழ் பெற்ற பொன்மொழி.

எடுத்துக்காட்டாக, ‘எனக்கு இத்தாலிய உணவு மிகவும் பிடிக்கும். ஆனால், இந்த ஊரில் இத்தாலிய உணவகம் ஒன்றுகூட இல்லை’ என்பது பிரச்சனை. அதற்குள் அந்த ஊரில் இத்தாலிய உணவகம் ஒன்றுக்கான இடம் உள்ளது என்கிற வாய்ப்பு ஒளிந்திருக்கிறது. இப்படி நாம் சந்திக்கிற, சொல்கிற, கேட்கிற அன்றாடப் புலம்பல்கள் ஒவ்வொன்றையும் கூர்ந்து கவனித்தால் பெரும்பாலானவற்றை வாய்ப்புகளாக மாற்றிவிடலாம், அதற்குத் தேவை, ஒரு புதிய பார்வைதான்.

இது ஏதோ வெற்று மேலாண்மை, சுய முன்னேற்றத் தத்துவம் என்று நினைக்கவேண்டாம். பிரச்சனையை வெளியில் சொல்லும்போது அது எங்கும் நகர்வதில்லை, தொடர்ந்து பிரச்சனையாகத்தான் இருக்கிறது, அதை ஒரு வாய்ப்பாகப் பார்த்தால்தான் தீர்வை நோக்கி நாம் சரியாக நகர்கிறோம். அதனால், இது ஒரு தேவையான மனப் பயிற்சி.

சுமார் அரை நூற்றாண்டுக்குமுன்னால் (1970களின் நடுவில்), அமெரிக்காவின் புகழ் பெற்ற நுகர்வோர் பொருள்

(Consumer Goods) நிறுவனமாகிய *Procter & Gamble* (சுருக்கமாக, *P&G*) ஒரு பெரிய பிரச்சனையைச் சந்தித்தது: அவர்களுடைய போட்டியாளரான *Colgate* நிறுவனம் *"Irish Spring"* என்ற பெயரில் ஒரு சோப்பை அறிமுகப்படுத்தியிருந்தது. அதை வாடிக்கையாளர்கள் ஆர்வத்துடன் அள்ளிக்கொண்டார்கள். அதனால் *P&G*ன் சோப்பு விற்பனை பாதிக்கப்பட்டது.

அதனால் என்ன? இவர்களும் ஐரிஷ் ஸ்ப்ரிங்குக்குப் போட்டியாக ஒரு சோப்பை அறிமுகப்படுத்த வேண்டியதுதானே?

P&G அதைத்தான் முயன்றது. ஆனால், அவர்கள் முயன்றுபார்த்த எந்த சோப்பாலும் ஐரிஷ் ஸ்ப்ரிங்கை வெல்லமுடியவில்லை. அது ஏன் என்று அவர்களுக்குப் புரியவில்லை.

அப்போது, *P&G*ல் மின் பசதூர் என்பவர் பணியாற்றிக் கொண்டிருந்தார். ஐரிஷ் ஸ்ப்ரிங்கை வெல்லப் போராடிக் கொண்டிருந்த குழுவினர் அவரை அழைத்தார்கள், 'எங்க பிரச்சனையைத் தீர்க்கறதுக்கு உங்களால உதவமுடியுமான்னு பாருங்க!'

மின் பசதூர் அந்தக் குழுவினருடன் பேசினார். மூன்றே மூன்று சொற்களைக்கொண்டு அவர்களுடைய பிரச்சனையைத் தீர்த்துவைத்தார்: *How Might We...*

ஆங்கிலத்தில் *'How Might We...'* என்பதன் பொருள், 'நாம் ...ஐ எப்படிச் செய்யலாம்?' என்பதுதான். அந்தக் கோடிட்ட இடத்தில்தான் நம்முடைய வாய்ப்பு, அதாவது, நாம் தீர்க்கவேண்டிய உண்மையான பிரச்சனை ஒளிந்திருக்கிறது.

அதாவது, அதுவரை 'எல்லாரும் ஐரிஷ் ஸ்ப்ரிங்கைத்தான் விரும்புகிறார்கள். நம் சோப்பை விரும்பவில்லை' என்று பிரச்சனையைச் சொல்லிக்கொண்டிருந்த *P&G* குழு, மின் பசதூருடைய ஆலோசனைப்படி அதை *'How Might We...'* கேள்வியாக மாற்றியது: *'How Might We Make A More Refreshing Soap?'* (இன்னும் புத்துணர்ச்சி அளிக்கக்கூடிய ஒரு சோப்பை நாம் எப்படித் தயாரிக்கலாம்?)

மேலுள்ள பத்தியில் இருக்கிற பிரச்சனையையும் கேள்வியையும் இன்னொருமுறை மெதுவாகப் படித்துப்பாருங்கள். பிரச்சனையில் தீர்வை நோக்கிய பயணத்துக்கு வழியே இல்லை, அது கதவு அடைபட்டுவிட்ட ஒரு நிலையாகத்தான் தோன்றுகிறது. ஆனால், பின்னால் வருகிற கேள்வியில் தீர்வுக்கான கதவு திறந்திருக்கிறது, உண்மையான பிரச்சனை ஐரிஷ் ஸ்ப்ரிங்கை வெல்வது இல்லை, இன்னும் புத்துணர்ச்சியான சோப்பை உருவாக்குவதுதான் என்று புரிகிறது.

இந்த எளிய உத்தியைத்தான் மின் பசதூர் அவர்களுக்குச் சொல்லிக்கொடுத்தார். *P&G* நிறுவனம் அதைப் பின்பற்றிச் சிந்தித்து *Coast* என்ற புத்துணர்ச்சி தருகிற சோப்பை உருவாக்கியது, *Colgate*க்கு நல்ல போட்டியைக் கொடுத்துச் சந்தையில் முன்னேறியது.

அதன்பிறகு நூற்றுக்கணக்கான நிறுவனங்கள், அமைப்புகளில் இந்த உத்தி *HMW* என்ற பெயரில் பயன்பட்டுக்கொண்டிருக்கிறது. ஓரிரு தலைமுறைகள் கடந்து இன்றைய பிரச்சனைகளைத் தீர்ப்பதற்கும் இந்த உத்தி பயன்படுகிறது.

HMW உத்தி மிக எளிமையாகத் தோன்றினாலும், ஆழமான பலனைத் தரக்கூடியது. இதிலுள்ள ஒவ்வொரு சொல்லும் முக்கியம்:

★ *How* என்பது இந்தப் பிரச்சனை இன்னும் தீரவில்லை என்பதைச் சுட்டிக்காட்டி நம்முடைய படைப்புணர்வைத் தூண்டுகிறது, பிரச்சனையைத் தீர்க்கச்சொல்லிச் சவால் விடுகிறது

★ *Might* என்பது இதற்கு ஒரே ஒரு தீர்வு இருக்கவேண்டும் என்று கட்டாயம் இல்லை, பல தீர்வுகளைச் சிந்திக்கலாம், அதில் சிறந்ததைப் பயன்படுத்தலாம், ஒரே நேரத்தில் பல தீர்வுகளைக்கூடச் செயல்படுத்தி வெற்றி பெறலாம் என்று மனத்தைத் திறந்துவைக்கச் சொல்கிறது

★ *We* என்பது நாம் இதைத் தனியாகச் செய்யவேண்டியதில்லை, எல்லாரும் சேர்ந்து சிந்திப்போம், சேர்ந்து செயல்படுவோம் என்று ஊக்கம் அளிக்கிறது

HMW கேள்விகளை உருவாக்குவது எப்படி?

முதலில், நம்முடைய வழக்கப்படி பிரச்சனைகளைப்பற்றிப் பேசத் தொடங்கவேண்டும், அப்படிப் பேசப் பேச ஒரு தாளில் *HMW* என்று எழுதிக்கொண்டு வரிசையாகப் பல கேள்விகளை உருவாக்கவேண்டும். பின்னர் அந்தக் கேள்விகளை அலசி ஆராய்ந்து பொருத்தமானவற்றை எடுத்துக்கொள்ளவேண்டும், அவற்றுக்குப் பதில் தேடவேண்டும்.

எடுத்துக்காட்டாக, ஒரு போக்குவரத்துக் காவலர் 'இந்த ஊரில் யாரும் சாலை விதிகளை மதிப்பதில்லை' என்று புலம்புகிறார். இந்தப் பிரச்சனையை அவர் இதுபோன்ற *HMW* கேள்விகளாக மாற்றலாம்:

★ மக்கள் சாலை விதிகளைப் பின்பற்றும்படி செய்வது எப்படி?

★ மக்களுக்குச் சாலை விதிகளைப் பின்பற்றுவதன் முக்கியத்துவத்தை உணர்த்துவது எப்படி?

★ சாலை விதிகளை எளிமையாக்குவது எப்படி?

★ மக்கள் சாலை விதிகளைப் பின்பற்றுவதை எளிமையாக்குவது எப்படி?

★ சாலை விதிகளைப் பின்பற்றுவோரை ஊக்கப்படுத்துவது எப்படி?

இதுபோல் பலப்பல *HMW* கேள்விகளை எழுதிக்கொண்டு செல்லலாம். இவற்றுள் ஒரு கேள்வியோ பல கேள்விகளோ நம்முடைய பிரச்சனையைச் சரியாக வரையறுக்கக்கூடியவையாக, தீர்க்கக்கூடியவையாக இருக்கும்.

HMW உத்தியைப் பயன்படுத்தி நாம் மற்றவர்களுக்கும் உதவலாம். அதாவது, நம்மிடம் பேசுகிற பிறர் தங்களுடைய பிரச்சனைகளைக் கடகடவென்று கொட்டிக்கொண்டிருக்கும்போது, அவற்றை *HMW* கேள்விகளாக மாற்றி உதவலாம். 'நீங்க ஏன் இதை இப்படி யோசிக்கக்கூடாது?' என்று நீங்கள் அவர்களுக்கு வழிகாட்டினால், 'அட, ஆமால்ல' என்று அவர்கள் கூச்சத்துடன் ஏற்றுக்கொள்வார்கள், உங்களுக்கு நன்றி தெரிவிப்பார்கள்.

அவர்களுக்குத் தெரியாத ரகசியம், நாமும் இதுபோல் பிரச்சனைகளைக் கொட்டுகிறவர்கள்தான். அவர்களுக்கும் நமக்கும் ஒரே வேறுபாடு, அந்தப் பார்வையை மாற்றிப் பிரச்சனைகளுக்குள் இருக்கிற வாய்ப்புகளை, தீர்வுகளை உணர்கிறவர்களாக நம்மை ஆக்கக்கூடிய *HMW* உத்தி நமக்குக் கிடைத்திருக்கிறது, அவ்வளவுதான்.

(மே 2022)

5. அந்த ஃபார்வர்ட் பொத்தானை அழுத்துமுன்...

சில ஆண்டுகளுக்குமுன்னால், வட கொரியாவின் தலைவரான கிம் ஜாங்-உன் அமெரிக்காவை மிரட்டுவதுபோல் ஓர் அறிக்கை வெளியிட்டார், 'என்னுடைய மேசைமீது ஒரு பொத்தான் இருக்கிறது. நான் அதை அழுத்தினால் போதும், எங்களுடைய அணு ஆயுதங்கள் எதிரிகளை நோக்கிப் பாயும்.'

இதைக் கேள்விப்பட்டதும் அப்போதைய அமெரிக்க அதிபர் டொனால்ட் டிரம்ப் ஒரு பதில் மிரட்டல் விட்டார், 'எங்ககிட்டயும் சீப்பு (அதாவது, அணு ஆயுதப் பொத்தான்) இருக்கு. உங்க பொத்தானைவிட எங்க பொத்தான் பெரிசு. அழுத்தட்டுமா?'

உண்மையில் கிம், டிரம்ப் மேசையில் பேரழிவை உண்டாக்கக்கூடிய அணு ஆயுதப் பொத்தான்கள் இருந்தனவா என்று நமக்குத் தெரியாது. ஆனால், நம் ஒவ்வொருவருடைய சட்டைப்பையிலும் கைப்பையிலும் உள்ளங்கையிலும் ஒரு பேரழிவுப் பொத்தான் இருக்கிறது. அதன் பெயர், 'ஃபார்வர்ட்.'

காலையில் எழுந்து வாட்ஸாப்பைத் திறக்கிறோம். ஒரு திடுக்கிடும் தகவல் (அல்லது, பயனுள்ள தகவல், அல்லது,

நெஞ்சை நெகிழவைக்கும் தகவல்) வந்திருக்கிறது. அனுப்பியவர், நமக்கு நன்கு தெரிந்த ஒரு நண்பர் அல்லது உறவினர், நல்ல படிப்பு, பழக்க வழக்கங்களைக் கொண்டவர். உண்மையிலேயே நம்மீது இருக்கும் அக்கறையால்தான் இதை அனுப்பியிருக்கிறார் என்பது தெளிவாகத் தெரிகிறது. ஆகவே, 'ஃபார்வர்ட்' பொத்தானை அழுத்துகிறோம், அதை இன்னும் சிலருக்கு அனுப்பிவைக்கிறோம்.

இப்படி உலகம்முழுக்க ஒவ்வொருவரும் ஃபார்வர்ட் பொத்தானை அழுத்த அழுத்த, செய்திகள் அதிவிரைவாகப் பரவுகின்றன. ஒரே பிரச்சனை, அவற்றில் பெரும்பாலானவை பொய்ச் செய்திகள். இதை உணராமல் நாம் அவற்றைப் பரப்பும்போது, பிரச்சனைக்கு முக்கியக் காரணமாகிவிடுகிறோம்.

'ஃபேக் நியூஸ்' எனப்படும் பொய்ச் செய்திகள் இன்றைக்கும் உலகம்முழுக்கப் பரவிக்கொண்டிருக்கின்றன. எழுத்து, புகைப்படம், வீடியோ என அனைத்து வடிவங்களிலும் இந்தச் செய்திகள் பரப்பப்படுகின்றன. செய்தித்தாள், வானொலி, தொலைக்காட்சி போன்ற வழக்கமான ஊடகங்களின் தாக்கம் குறைந்து சமூக ஊடகங்களின் தாக்கம் மிகுதியாகியிருக்கின்ற இன்றைய காலகட்டத்தில், இவற்றின் வீச்சு இன்னும் பெரிதாக இருக்கிறது. மக்கள் இவற்றைத்தான் மிகுதியாகப் படிக்கிறார்கள் என்பதால், உண்மைகள் அமுக்கப்படுகின்றன.

இப்படிப் பரப்பப்படும் செய்திகள் எதைப்பற்றியும் இருக்கலாம். 'ஒருமுறை அந்தத் தலைவர் காரில் சென்றுகொண்டிருந்தபோது...' என்று தொடங்கும் வரலாற்று(?)க் குறிப்புகள், 'எலுமிச்சைச் சாற்றையும் இந்தப் பொடியையும் சேர்த்துக் கரைத்துக் குடித்தால் ஜலதோஷம் ஓடிவிடும்' என்று தொடங்கும் மருத்துவக் குறிப்புகள், இந்த முதியவரை 20 நாளாகக் காணவில்லை, அந்தக் குழந்தை 10 நாளாகக் காவல் நிலையத்தில் இருக்கிறது, இந்தக் குடும்பத்துக்கு அவசரமாக உணவு தேவைப்படுகிறது என்பதுபோன்ற கோரிக்கைகள், அரசியல் தலைவர்கள், ஆளுமைகள் கூறியதாகப் பரப்பப்படும் பொன்மொழிகள், கேலி மீம்கள், 'அதிர்ச்சியளிக்கும்' வீடியோக்கள், 'இந்த

இணையதளத்தில் பதிவு செய்துகொண்டால் பதினேழு ரூபாய்க்கு ஒரு விமானம் இலவசமாகக் கிடைக்கும்' என்பதுபோன்ற சலுகைகள்... இப்படி இன்னும் பல.

மேலே உள்ள அனைத்தும் பொய்தானா என்றால், இல்லை. கண்டிப்பாக உண்மைகள், பயனுள்ள தகவல்களும் சமூக ஊடகங்களில் பரவுகின்றன. ஆனால், அவற்றைப்போல் பலமடங்கு கூடுதலாகப் பொய்கள் பரப்பப்படுகின்றன. பலர் இவற்றைத் திட்டமிட்டுப் பரப்புகிறார்கள், அதன்மூலம் லாபம் பெறுகிறார்கள், அப்பாவிகள் இதை உணராமல் அந்தக் குற்றத்தின் ஒரு பகுதியாக ஆகிவிடுகிறார்கள்.

அதற்காக, எதையும் ஃபார்வர்ட் செய்வதில்லை என்றும் இருந்துவிடக்கூடாது. சமூக ஊடகங்களின் பலமே நல்ல விஷயங்களை விரைவாகப் பலருக்குக் கொண்டுசேர்க்கலாம் என்பதுதான். அந்த நன்மையை இழந்துவிடாமல், இதுபோன்ற பொய்ச் செய்திகளைமட்டும் கட்டுப்படுத்துவது எப்படி? அதற்குச் சில வழிகள் இங்கே:

1. அனுப்பியவரை வைத்து ஒரு செய்தியின் உண்மைத்தன்மையைத் தீர்மானிக்காதீர்கள். மெத்தப் படித்தவர்களும் இந்த விஷயத்தில் முட்டாள்தனமாக நடந்துகொள்வதுண்டு. ஆகவே, 'இவர் அனுப்பினால் சரியாகத்தான் இருக்கும்' என்று எண்ணவேண்டாம். அதற்குப் பதிலாக, விஷயத்தைப் படித்து அல்லது பார்த்துத் தீர்மானியுங்கள். அதற்கு நேரமோ விருப்பமோ இல்லை என்றால், எதையும் ஃபார்வர்ட் செய்யவேண்டாம். (நீங்கள் இந்த ஒழுக்கத்தைப் பின்பற்றாவிட்டால், இன்னொருவர் உங்களை நம்பி அந்தச் செய்தியைப் பிறருக்கு ஃபார்வர்ட் செய்வார். ஆகவே, இந்த விஷயத்தில் உங்கள் பொறுப்பு மிகப் பெரியது.)

2. ஸ்க்ரீன்ஷாட் (திரைப்பதிவு) வடிவில் பரப்பப்படும் பெரும்பாலான செய்திகள் பொய்யாகத்தான் இருக்கின்றன. ஆகவே, அவற்றை உடனடியாக ஃபார்வர்ட் செய்யவேண்டாம். உண்மையிலேயே பயனுள்ள தகவல், அனுப்பத்தான் வேண்டும் என்று உங்களுக்குத் தோன்றினால், அதில் இருக்கும் எழுத்துகளை

இணையத்தில் தேடிப் பாருங்கள். அதே செய்தி இணையத்தில் எழுத்து வடிவில் இருந்தால், மூன்றாவது குறிப்புக்கு நகருங்கள். இல்லாவிட்டால், அந்த ஸ்க்ரீன்ஷாட்டை அழித்துவிட்டு அடுத்த வேலையைப் பாருங்கள்

3. ஒரு செய்தி இணையத்தில் இருக்கிறது என்பதால்மட்டும் அது உண்மையாகிவிடாது. அந்தச் செய்தியை யார் வெளியிட்டிருக்கிறார்கள் என்று பாருங்கள், புகழ் பெற்ற செய்தித்தாள்கள், இதழ்கள், நம்பகமான ஊடகங்களுடைய செய்தி என்றால், நான்காவது குறிப்புக்கு நகருங்கள். தனிப்பட்ட நபர்களுடைய தளங்கள், ஃபேஸ்புக், ட்விட்டர் பக்கங்கள், யூட்யூப் சானல்கள், அரசியல் கட்சிகளுடைய தளங்கள், ஒரு குறிப்பிட்ட கொள்கையைப் பரப்பும் தளங்களில் வெளியான செய்தி என்றால், கொஞ்சம் ஐயத்துடனே அணுகுங்கள். வேறு நம்பகமான இடத்தில் அந்தச் செய்தி வந்திருக்கிறதா என்று உறுதிப்படுத்திக்கொண்டு அதன்பிறகு ஃபார்வர்ட் செய்யலாம்

4. ஃபேக் நியூஸ் மாயத்தில் பெரிய இதழாளர்கள், எழுத்தாளர்களும் சிக்கிக்கொள்வதுண்டு. ஆகவே, நம்பகமான இடத்தில் வெளியாகியிருந்தாலும் சரி, அந்தச் செய்தியை இன்னும் நான்கைந்து இடங்களில் தேடிப்பார்த்து, அதே செய்தி பல இடங்களில் வெளியாகியிருக்கிறது, அவற்றை யாரும் மறுக்கவில்லை என்பதை உறுதிப்படுத்திக்கொண்டு, அதன்பிறகு ஃபார்வர்ட் செய்யுங்கள்

5. குறிப்பாக, அறிவியல், மருத்துவச் செய்திகள் உரிய வல்லுனர்களால் உறுதிசெய்யப்பட்டிருக்கவேண்டும். அரசு அறிவிப்புகள் அந்தந்த அரசாங்க இணையதளங்களில் இருக்கவேண்டும். வரலாற்றுக் குறிப்புகள் பொருட்படுத்தக்கூடிய நூல்கள், கட்டுரைகளில் இடம்பெற்றிருக்கவேண்டும். இவையெல்லாம் இல்லை என்றால், அநேகமாக அது பொய்தான்

6. தனிப்பட்ட நபர்களைக் கேலியாக, ஆபாசமாகப் பேசுகிற, அவர்களைக் காரணமில்லாமல் இழிவுபடுத்துகிற, கெட்ட வார்த்தைகளைப் பயன்படுத்துகிற, வெறுப்பை உமிழ்கிற செய்திகளைப் பரப்பவேண்டாம். குறிப்பாக, குழந்தைகள்

இடம்பெறுகிற எந்த வீடியோவையும் அவர்களுடைய பெற்றோரின் அனுமதி இல்லாமல் யாருக்கும் அனுப்பாதீர்கள்.

7. ஒருவேளை, ஒரு செய்தி பொய்தான் என்று உங்களுக்கு உறுதியாகத் தெரிந்தால், அதை உங்களுக்கு அனுப்பியவரிடம் இந்தத் தகவலைச் சொல்லுங்கள். சண்டை போடவேண்டாம், பணிவாகச் சான்றுகளுடன் சொல்லி, 'இதை இனிமேல் யாருக்கும் அனுப்பவேண்டாம்' என்று கேட்டுக்கொள்ளுங்கள். ஒருவேளை அவர்கள் சினம் கொண்டால், 'இது உண்மைதான்' என்று வாதாடினால், 'நல்லதுங்க. அப்புறம் பேசுவோம்' என்று ஃபோனை வைத்துவிடுங்கள், உறவும் நட்பும் காப்பாற்றப்படும்.

8. 'நீங்கள் உண்மையான தமிழராக இருந்தால் இந்தச் செய்தியை எல்லாருக்கும் அனுப்புங்கள்' என்பதுபோன்ற சீண்டல்களைக் கொஞ்சமும் நம்பாதீர்கள். பொய்ச் செய்தியை உணர்ந்து, அதை யாருக்கும் அனுப்பாமல் இருக்கிறவர்தான் உண்மையான தமிழர்!

9. உங்கள் குழந்தைகளுக்கு, 'நெட்ல படிக்கிற எல்லாத்தையும் நம்பிடாதே' என்று சொல்லிக்கொடுங்கள். ஒரு விஷயத்தின் உண்மைத்தன்மையை உறுதிசெய்துகொள்ளாமல் எதையும் யாருக்கும் அனுப்பவேண்டாம் என்று கண்டிப்பாகச் சொல்லுங்கள்.

10. வாட்ஸாப், ஃபேஸ்புக், ட்விட்டருக்கு வெளியில் ஒரு மிகப் பெரிய அறிவுலகம் இருக்கிறது. புத்தகம் படிக்கும் பழக்கத்தை வளர்த்துக்கொள்ளுங்கள். உண்மைகளைத் தொடர்ந்து படிக்கப் படிக்க, இந்தப் பொய்களைப் படித்தவுடன் அடையாளம் காணும் திறமை உங்களுக்குள் வளர்வதைக் காண்பீர்கள்.

(மே 2021)

6. எல்லாம் அழகுதான்!

வீட்டுக்கு ஐந்து விருந்தினர்கள் வருகிறார்கள். அவர்களுக்குச் சுடச்சுடத் தேநீர் தயாரிக்கிறீர்கள். அதை அழகான கோப்பைகளில் ஊற்றிப் பரிமாறலாம் என்று பார்த்தால், ஒரேமாதிரியாக நான்கு கோப்பைகள்தான் கிடைக்கின்றன, அதேபோன்ற இன்னொரு கோப்பையை எவ்வளவோ தேடிப்பார்த்தும் கிடைக்கவில்லை, அப்போது உங்கள் மனநிலை எப்படி இருக்கும்?

இந்தச் சூழ்நிலையில் பெரும்பாலானோர் மிகவும் ஏமாற்றமடைவார்கள், 'ஐந்து விருந்தாளிகளுக்கும் ஒரேமாதிரியான ஐந்து கோப்பைகளில் சுவையான தேநீரை ஊற்றிப் பரிமாறினால் எவ்வளவு சிறப்பாக இருந்திருக்கும்! ஆனால், அதற்கு இடமளிக்காதபடி ஒரு கோப்பைமட்டும் வேறுவிதமாக அமைந்துவிட்டதே!' என்று ஆதங்கப்படுவார்கள்.

இத்தனைக்கும், அந்த ஐந்து விருந்தாளிகளும் கோப்பைகளைக் கவனிக்கப்போவதே இல்லை. தேநீரைத்தான் ருசிக்கப்போகிறார்கள். ஆனாலும், ஐந்தையும் ஒரேமாதிரியான கோப்பையில் பரிமாறினால் நமக்கு ஒரு மகிழ்ச்சி.

இப்படிக் 'கச்சிதத்தன்மை'யை, உன்னதத்தை விரும்புகிற *Perfectionist*கள் உலகெங்கும் இருக்கிறார்கள். இவர்களுக்கு

எல்லாமே சிறந்த அழகுடன், ஒழுங்குடன் இருக்கவேண்டும். சிறிய பிசிறுகூட இருக்கக்கூடாது. அதற்காக ஒவ்வொன்றையும் பார்த்துப்பார்த்துச் செய்வார்கள்.

தனி மனிதர்கள்மட்டுமில்லை, சமூகமே இப்படித்தான் இயங்குகிறது. ஊருக்கு அமைச்சர் வருகிறார் என்றால் சட்டென்று புதிய சாலைகள் போடப்படுகின்றன, அவர் வரும் வழியிலிருக்கும் கட்டடங்களுக்கு வெள்ளையடிக்கப்படுகிறது, சாலையோரங்களில் இருக்கிறவர்கள் அகற்றப்படுகிறார்கள், அமைச்சருக்குமுன்னால் எல்லாம் கச்சிதமாக இருக்கவேண்டும் என்று அலுவலர்கள் மெனக்கெடுகிறார்கள்.

எதையும் கச்சிதமாகச் செய்யவேண்டும் என்று எண்ணுவதில் தவறில்லை. அதே நேரம், இந்த மனநிலையின் நீட்சியாக, குறைபட்ட, அல்லது, தேய்ந்துபோன, உடைந்துபோன விஷயங்களை நாம் விரும்புவதில்லை. நண்பருடைய செல்ஃபோன் திரையில் விரிசல் விழுந்திருந்தால் முகம் சுளிக்கிறோம், யாராவது பாக்கெட்டிலிருந்து கொஞ்சம் பழைய பர்ஸை வெளியில் எடுத்தால், 'என்னங்க, இவ்வளவு சம்பாதிக்கிறீங்க, இப்படித் தேய்ஞ்சுபோன பர்ஸை வெச்சிருக்கீங்களே, புதுசா ஒண்ணு வாங்கிக்கக்கூடாதா?' என்கிறோம்.

இப்படி அனைத்திலும் சிறப்பை, ஒழுங்கை, அழகை, ஒத்திசைவை எதிர்பார்க்கும் மனநிலையால், உலகமே அச்சடித்தாற்போல் மாறிக்கொண்டிருக்கிறது. நம்முடைய ஆடைகள், வீடுகள், நாம் பயன்படுத்தும் சிறிய, பெரிய பொருட்கள் என அனைத்தும் ஒன்றைப்போலவே இன்னொன்று இருக்கின்றன, இதனால், இவற்றில் எவையும் தனித்துவத்துடன் இல்லை.

இன்னொருபக்கம், பொருட்களை அடிக்கடி மாற்றுகிற மனநிலை பெருகிக்கொண்டிருக்கிறது. ஏனெனில், பழுதானவை, பழையவை அனைத்தும் கச்சிதமற்றவை என்று நம் மனம் சொல்கிறது. எனவே, கொஞ்சம் சமாளித்துப் பயன்படுத்தக்கூடிய பொருட்கள்கூட வீசி எறியப்படுகின்றன. அதனால், உலகில் குப்பையும் பெருகுகிறது, நம்முடைய பணமும் வீணாகிறது.

உங்களுடைய பிறந்தநாளைக்கு நண்பர் ஒருவர் அச்சிட்ட வாழ்த்து அட்டையைப் பரிசளிக்கிறார். அதே நாளில், உங்கள் குழந்தை ஏதோ ஒரு காகிதத்தில் கிறுக்கலைப்போல் ஒரு படத்தை வரைந்து, அதில் கிரேயான்களைக் கொண்டு வண்ணம் தீட்டிப் பரிசளிக்கிறார். இந்த இரண்டில் எந்தப் பரிசு உங்கள் மனத்துக்கு நெருக்கமாக இருக்கும்?

நண்பருடைய வாழ்த்து அட்டையில் வண்ணங்கள் மிகச் சிறப்பாகவும் துல்லியமாகவும் வெளிப்பட்டிருக்கும், குழந்தையுடைய ஓவியத்தில் அவை இஷ்டப்படி வெவ்வேறு திசையில் ஓடும், ஒழுங்கே இருக்காது, ஆனாலும், அது உங்களுக்குப் பிடிக்கிறது, ஏனெனில், அதிலிருக்கும் அன்பை நீங்கள் காண்கிறீர்கள். அதனால், ஒழுங்கற்ற படைப்பிலும் ஓர் அழகைப் பார்க்கத் தொடங்கிவிடுகிறீர்கள்.

இதே சிந்தனையை நம்மைச் சுற்றியிருக்கிற ஒவ்வொரு பொருளுக்கும் கொண்டுவந்தால் என்ன? ஒரு தேநீர்க் கோப்பை மிகக் கச்சிதமான வடிவமைப்புடன், ஒழுங்குடன், வழவழப்புடன், பளிச்சென்ற வண்ணங்களுடன்தான் இருக்கவேண்டுமா? கொஞ்சம் கோணலாக, பல நாட்கள் பயன்படுத்திய காரணத்தால் சற்று மங்கலாக இருந்தால் அதைக் கவனித்து ரசிக்கக்கூடாதா? அதுவும் ஓர் அழகுதானே?

அனைத்திலும் மிகையான ஒழுங்கை எதிர்பார்க்கும்போது, அந்த ஒழுங்கு இல்லாத சூழ்நிலைகளில் ஏமாற்றத்தையும், மன அழுத்தத்தையும் தவிர்க்க இயலாது. அதற்குப்பதிலாக, ஒழுங்கற்ற நிலையிலும் ஓர் அழகு உண்டு என்று எண்ணத் தொடங்கினால், எல்லாம் ஒழுங்காகத்தான் இருக்கவேண்டும், எல்லாவற்றையும் ஒழுங்காக்கவேண்டும் என்கிற துடிப்பைக் குறைத்துக்கொள்வோம், மனம் எல்லாவிதமான பொருட்களையும் மனிதர்களையும் ஏற்றுக்கொண்டு அமைதி பெறும்.

இந்த மனநிலையை ஜப்பானியர்கள் '*Wabi-sabi*' என்று அழைக்கிறார்கள். இந்தச் சொற்கள் இரண்டுக்கும் தனித்தனியே பொருள் இருந்தாலும், அவர்களுடைய பண்பாட்டுப் பின்னணியில் இதற்கு இன்னும் ஆழமான

ஒரு பொருள் இருக்கிறது, அதை மற்ற மொழிகளில் அப்படியே மொழிபெயர்ப்பது சிரமம், ஓரளவு குத்துமதிப்பாக வரையறுக்கலாம், அவ்வளவுதான்.

இதைப் படித்ததும் உங்கள் மனம் ஏமாற்றமடைகிறது என்றால், நீங்கள் '*Wabi-sabi*'க்கு எதிர்த்திசையில் இருக்கிறீர்கள் என்று பொருள். ஒரு சொல் என்றதும் அதற்கு ஒரு கச்சிதமான பொருள் இருக்கவேண்டும், அது எனக்கு நன்றாகப் புரியவேண்டும், அதை நான் உடனே முழுமையாகப் பின்பற்றவேண்டும் என்றெல்லாம் பரபரக்காமல், 'இந்தச் சொல் புரியாவிட்டால் என்ன? இதன் பின்னணியில் இருக்கிற தத்துவத்தைப் புரிந்துகொள்கிறேன், அல்லது, அதைப் பின்பற்றுகிறவர்களைக் கவனிக்கிறேன், இதன் பொருள் என்னவாக இருக்கும் என்று நானே யோசிக்கிறேன்' என்று சிந்திக்கத் தொடங்கும்போது, நம்முடைய மனநிலை முற்றிலும் வேறுவிதமாகிவிடுகிறது.

'*Wabi-sabi*'ஐப் பின்பற்றுகிறவர்கள் புதியவற்றை, கச்சிதமானவற்றை, வடிவ ஒழுங்கு கொண்டவற்றைமட்டும் ரசிப்பதில்லை; ஒரு பொருள் தன்னுடைய வாழ்க்கைச்சுழலில் அடையக்கூடிய பல மாற்றங்களை அவர்கள் புரிந்துகொள்கிறார்கள், முதியவர்களுடைய நரைத்த தலையை, தோல் சுருக்கங்களை, பொக்கை வாயை இந்த உலகம் தனி அழகாகக் கருதுவதைப்போல, ஒரு பொருளில் ஏற்பட்டுள்ள மாறுபாடுகளைக் குறைகளாகக் கருதாமல், அதிலும் ஓர் அழகு உண்டு என்று ஏற்றுக்கொண்டு ரசிக்கிறார்கள்.

எடுத்துக்காட்டாக, ஒரு வீட்டில் நீல வண்ண சோஃபா இருக்கிறது. அந்த சோஃபா ஓரிடத்தில் கிழிந்திருக்கிறது, அதற்குச் சிவப்பு வண்ணத் தோலால் ஒட்டுப்போட்டுத் தைத்திருக்கிறார்கள். முழு நீலத்துக்கு நடுவில் ஓரிடத்தில்மட்டும் சிவப்பைப் பார்ப்பது கண்ணை உறுத்தும்தான், ஆனால், அந்த உறுத்தலுக்குக் காரணம் என்ன? கிழியாத, ஒட்டுப்போடப்படாத சோஃபாதான் சிறந்தது என்கிற நம்முடைய மனநிலை. அதை முதலில் மாற்றவேண்டும். இல்லாவிட்டால், நாளைக்கு நம் சோஃபா கிழிந்ததும் அதை இழிவாக எண்ணிவிடுவோம்,

அதைத் தூக்கிப்போட்டுவிட்டு இன்னொன்று வாங்கவேண்டும் என்று திட்டமிடத்தொடங்கிவிடுவோம்.

அதற்குப் பதிலாக, இந்த ஒட்டுப்போட்ட சோஃபாவையும் ரசிக்கலாம். அந்தக் கிழிசலை இந்த ஒட்டுத்தோல் எப்படி மறைத்துள்ளது, தைத்தவர் எப்படித் தைத்துள்ளார், நூல் எப்படி உள்ளே நுழைந்து வந்துள்ளது என்றெல்லாம் கவனிக்கலாம், சோஃபாவின் மற்ற இடங்கள் நிறம் மங்கியிருக்கலாம், தேய்ந்திருக்கலாம், இவையெல்லாம் சேரும்போது இந்த சோஃபா ஒரு தனித்துவம் பெறுகிறது, மற்ற சோஃபாக்களைப்போல் இது இல்லை, இதற்கென்று ஒரு வாழ்க்கை இருந்துள்ளது, அந்த வாழ்க்கையை இந்த சோஃபாவின் இப்போதைய நிலை பிரதிபலிக்கிறது, அதை நாம் முழுமையாக ஏற்றுக்கொள்கிறோம், புதிய சோஃபாவைப்போலவே இதுவும் ஓர் அழகுதான் என்று உணர்கிறோம்.

மனிதர்களும் இப்படித்தான், அவர்களிடம் குறைகள் இருக்கலாம், அவர்கள் அதைத் திருத்திக்கொள்ள முயலலாம், திருத்திக்கொள்ள இயலாமல் தடுமாறலாம், இவற்றையெல்லாம் பார்த்து 'இவர்கள் கச்சிதமற்றவர்கள்' என்று நிராகரிக்கத்தொடங்குவதைவிட, எதிலும் கச்சிதத்தை எதிர்பார்க்கும் மனநிலையை விட்டு நகரலாம், அப்போது நம்முடைய ஏற்றுக்கொள்ளல் *(Acceptance)* மிகுதியாகும், மன அமைதி பெருகும், பிறருடன் இன்னும் அன்பாகவும் அக்கறையாகவும் பழகுவோம்.

(நவம்பர் 2020)

7. நல்லுறவை வளர்க்கும் நுன்ச்சி

மாலாவின் மகனுக்கு அவன் விரும்பிய கல்லூரியில் இடம் கிடைத்துவிட்டது. மகிழ்ச்சியில் துள்ளுகிறார் மாலா. இந்த நற்செய்தியை எல்லாரிடமும் சொல்லிக் கொண்டாடுகிறார்.

நான்கு தெரு தள்ளி, மாலாவின் நெருங்கிய தோழி கீதாவின் வீடு. அவரிடமும் இதைச் சொல்லிவிடவேண்டும் என்று மாலா ஸ்கூட்டியை எடுத்துக்கொண்டு விரைகிறார், கீதா வீட்டு வாசலில் வண்டியை நிறுத்திவிட்டுச் சிரிப்புடன் உள்ளே நுழைகிறார்.

ஆனால், கீதா வீட்டுக்குள் அவர் எதிர்பார்த்த சூழல் இல்லை. கீதாவுக்கும் அவருடைய கணவருக்கும் ஏதோ சண்டைபோல, சினத்தில் ஆளுக்கு ஒரு திசையைப் பார்த்துக்கொண்டு அமர்ந்திருக்கிறார்கள்.

இப்போது, நீங்கள் மாலாவின் இடத்தில் இருந்தால் என்ன செய்வீர்கள்? உங்கள் மகனைப்பற்றிய நற்செய்தியை மகிழ்ச்சியுடன் சொல்வீர்களா? அல்லது, 'என்னாச்சு? ஏன் எல்லாரும் ஒருமாதிரி இருக்கீங்க?' என்று விசாரிக்க முற்படுவீர்களா?

'என்ன இது கேள்வி? அவங்க வீட்ல எல்லாரும் இப்படி உட்கார்ந்திருக்கும்போது நாம நம்ம சந்தோஷத்தைச் சொல்லமுடியுமா? அது நல்லா இருக்காதே, அவங்ககிட்ட பேசி, எல்லாரையும் இயல்பாக்கிட்டு அதுக்கப்புறம்தான் இதைச் சொல்லணும், அதுதான் முறை' என்கிறீர்களா? அப்படியானால் உங்களுக்கு நுன்ச்சி இருக்கிறது என்று பொருள்.

அதென்ன நுன்ச்சி?

கொரிய மொழியில் நுன்ச்சி என்றால் 'கண் ஆற்றல்' என்று பொருள். இவர்கள் சொல்வது கண்ணின் பார்வை ஆற்றலை இல்லை, கண்ணைக் கொண்டு நாம் நம்மைச் சுற்றியிருக்கிற விஷயங்களை எந்த அளவு புரிந்துகொள்கிறோம், எந்த அளவு அதற்கேற்ப நம் நடவடிக்கைகளை மாற்றிக்கொள்கிறோம் என்பதைத்தான் நுன்ச்சி என்கிறார்கள்.

தன் மகனைப்பற்றிய மகிழ்ச்சியான செய்தியைச் சொல்வதற்காகக் கீதா வீட்டில் நுழைந்த மாலா, அங்கிருந்த சூழலைக் கண்ணால் பார்த்துப் புரிந்துகொள்கிறார், அதற்கேற்பத் தன்னுடைய பேச்சை, பழக்கத்தை மாற்றியமைக்கிறார், இது அவருடைய நுன்ச்சித் திறனைக் காட்டுகிறது.

எல்லாரும் மாலாவைப்போல் இருந்துவிடுவதில்லை; மற்றவர்கள் என்ன நிலைமையில் இருக்கிறார்கள் என்பதை யோசிக்காமல் இவர்கள் பேசிவிடுவார்கள், சுற்றுச்சூழலைப்பற்றிச் சிந்திக்காமல் தாங்கள் செய்ய நினைத்ததைச் செய்துவிடுவார்கள், இதனால், மற்றவர்கள் இவர்களைத் தவறாக எண்ணலாம், நட்பில், உறவில், தொழில்முறைப் பிணைப்பில் பாதிப்புகள் வரலாம்.

அதனால்தான், கொரியர்கள் தங்களுடைய அன்றாடச் செயல்பாட்டில் நுன்ச்சிக்கு மிகுந்த முக்கியத்துவம் தருகிறார்கள். அதாவது, சுற்றியிருப்பவர்களைக் கவனித்து அதன்படி நடந்துகொள்கிறார்கள்.

எடுத்துக்காட்டாக, நீங்கள் ஒரு புதிய வேலைக்குச் செல்கிறீர்கள் என்று வைத்துக்கொள்வோம். அந்த அலுவலகத்தில் உங்களுடன் பணிபுரிகிற ஒவ்வொருவரையும் கவனித்துப் பார்த்தால், யார்

முக்கியமானவர்கள், யார் அவர்களுக்குப் பணிந்துபோகிறவர்கள், முதலாளி யார், மேலாளர் யார், கண்காணிப்பாளர் யார், உண்மையான அதிகாரம், ஆற்றல் யாரிடம் இருக்கிறது, மற்றவர்கள் அவர்களிடம் எப்படி நடந்துகொள்கிறார்கள், எந்தமாதிரியான பழகுமுறை வரவேற்கப்படுகிறது, எந்தமாதிரியான பழகுமுறை வரவேற்கப்படுவதில்லை என்பதெல்லாம் புரியத்தொடங்கும். அதற்கேற்ப நீங்கள் உங்களுடைய பழகுமுறையை அமைத்துக்கொள்ளலாம். 'நான் அதையெல்லாம் பார்க்கமாட்டேன், நான் என்னுடைய வேலையைச் செய்துவிட்டு வீட்டுக்குத் திரும்பி வந்துவிடுவேன்' என்று சொன்னால், உங்களால் அங்கு ஒருபோதும் ஒட்ட இயலாது.

வேலைக்குச் செல்கிறவர்கள்மட்டுமில்லை, புதிய வகுப்புக்குச் செல்கிற மாணவர்கள், புதிய ஊருக்குக் குடிபெயர்கிற மக்களில் தொடங்கித் திருமணமாகிப் புகுந்த வீட்டுக்குச் செல்கிற மருமகள்வரை எல்லாருக்கும் இந்தத் திறன் பயன்படும். எந்தப் புதிய சூழலாக இருந்தாலும் அதைக் கவனிப்பதும் கற்றுக்கொள்வதும் அந்தச் சூழலில் நம்மைப் பொருத்திக்கொள்வதற்குக் கட்டாயத் தேவைகள்.

இது ஏதோ ஒருமுறை செய்துவிட்டு மறந்துவிடுகிற விஷயமில்லை. தொடர்ந்து நம் கண்களை, காதுகளைத் திறந்துவைத்திருக்கவேண்டும். ஏனெனில், அங்குள்ள ஒவ்வொருவரும் பேசப்பேச, அல்லது, அவர்களுடைய உடல்மொழி, முகமொழியிலிருந்தே பல விஷயங்களைத் தெரிந்துகொள்ளலாம், அத்துடன், சூழல் எந்த நேரத்திலும் மாறலாம்.

எடுத்துக்காட்டாக, நீங்கள் கலந்துகொள்கிற ஒரு நிகழ்ச்சியில் புதியவர் ஒருவர் வருகிறார், உடனே எல்லாருடைய கண்ணும் அவரை நோக்கித் திரும்புகின்றன. அதுவரை இயல்பாகப் பேசிக்கொண்டிருந்தவர்களெல்லாம் அவரை நெருங்கி வழியத்தொடங்குகிறார்கள், அவருடைய அசட்டு நகைச்சுவைகளுக்கெல்லாம் சிரிக்கிறார்கள், மிகையாகப்

புகழ்கிறார்கள், இதையெல்லாம் பார்க்கும்போது, அவர் ஒரு முக்கியமான புள்ளியாக இருக்கவேண்டும் என்று உங்களுக்குப் புரியும், ஆனால், தொடர்ந்து கண்ணைத் திறந்துவைத்திருந்தால்தான் புரியும்.

நுன்ச்சி என்பது வெறுமனே பார்ப்பதுமட்டுமில்லை, பார்ப்பதன்மூலம் உணர்வது. அதாவது, மக்கள் வாயைத் திறந்து சொல்லாத விஷயங்களையும் புரிந்துகொள்வது, அவர்களுடைய உணர்வுகளைத் தெரிந்துகொள்வது, அதன்படி நடந்து அவர்களை மகிழ்ச்சிப்படுத்துவது, அதன்மூலம் ஒட்டுமொத்தச் சமூகத்துடனும் இதமாகப் பழகுவது.

ஓர் அலுவலகத்தில் இருவர் வேலை செய்கிறார்கள்; அவர்களில் ஒருவர் தன்னுடைய மேலாளரிடம் சென்று, 'நான் இங்கு சிறப்பாகப் பணிபுரியவேண்டும், அடுத்தடுத்த நிலைகளுக்கு முன்னேறவேண்டுமென்றால் என்ன செய்யவேண்டும்?' என்று கேட்கிறார். அதற்கு மேலாளர் சொல்லும் பதிலின்படி நடக்கிறார், அதன்மூலம் முன்னேறுகிறார்.

இன்னொருவர், நுன்ச்சியைப் பயன்படுத்துகிறார், அந்த மேலாளர் தனக்குக் கீழே வேலைசெய்கிறவர்களிடம் என்ன எதிர்பார்க்கிறார் என்பதைக் கவனித்துப் புரிந்துகொள்கிறார். அதன்படி நடக்கிறார், மேலாளருடைய மதிப்பைப் பெற்று முன்னேறுகிறார்.

இங்கு இருவருமே முன்னேறிவிட்டார்கள், ஆனால், இரண்டாம் நபருடைய முன்னேற்றம் முதல் நபருடைய முன்னேற்றத்தைவிடக் கூடுதலாக இருக்கும், அது ஏன் என்று யோசியுங்கள்.

நம்முடன் பேசுகிற எல்லாரும் தங்களுடைய எதிர்பார்ப்புகளை, மன விருப்பங்களை வெளிப்படையாகச் சொல்லிவிடப்போவதில்லை; அப்படியே சொன்னாலும், அது முழுமையாக இருக்கப்போவதில்லை; சிலவற்றைச் சொல்வார்கள், சிலவற்றை மறந்துவிடுவார்கள், அல்லது, மறைத்துவிடுவார்கள். இந்தப் பிரச்னையைத்தான் நுன்ச்சி

தீர்த்துவைக்கிறது. அவர்களுடைய சொற்களை நம்பாமல் நம்முடைய கவனிப்புத்திறனை நம்புவதன்மூலம் அவர்கள் சொல்லாத எதிர்பார்ப்புகளையும் புரிந்துகொண்டு நம்மால் சிறப்பாகச் செயல்பட இயலும்.

எடுத்துக்காட்டாக, அந்த மேலாளர் வேலைப்பளுவில் சிக்கித் திணறிக்கொண்டிருக்கிறார் என்று வைத்துக்கொள்வோம். அதை அவர் தனக்குக் கீழே உள்ள ஊழியர்களிடம் வெளிப்படையாகச் சொல்லப்போவதில்லை, 'என்னுடைய வேலைப்பளுவைக் கொஞ்சம் பகிர்ந்துகொள்ளுங்களேன்' என்று உதவி கேட்கப்போவதில்லை. ஆகவே, அவருடைய பிரச்னை அந்த முதல் ஊழியருக்குப் புரியப்போவதும் இல்லை.

ஆனால், இரண்டாவது ஊழியர் மேலாளரைக் கூர்ந்து கவனிப்பதன்மூலம் இதைப் புரிந்துகொண்டுவிடுவார். 'உங்களோட இந்த வேலைகளை நான் செய்யலாமா?' என்று அவரே மேலாளரிடம் கேட்டுப் பெற்றுக்கொள்வார், நுன்ச்சியின்மூலம் சொல்லாத எதிர்பார்ப்பையும் நிறைவுசெய்துவிடுவார்.

சுருக்கமாகச் சொல்வதென்றால், கண்களைத் திறந்துவைப்பதன்மூலம், காண்கின்ற காட்சிகளை அலசிப் புரிந்துகொள்வதன்மூலம் பிறருடன் பழகுவதில் ஒரு பெரிய பாய்ச்சலை நிகழ்த்தலாம். 'இவர் பக்கத்தில் இருந்தாலே மகிழ்ச்சிதான்' என்று எல்லாரிடமும் நல்ல பெயர் வாங்கலாம்.

கொரிய நாட்டின், கொரிய மக்களின் மகிழ்ச்சிக்கும் முன்னேற்றத்துக்கும் முக்கியக் காரணமாகக் குறிப்பிடப்படும் நுன்ச்சி இப்போது உலகெங்கும் புகழ் பெற்றுவருகிறது. பல நூல்கள், கட்டுரைகள், உரையாடல்களில் இந்தத் திறனைப் பாராட்டிப் பேசுகிறார்கள், நல்லுறவை வளர்க்கும் முக்கியமான மென்கலை இது என்கிறார்கள்.

பல நன்மைகளைக் கொண்ட இந்த நுன்ச்சிக்கு எதிரி யார் தெரியுமா? உங்கள் கையில் இருக்கும் செல்ஃபோன்தான்.

யோசித்துப்பாருங்கள், இப்போதெல்லாம் யார் மற்ற மனிதர்களைக் கவனிக்கிறார்கள்? அரை நிமிடம் கிடைத்தாலும் சட்டென்று ஃபோனுக்குள் மூழ்கிவிடுகிறார்கள். ஒவ்வொருவரும் அவரவர் திரையைக் கவனித்துக்கொண்டிருக்கையில் சொல்லப்படாத உணர்வுகளையெல்லாம் புரிந்துகொள்ள ஏது இடம்?

ஆகவே, எந்நேரமும் ஃபோன் திரையைமட்டும் படித்துக்கொண்டிருக்காமல், அவ்வப்போது அதை ஓரமாக வைத்துவிட்டு நம்மைச் சுற்றியிருக்கும் மக்களைப் படிக்கத் தொடங்கினால் போதும், நுன்ச்சியால் மகிழ்ச்சியுண்டு!

(ஜூலை 2020)

8. சோம்பல் நல்லது

அந்த அலுவலகத்தில் புதிதாக வேலைக்குச் சேர்ந்திருந்தார் ஓர் இளைஞர்.

அவர் சேர்ந்திருந்த பணிப்பிரிவில் ஏற்கெனவே பலர் வேலைசெய்துகொண்டிருந்தார்கள். அவர்களெல்லாம் அவரை வரவேற்று வேலை கற்றுக்கொடுத்தார்கள். 'கொஞ்சம் கடினமான வேலைதான். ஆனால், விரைவில் கற்றுக்கொண்டுவிடலாம்' என்று ஊக்கப்படுத்தினார்கள்.

அந்த இளைஞர் ஆர்வத்துடன் வேலையைக் கற்றுக்கொண்டார். தொடக்கத்தில் சில தடுமாற்றங்கள் இருந்தபோதும், தன்னுடைய திறமையாலும் விடாமுயற்சியாலும் விரைவில் நன்கு பணியாற்றத்தொடங்கிவிட்டார்.

ஆனால், அவருக்கு அந்த வேலை அவ்வளவாகப் பிடிக்கவில்லை. ஒரேமாதிரியான பணியை நாள்முழுக்கச் செய்துகொண்டிருப்பது அவருக்குச் சலிப்பூட்டியது.

இதை அவர் வாய்விட்டுச் சொன்னபோது, மூத்த பணியாளர்கள் சிரித்தார்கள். 'தம்பி, நீ வேலைக்குப் புதுசு. நாங்கல்லாம் பதினஞ்சு, இருவது வருஷமா இதைத்தான்

செஞ்சுகிட்டிருக்கோம்' என்றார்கள். 'புலம்பறதை நிறுத்திட்டு இந்த வாழ்க்கைக்குப் பழகிக்கோ. வேற வழியில்லை.'

அந்த இளைஞருக்கு எதார்த்தம் புரிந்தது. அதேசமயம், வேலையின்மீது அவருக்கிருக்கிற சலிப்பும் தொடர்ந்தது. என்ன செய்யலாம் என்று யோசித்தார்.

சில நாட்களுக்குப்பிறகு, அந்த இளைஞர் முகத்தில் பெரிய சிரிப்புடன் அலுவலகத்தைச் சுற்றிவரத் தொடங்கினார். மற்றவர்களெல்லாம் காலை 9மணியிலிருந்து மாலை 6மணிவரை இருந்த இடத்தைவிட்டு எழாமல், மதிய உணவைக்கூட மேசையிலேயே முடித்துக்கொண்டு உழைத்துக்கொண்டிருந்த நேரத்தில், இவர்மட்டும் சில மணிநேரங்களுக்குள் வேலையை முடித்துவிட்டு எழுந்துவிடுவார். மற்ற துறையினருடன் சென்று பேசுவார், கற்றுக்கொள்வார், பயிற்சி வகுப்புகளில் கலந்துகொள்வார், புத்தகம் படிப்பார், பக்கத்திலிருக்கும் மைதானத்துக்குச் சென்று கால்பந்து விளையாடிவிட்டுத் திரும்புவதும் உண்டு.

இதையெல்லாம் பார்த்த மூத்த பணியாளர்களுக்கு எரிச்சல் வந்தது. தங்களுடைய மேலாளரிடம் சென்று அவரைப்பற்றிக் குறைசொன்னார்கள், 'அந்தப் பையன் சரியான சோம்பேறி' என்றார்கள்.

'அதெல்லாம் இல்லை. அவர் எல்லா வேலையையும் ஒழுங்கா முடிச்சுடறார்' என்றார் மேலாளர். 'வேணும்ன்னா நீங்களே பாருங்க' என்று அவருடைய பணி ஆவணங்களை எடுத்துக் காட்டினார்.

அந்த ஆவணங்களைப் பார்த்த மூத்த பணியாளர்கள் திகைத்துப்போனார்கள். சில மாதங்களுக்கு முன்புதான் வேலையில் சேர்ந்த ஒருவர், ஒரு நாளைக்குச் சில மணி நேரங்களே மேசையில் அமர்கிற ஒருவர், இதே துறையில் மிகுந்த அனுபவம் பெற்ற தங்களையெல்லாம்விடச் சிறப்பாகப் பணியாற்றிக்கொண்டிருப்பதை உணர்ந்தார்கள்.

'இது எப்படிச் சாத்தியம்? அந்தப் பையனை அலுவலகத்துல பார்க்கறதே அதிசயமா இருக்கு; ஆனா, வேலைகளையெல்லாம் ஒழுங்கா முடிச்சுடறானே' என்று அவர்கள் வியந்தார்கள். அந்த இளைஞரை அழைத்து இதுபற்றி விசாரித்தார்கள்.

அவர் சிரித்தபடி பதில் சொன்னார், 'நீங்கல்லாம் கடின உழைப்பாளிங்க, அதனாலதான் பல வருஷமா இந்த வேலையைச் சலிக்காம செய்யறீங்க. நான் கொஞ்சம் சோம்பேறி. அதனால, இதே வேலையை விரைவாச் செய்யறதுக்கு என்ன வழின்னு பல நாள் உட்கார்ந்து யோசிச்சேன். சில எளிய வழிகளைக் கண்டுபிடிச்சேன். அதன்மூலம், என்னால ஒரு மணி நேர வேலையை அரை மணி நேரத்துல செஞ்சுடமுடியுது. மீதியிருக்கிற நேரத்தை எனக்குப் பிடிச்சமாதிரி செலவழிக்கறேன். அவ்ளோதான்!'

இந்தக் கற்பனைக் கதையைக் கேட்டவுடன், அந்த இளைஞரைப்பற்றி உங்கள் மனத்தில் தோன்றும் உணர்வு என்ன? உண்மையைச் சொல்லுங்கள்!

பெரும்பாலானோர் அந்த இளைஞரைச் 'சோம்பேறி' என்று நினைத்து முகம் சுளிப்போம். 'சோம்பேறித்தனத்தால இந்தப் பையன் ஒழுங்கா வேலை செய்யாம குறுக்குவழிகளைக் கண்டுபிடிச்சிருக்கான்' என்று சினம் கொள்வோம். அதேசமயம், மனத்தின் ஒரு மூலையில், அவரை நினைத்து நமக்குப் பொறாமையும் வரும். 'இந்தமாதிரி நம்ம வேலையையும் சீக்கிரமா, எளிமையா, வசதியாச் செஞ்சுமுடிக்கறதுக்கு ஒரு வழி இருந்தா நல்லா இருக்குமே!' என்று நினைப்போம்.

அப்படி ஒரு வழி நிச்சயம் இருக்கிறது. ஆனால், அதைக் கண்டுபிடிப்பதற்கு நீங்கள் கொஞ்சம் சோம்பேறியாக இருக்கவேண்டும்.

இதென்ன அசட்டுத்தனம்? சிறுவயதிலிருந்து 'சோம்பேறித்தனம் கூடாது' என்று சொல்லித்தானே நம்மை வளர்த்தார்கள். சமூகத்தில் எங்கும் சோம்பேறிகள் மதிக்கப்படுவதில்லையே. 'சோம்பித் திரியேல்' என்று ஔவையார்கூட இடித்துரைத்திருக்கிறாரே.

அவை அனைத்தும் உண்மைதான். 'வெறும் சோம்பேறித்தனம்' நிச்சயம் தவறுதான். ஆனால், அந்தச் சோம்பேறித்தனம் திறமையோடு சேர்ந்துகொள்ளும்போது, அதனால் பல நன்மைகள் உண்டு.

இந்தக் கதையையே எடுத்துக்கொள்ளுங்கள்; அந்த இளைஞர் வெறும் சோம்பேறியாக இருந்திருந்தால் கடினமான வேலையைச் செய்ய மறுத்திருப்பார்; வேறு எளிய வேலைக்கு மாறிக்கொண்டிருப்பார். அவர் வெறும் சோம்பேறியாகமட்டும் இல்லாமல், திறமையுள்ள சோம்பேறியாக இருந்ததால்தான், கடினமான வேலையைச் செய்ய ஓர் எளிய வழியைக் கண்டுபிடித்திருக்கிறார்.

இப்படியொரு கண்ணோட்டத்துடன் நம்மைச் சுற்றியிருக்கிற உலகைத் திரும்பிப்பார்த்தால், அங்குள்ள பல கருவிகளின் கண்டுபிடிப்புக்குச் சோம்பேறித்தனமும் உதவியிருக்கிறது என்பதைப் புரிந்துகொள்ளலாம். நடக்கச் சோம்பேறித்தனப்படாத ஒருவரால் மிதிவண்டியைக் கண்டறிய இயன்றிருக்காது; துணி துவைக்கச் சோம்பேறித்தனப்படாத ஒருவரால் துவைக்கும் இயந்திரத்தைக் கண்டறிய இயன்றிருக்காது.

இங்கு 'சோம்பேறித்தனம்' என்பதை எதிர்மறைப் பொருளில் பார்க்கக்கூடாது. திறமையான ஒருவருக்குக் கொஞ்சம் சோம்பேறித்தனமும் இருந்தால் அவர் எதையும் புதிய வழிகளில் எளிமையாகச் செய்ய வழிகளைக் கண்டறிவார் என்ற பொருளில் பார்க்கவேண்டும்.

மேலாண்மை வல்லுனர்கள் இந்த அடிப்படையில் பணியாளர்களை நான்குவிதமாகப் பிரிக்கிறார்கள்:

★ அதிகத் திறமையுள்ளவர்கள், சோம்பேறித்தனம் இல்லாதவர்கள்

★ அதிகத் திறமையுள்ளவர்கள், அத்துடன் சிறிது சோம்பேறித்தனமும் உள்ளவர்கள்

★ அதிகத் திறமையில்லாதவர்கள், ஆனால், சோம்பேறித்தனம் இல்லாதவர்கள்

★ எந்தத் திறமையும் இல்லாத சோம்பேறிகள்

இதில் நான்காவது வகையினரால் உலகுக்குப் பெரிய பயன் எதுவும் இல்லை. மூன்றாவது வகையினர் உழைப்பின்மூலம் தங்களுடைய திறமைக்குறைவை ஈடுகட்டிவிடுவார்கள். மற்ற அனைவரும், அதாவது, திறமையுள்ள நம்மைப்போன்ற அனைவரும் முதல் வகையில் இடம்பெறவேண்டும் என்றுதான் நினைக்கிறோம். ஆனால், அதைக்காட்டிலும் இரண்டாவது வகை சிறப்பானது என்பதை நாம் உணர்வதில்லை.

அதாவது, மிகுந்த திறமையுள்ள ஒருவருக்குச் சிறிது சோம்பேறித்தனமும் இருந்தால், அதை அவர் சரியாகப் பயன்படுத்திக்கொண்டால், ஒவ்வொரு வேலையையும் 'இன்னும் எளிதாகச் செய்வது எப்படி?' என்று சிந்திப்பார்; அதேசமயம், தரத்தில் சமரசமும் செய்துகொள்ளமாட்டார்; புதிய வழிகளைக் கண்டறிந்து, விரைவாக வேலைகளைச் செய்துவிட்டு வாழ்க்கையை நன்கு அனுபவிப்பார்.

இதற்குச் சான்றாக, உங்களைச் சுற்றியுள்ள திறமையாளர்கள், வெற்றியாளர்களையே கவனித்துப்பாருங்கள். அவர்களில் கடின உழைப்பாளிகளைவிட *(Hard Workers)* அறிவார்ந்த உழைப்பாளிகள்தான் *(Smart Workers)* அதிகமாக இருப்பார்கள். அவர்களுடைய உழைப்புக்கு, மாறுபட்ட சிந்தனைக்கு, வெற்றிக்கு, அவர்களுடைய சோம்பலும் உதவியிருக்கும்.

(நவம்பர் 2019)

௯. ஈகிகை

நாள்தோறும் காலையில் எழுகிறோம்; எதற்காக?

கொஞ்சம் தத்துவார்த்தமான கேள்விதான். ஆனாலும் நம்மை நாமே கேட்டுப்பார்ப்போம், பதில்சொல்லிப்பார்ப்போம்.

நம் வீட்டுக்கு வேலைசெய்வதற்காக எழுகிறோமா? அலுவலகத்துக்குச் சென்று குடும்பத்துக்காகப் பணம் சம்பாதிக்க எழுகிறோமா? சமூகத்துக்கான நம்முடைய கடமைகளைச் செய்ய எழுகிறோமா? நம்முடைய வாடிக்கையாளர்களுடைய பிரச்னைகளைத் தீர்ப்பதற்காக எழுகிறோமா? அறிவைப் பெருக்கிக்கொள்வதற்காக எழுகிறோமா? அன்பைப் பரப்புவதற்காக எழுகிறோமா? நம் குழந்தைகளை நல்ல குடிமக்களாக வளர்ப்பதற்காக எழுகிறோமா?

யோசித்துப்பார்த்தால், இவற்றில் ஏதேனும் ஒரு பதிலைமட்டும் சொல்வது சிரமமாகவே இருக்கும். இவை எல்லாவற்றுக்காகவும்தான் நாம் தூங்கி எழுகிறோம், ஆனால், அதை நாம் உணர்வதில்லை.

ஏனெனில், இவை எல்லாவற்றுக்காகவும் எழுகிற ஒருவருக்கு எதிலும் முழுக்கவனம் இருப்பதில்லை; ஆகவே, அதை அவர் ஒரு பொருட்டாகக் கருதுவதும் இல்லை, அதைச் செய்வதால் கிடைக்கும் மன நிறைவை அவர் அனுபவிப்பதும் இல்லை.

அதற்காக, நாமெல்லாம் அரைகுறையாக வாழ்க்கையை வாழ்கிறோம் என்று பொருளில்லை. நம்மளவில் வாழ்க்கை முழுமையாகத்தான் இருக்கிறது, நம்முடைய கடமைகளை நாம் ஒழுங்காகவே செய்கிறோம்; ஆனாலும் அதில் ஒரு நிறைவு கிடைப்பதில்லை. ஏதோ ஒவ்வொரு நாளும் ஓடிக்கொண்டிருக்கிறது என்ற உணர்வுதான் அதிகமாக இருக்கிறது. அது ஏன்?

இரண்டு பேர் ஒரே ஊருக்குச் செல்கிறார்கள்; ஒரே இடத்தைப் பார்க்கச் செல்கிறார்கள்; அவர்களில் ஒருவர் சும்மா அந்த இடத்தைச் சுற்றிப்பார்க்கச் செல்கிறார்; இன்னொருவர் அந்த இடத்தை நன்கு கவனித்து, ஆராய்ந்து பல விஷயங்களைக் கற்றுக்கொள்ளவேண்டும் என்பதற்காகச் செல்கிறார். இவர்களில் யார் அந்தப் பயணத்தின்போது மிகுந்த ஊக்கத்துடனும் மகிழ்ச்சியுடனும் இருப்பார்கள்? அங்கிருந்து திரும்பிவரும்போது இவர்களில் யார் மிகுந்த மனநிறைவோடு இருப்பார்கள்?

ஒரு தெளிவான குறிக்கோளுடன் வெளியூர் செல்கிறவருக்கு அந்தக் குறிக்கோளே ஊக்கம் தரும். அதைச் சிறப்பாகச் செய்யவேண்டும் என்ற எண்ணமே அவரை வழிநடத்தும். சிறப்பாகச் செய்துவிட்டோம் என்ற உணர்வு மனநிறைவளிக்கும். இன்னொருவரும் அதே இடத்தைப் பார்த்திருப்பார்; ஆனால், ஒரு நல்ல இடத்தைப் பார்த்தோம் என்ற உணர்வைத் தாண்டி அவருக்கு மனநிறைவு ஏற்பட்டிருக்காது.

வாழ்க்கையையும் அப்படி அணுகவேண்டும் என்கிறது ஒரு ஜப்பானியச் சிந்தனை. அதன் பெயர், ஈகிகை (*Ikigai*).

'*Iki*' என்றால், வாழ்க்கை, '*Gai*' என்றால் பொருள். ஆக, 'ஈகிகை' என்றால், வாழ்க்கையின் பொருள், அல்லது, பொருளுள்ள வாழ்க்கை.

அதாவது, நம்முடைய வாழ்க்கைக்கு ஒரு பொருளைக் கண்டுகொண்டால், ஒவ்வொரு நாளும் இதற்காகத்தான் நாம் விழித்தெழுகிறோம் என்ற ஒன்றைக் கண்டறிந்துவிட்டால், அதன்பிறகு நமக்குச் சோர்வில்லை, களைப்பில்லை, அந்தப்

பொருளே நம்மை வழிநடத்தும், அதுவே நமக்கு ஊக்கம் தரும், அதுவே நமக்கு மனநிறைவையும் தரும்.

ஜப்பானியர்களை மகிழ்ச்சியாக வாழவைப்பதும், நீண்டநாள் வாழச்செய்வதும் 'ஈகிகை'தான் என்கிறார்கள் இதுபற்றி ஆராய்ந்துள்ள வல்லுனர்கள். இதனால், உலகம்முழுக்க இந்தக் கொள்கை புகழ்பெறத்தொடங்கியிருக்கிறது.

நம்முடைய 'ஈகிகை', அதாவது, நம் வாழ்க்கையின் பொருள் எது என்று எப்படிக் கண்டறிவது?

முதலில், நம்மை நாமே நான்கு கேள்விகளைக் கேட்டுக்கொள்ளவேண்டும்:

1. நான் நாள்தோறும் செய்ய விரும்புவது என்ன?

2. நான் எதை நன்றாகச் செய்கிறேன்?

3. எதைச் செய்தால் எனக்குப் பரிசு (பணமோ புகழோ வேறெதுவோ) கிடைக்கும்?

4. இந்த உலகுக்கு என்ன தேவை?

இந்த நான்கு கேள்விகளுக்கும் உங்களுடைய பதில்கள் வெவ்வேறாக இருக்கலாம். எடுத்துக்காட்டாக, ஒருவர் நாள்முழுக்க ஓவியங்களை வரைய விரும்பலாம்; ஆனால், அலுவலகம் சென்று கணக்குகளைக் கவனித்தால்தான் அவருக்குப் பணம் கிடைக்கும். இன்னொருவர் நாள்முழுக்க ஃபேஸ்புக்கில் உரையாடிக் களிக்க விரும்பலாம், ஆனால், இந்த உலகத்தின் தேவை அது இல்லை.

ஒருவேளை, இந்த நான்கு கேள்விகளுக்கும் ஒருவர் ஒரே பதிலைச் சொல்ல இயலுகிறது என்று வைத்துக்கொள்வோம், அதுதான் அவருடைய ஈகிகை.

எடுத்துக்காட்டாக, ஒருவர் சிறப்பாகப் பாடுகிறார் (#2), தன்னுடைய இசையின்மூலம் உலகில் மகிழ்ச்சியைப் பரப்புகிறார் (#4), அதையே நாள்முழுக்கச் செய்துகொண்டிருக்க விரும்புகிறார் (#1), அதற்கு அவருக்கு நல்ல பணமும் கிடைக்கிறது (#3).

ஆக, அவருடைய ஈகிகை, பாடுதல், அதற்காகத்தான் அவர் நாள்தோறும் துள்ளி எழுகிறார், இரவு மனநிறைவோடு உறங்கச்செல்கிறார்.

இந்த நான்கில் ஏதேனும் ஒன்று குறைந்தாலும் அது ஈகிகை ஆகாது. எடுத்துக்காட்டாக, அந்தப் பாடகருக்குப் பாடுதலால் பணம் வரவில்லை என்றால், அவரால் குடும்பத்தை மகிழ்ச்சியாக நடத்த இயலாது. மற்ற மூன்றும் ஒழுங்காக இருந்தும் முழுப்பயன் இல்லை.

அதற்காக, நிறையப் பணம் கிடைக்கிற வேலையைமட்டும் எல்லாரும் செய்துகொண்டிருக்க இயலாது, அதில் மற்ற மூன்றும் கிடைக்காமலிருக்கலாம்.

சில நேரங்களில், சூழ்நிலையாலும் இவற்றில் ஏதேனும் ஒன்றிரண்டு அமையாமலிருக்கலாம். எடுத்துக்காட்டாக, ஒரு கிராமத்துக்குச் சென்று சமூகசேவையில் ஈடுபட விரும்புகிற ஒருவர், தன்னுடைய குடும்பத்தின் பொருளாதாரத் தேவைகளுக்காக நகரத்தில் வேறு பணியில் இருக்கலாம். அவர் செய்ய விரும்புவதும், சிறப்பாகச் செய்யக்கூடியதும், உலகுக்குத் தேவையானதும் ஒன்றாக இருந்தபோதும், அதனால் அவருக்கு மனமகிழ்ச்சி என்கிற பரிசு கிடைத்து அது அவருடைய ஈகிகையாக ஆவதில்லை.

எதார்த்தமாக யோசித்துப்பார்த்தால், இந்த நான்கும் ஒருவருக்கு ஒன்றாகச் சேர்வது எளிதில்லை. ஆயிரத்தில் ஒருவருக்கோ இருவருக்கோதான் அப்படிப்பட்ட ஈகிகை அமையும்.

ஆனால், மீதமிருக்கிற 998 பேருக்கும் ஈகிகை இல்லையா? அல்லது, அதை அவர்கள் தேடுவதில்லையா? இந்த நான்கில் ஒன்றிரண்டுடன் அவர்கள் திருப்தியடைந்துவிடுகிறார்களோ? எவ்வளவோ செய்தும் முழு மனநிறைவு இல்லாததற்கு அதுதான் காரணமோ?

இன்னொரு கோணத்திலும் சிந்திக்கவேண்டும், ஈகிகை என்பது அத்தனை எளிதாகக் கிடைத்துவிட்டால் ஒட்டுமொத்த உலகமும் மகிழ்ச்சியாக இருந்துவிடுமே. கொஞ்சம் தேடலோடு

உழைத்துதான் அந்த இடத்தை நாம் பெறவேண்டும். இதுவும் ஒரு தவம்போலதான். இதனால் கிடைக்கப்போகும் வரத்தை நம்பினால், அதாவது, நம்முடைய ஈகிகையைக் கண்டறிந்து அதைச் செய்யத்தொடங்கிவிட்டால் மகிழ்ச்சியும் மனநிறைவும் பெருகும் என்பதை நம்பினால், கொஞ்சம் முனைந்து தேடலாமே!

(அக்டோபர் 2019)

10. தொழில்முனைவோர் கண்டிப்பாகப் படிக்கவேண்டிய சில நூல்கள்: என் பரிந்துரை

1. The Lean Startup by Eric Ries

உற்பத்தித்துறையில் '*Lean Manufacturing*' என்றொரு விஷயம் உண்டு. இதன் பொருள், மதிப்பு மிக்க விஷயங்களை அதிகம் செய்வது; மதிப்பைக் கூட்டாத, அதாவது, தேவையில்லாத விஷயங்களைக் குறைவாகச் செய்வது. சுருக்கமாகச் சொன்னால், குப்பையைக் குறைத்துப் பயனுள்ளவற்றை அதிகப்படுத்துவது.

இந்தக் கொள்கையைத் தொழில்முனைவோர் உலகுக்குக் கொண்டுவந்து மிகப் புகழ்பெற்ற புத்தகம் இது. உங்களுடைய வாடிக்கையாளருக்கு உண்மையில் என்ன தேவை என்பதைச் சரியாகப் புரிந்துகொண்டு அதன் அடிப்படையில் செயல்திட்டங்களை அமைப்பது, அவற்றைச் சிறிய அளவில் கொஞ்சம்கொஞ்சமாக முயன்றுபார்ப்பது, அது வேலைசெய்கிறதா என்று பார்ப்பது, அந்தத் தரவுகளின் அடிப்படையில் வேண்டிய மாற்றங்களைச் செய்து படிப்படியாக முன்னேறுவது. இதுதான் *Lean Startup!* உலகெங்கும் பலப்பல

நிறுவனங்கள், தயாரிப்புகள் இந்நூலில் விவரிக்கப்பட்டுள்ள கொள்கைகளைப் பயன்படுத்தி வெற்றிபெற்றுள்ளன.

2. $100 Startup by Chris Guillebeau

பெரிய, நடுத்தர, சிறிய நிறுவனங்களில் சம்பளத்துக்கு வேலைபார்க்கிற பலருக்கும் தொழில்முனைவோர் கனவு இருக்கும். ஆனால், கடமைகள், தேவைகளை நினைக்கும்போது, அதில் ஈடுபடுகிற துணிச்சல் வராது. அந்தத் தயக்கத்தை உடைத்துப்போடச் சொல்லித்தருகிற புத்தகம் இது. குறைந்த முதலீட்டில் தொழில் தொடங்குவது எப்படி, அதைப் படிப்படியாகப் பெரிய அளவுக்குக் கொண்டுசென்று வெற்றிபெறுவது எப்படி என்று எளிமையாக விவரிக்கிறது; பல பயனுள்ள உத்திகளை வழங்குகிறது.

முக்கியமாக, இந்நூலில் விவரிக்கப்பட்டிருக்கிற எல்லாரும் எளிய மனிதர்கள், பெரிய பின்புலமோ மேலாண்மைப் படிப்போ இல்லாமல் தங்களுடைய முயற்சியைத் தொடங்கிய இவர்களால் எப்படி வெற்றிபெற இயன்றது, அதிலிருந்து நாம் என்ன கற்றுக்கொள்ளலாம் என்று ஆசிரியர் அழகாகச் சொல்லித்தருகிறார்.

3. 7 Habits of Highly Effective People by Stephen R Covey

பலரும் வேலைக்குச் செல்கிறார்கள், தொழில் தொடங்குகிறார்கள், சேவைகளில், தனிப்பட்ட ஆர்வங்களில் ஈடுபடுகிறார்கள்; ஆனால், சிலரால்மட்டும்தான் அதில் பெரிய அளவில் வெற்றிபெற இயலுகிறது. அதற்குக் காரணம், அவர்களுடைய செயல்திறன்தான். மற்றவர்களைக்காட்டிலும் இவர்களுடைய செயல்திறன் மிகுந்திருப்பதற்குக் காரணம், இவர்களிடமிருக்கிற சில பழக்கங்கள்தான் என்கிறது இந்த நூல். அந்த ஏழு பழக்கங்களையும் விரிவாகச் சொல்லித்தருகிறது:

1. தொலைநோக்குப்பார்வை, செயல்பாடு

2. இலக்கில் தெளிவு, கவனம்

3. ஒவ்வொரு கணத்திலும் எது முக்கியம் என்பதில் தெளிவு
4. அனைவரையும் அரவணைத்துச்செல்லுதல்
5. பிறரைப் பரிவுடன் அணுகுதல்
6. ஒத்துழைத்து முன்னேறுதல்
7. தொடர்ந்து புதுப்பித்துக்கொள்ளுதல்

4. Rich Dad Poor Dad by Robert T Kiyosaki

'ஏழைகளும் நடுத்தர வர்க்கத்தினரும் பணத்துக்காக வேலைசெய்கிறார்கள்; ஆனால், பணக்காரர்களுடைய பணம் அவர்களுக்காக வேலைசெய்கிறது' என்பதுதான் இந்தப் புத்தகத்துடைய ஒருவரிச் சுருக்கம். 'பாதுகாப்பான, நல்ல சம்பளம் தருகிற வேலை'யைத் துரத்திச்செல்கிறவர்களால் ஏன் பொருளாதாரச் சுதந்திரத்தை ஒருபோதும் அனுபவிக்க இயலாது, அதை எப்படி மாற்றிச் சிந்திக்கலாம் என்று விரிவான எடுத்துக்காட்டுகள், காரணங்களுடன் சுவையாக விளக்குகிறார் ஆசிரியர். நிதிபற்றிய அடிப்படை விஷயங்களைத் தெரிந்துகொள்ளுதல், நிதிச் சுதந்திரத்தின் அவசியம், அதற்குத் தேவையான சொத்துகளில் எப்படி முதலீடு செய்வது, தொழில் தொடங்குவது, நிதி அறிவை(*Financial IQ*)ப் பெருக்கிக்கொள்வதன் அவசியம் போன்றவற்றைச் சிறப்பாக விவரித்து, வாசகர்களுக்குத் தெளிவான பார்வையையும் செயல்திட்டத்தையும் வழங்குகிறார்.

5. Built to Last by Jim Collins, Jerry I Porras

ஒவ்வொரு துறையிலும் மிகச்சிறந்து விளங்கும் நிறுவனங்கள் இருக்கின்றன. அடுத்தநிலையில் வேறு சில நிறுவனங்கள் இருக்கின்றன. இந்த இரண்டுக்கும் என்ன வேறுபாடு? எப்படிச் சில நிறுவனங்களால்மட்டும் மற்ற யாராலும் எட்ட இயலாத உயரத்துக்குச் செல்ல இயலுகிறது? இந்தக் கேள்வியுடன் இந்நூலாசிரியர்கள் பதினெட்டு மிகச்சிறந்த நிறுவனங்களை எடுத்து ஆராயத்தொடங்கினார்கள்; அவர்களை அவர்களுடைய போட்டியாளர்களுடன் ஒப்பிட்டுப்பார்த்தார்கள்; அவை சிறிய நிறுவனங்களாக இருந்தபோது என்ன செய்தார்கள்,

நடுத்தர அளவுக்கு வளர்ந்தபோது என்ன செய்தார்கள், மிகப்பெரிய நிறுவனங்களானபின் என்ன செய்தார்கள் என்று கூர்ந்து கவனித்துப் பல உண்மைகளைக் கண்டறிந்தார்கள். அவற்றின் அடிப்படையில், நெடுங்காலத்துக்கு வெற்றிகரமாக நீடிக்கக்கூடிய நிறுவனங்களுக்கான ஒரு சூத்திரத்தை மிகத் தெளிவான எடுத்துக்காட்டுகள், காரணங்களுடன் இந்நூலில் விவரித்துள்ளார்கள்.

6. How to Win Friends & Influence People by Dale Carnegie

1936ல் வெளியான பழைய புத்தகம் இது. ஆனால் இன்றைக்கும் விற்பனை குறையவில்லை, புகழ் குறையவில்லை, ஒவ்வொரு தலைமுறையிலும் இதற்கென்று ஒரு வாசகர் வட்டம் இருக்கிறது. காரணம், இதில் சொல்லப்பட்டிருக்கும் நுட்பங்கள் இன்னும் மாறிவிடவில்லை; மனிதர்கள் இப்போதும் அதேமாதிரிதான் நண்பர்களை நாடுகிறார்கள், பிறரால் தூண்டப்படுகிறார்கள், அதையெல்லாம் கற்றுக்கொண்டு நாம் ஒரு நல்ல நட்புவட்டத்தை உண்டாக்கிக்கொண்டு பயன்பெறுவதற்கு இந்நூல் உதவுகிறது.

குறிப்பாக, தொழில்முனைவோருக்கு இதுபோன்ற வட்டங்கள் அவசியம்; வாடிக்கையாளர்கள், கூட்டாளிகள், ஊழியர்கள், உற்பத்தியாளர்கள், முகவர்கள், விற்பனையாளர்கள் என்று பலதரப்பட்டவர்களுடன் பணியாற்றித் தொடர்ந்து வெற்றிபெறுவதற்கு இந்த நுட்பங்கள் அவர்களுக்குக் கைகொடுக்கும்.

7. Who Moved My Cheese by Spencer Johnson, Kenneth Blanchard

மாற்றம் ஒன்றுதான் மாறாதது என்கிற சொற்றொடர் எல்லாருக்கும் தெரியும். ஆனால், நாம் எந்த அளவு மாற்றத்துக்குத் தயாராக இருக்கிறோம்? நாம் எதிர்பாராத ஒன்று நடக்கும்போது எப்படி அதை எதிர்கொண்டு முன்னேறுகிறோம்? இந்த முக்கியமான கேள்விக்கு சுவையான கதை வடிவில் பதில்சொல்லும் நூல் இது.

மற்றவர்களிடம் பணியாற்றிக்கொண்டிருக்கும் ஒருவர் தொழில்முனைவோராக விரும்புகிறார் என்றால், தொழில்முறையிலும் தனிப்பட்டமுறையிலும் அது ஒரு மிகப்பெரிய மாற்றம். அப்படித் தொழில்தொடங்கியபிறகும் அவர் பலவிதமான மாற்றங்களைத் தொடர்ந்து சந்திக்கவேண்டியிருக்கும். இவை அனைத்தையும் அவரால் நேரடியாகக் கட்டுப்படுத்த இயலாது; அதிவேகமாக மாறிக்கொண்டிருக்கும் உலகில் இதைச் சமாளிப்பதற்கு ஒரே வழி, மாற்றத்தைப்பற்றிய நம்முடைய சிந்தனையை மாற்றிக்கொள்வதுதான்; எதிர்காலத்தை அச்சம், பதற்றமின்றி அணுகுவதற்கு, எதிர்பார்ப்பதற்கு, ஏற்றுக்கொள்வதற்கு, அதை நேர்விதமாகப் பயன்படுத்திக்கொள்வதற்கு இந்த நூல் உதவும்.

8. The Checklist Manifesto by Atul Gawande

சிக்கலான பிரச்னைகளுக்குத் தீர்வுகளும் சிக்கலாக இருக்கவேண்டும் என்று அவசியமில்லை; சில நேரங்களில் மிக எளிய உத்திகளைப் பயன்படுத்தி மிகத் தீவிரமான பிரச்னைகளைக்கூடச் சரிசெய்துவிடலாம் என்று வாதிடும் புத்தகம் இது. ‘செக்லிஸ்ட்’ எனப்படும் சரிபார்ப்புப் பட்டியலைப் பயன்படுத்துவதன்மூலம் நம்முடைய வாழ்க்கையில் எப்படியெல்லாம் மாற்றங்களைக் கொண்டுவரமுடியும், அதனால் என்னென்ன பலன்கள் என்று விரிவாக விளக்குகிறது, நேரடியாகப் பயன்படுத்தக்கூடிய உத்திகளைச் சொல்லித்தருகிறது.

தொழில்முனைவோருடைய வாழ்க்கையில் ஒருநாளைப்போல் இன்னொருநாள் இருப்பதில்லை; எதிர்பாராத திருப்பங்கள், குழப்பங்கள், கவலைகள், பிரச்னைகளைச் சந்திக்கும்போதெல்லாம் பதறிக் கலங்கிக்கொண்டிருக்காமல், தங்களுக்கேற்ற செக்லிஸ்ட்களைத் தயாரித்து அவற்றைப் பின்பற்றுவதன்மூலம் அமைதியாகவும் நிதானமாகவும் அவற்றைச் சந்திக்கலாம், சமாளிக்கலாம். அதற்கான பல சான்றுகளை இந்தப் புத்தகத்தில் காணலாம்.

(செப்டம்பர் 2019)

11. அழகுக் குழந்தைக்கு ஆயிரம் நூல்கள்

குழந்தைகள் உள்ள வீடுகளில் கொண்டாட்டத்துக்குக் குறைவிருக்காது. பிஞ்சுப் புன்னகையும், தளர்நடையும், மழலைப்பேச்சும் பெற்றோர், மற்ற உறவினர்களுடைய நெஞ்சைக் குளிர்விக்கும், மகிழ்ச்சியில் குழந்தையை அப்படியே அள்ளியணைத்து முத்த மழை பொழிவார்கள், தாங்களும் அதேபோல் பேசிக் கொஞ்சுவார்கள், விளையாடுவார்கள்.

உலகெங்கும் பல நாடுகளில் மொழிகள், பழக்கவழக்கங்கள், கலாசாரம், வானிலையெல்லாம் மாறலாம்; குழந்தைகள்மீது அன்பு மாறுவதில்லை; எல்லாப் பெற்றோரும் குழந்தைகளைக் கொண்டாடுகிறார்கள்; அக்கறையோடு வளர்க்கிறார்கள்; நல்ல விஷயங்களை, பழக்கங்களைச் சொல்லித்தருகிறார்கள்.

அதெல்லாம் சரி, உங்கள் குழந்தைகளுக்குப் புத்தகங்களை அறிமுகப்படுத்துகிறீர்களா?

பிஞ்சுக்குழந்தைக்குப் புத்தகமா, என்ன, விளையாடறீங்களா?

இது விளையாட்டில்லை. சிறுகுழந்தைகள் புத்தகங்களைப் படிப்பதில் (அதாவது, பெற்றோரோ மற்றவர்களோ படிக்கக்

கேட்பதில்) மிகுந்த ஆர்வம் காட்டுவார்கள், புத்தகங்களின் வடிவம், வழவழப்பு, அவற்றில் இருக்கும் படங்கள், வண்ணங்கள், விதவிதமான எழுத்துகள், வடிவங்கள், சொற்களின் ஒலி அழகு போன்றவற்றை மிகவும் ரசிப்பார்கள், பின்னர் அந்தப் புத்தகத்தைத் தாங்களே எடுத்துவைத்துக்கொண்டு ஆசையாகப் புரட்டுவார்கள், தங்களுக்குத் தெரிந்த மழலைமொழியில் அதைப் படிக்க முயல்வார்கள், அதனுடன் பேசுவார்கள், ஒரே புத்தகத்தைத் திரும்பத்திரும்பப் படித்துக்காட்டச்சொல்லி அடம்பிடிப்பார்கள்.

குழந்தைகளைப் பொறுத்தவரை நூல்வாசிப்பது என்பது ஓர் இனிய பொழுதுபோக்கு. அதேசமயம், அதனால் அவர்களுக்குப் பல பலன்களும் உள்ளன. புத்தகங்களில் இருக்கும் வாக்கிய அமைப்புகள், கதையோட்டம், அடுத்து என்ன நடக்குமோ என்கிற பரபரப்பு, பிரச்னைகள் தீர்ந்து கதைநாயகர்கள் மகிழ்ச்சியாக வாழும்போது கிடைக்கிற மனநிறைவு ஆகியவை குழந்தைகளுடைய சிந்தனையைச் செழுமைப்படுத்துகின்றன, நூல்களில் பலவிதமான சூழல்கள், மனிதர்களைப்பற்றியெல்லாம் தெரிந்துகொள்வது அவர்களுடைய மனத்தை விரிவாக்குகிறது, கற்பனையைக் கிளறிவிடுகிறது, எழுத்துகள், சொற்களைப் படிக்கக் கற்றுக்கொண்டதும் தாங்களே சொந்தமாக நூல்களை வாசிக்கவேண்டும் என்ற ஆர்வம் அவர்களுக்குள் தூண்டப்படுகிறது, அவர்கள் நிரந்தர வாசகர்களாகிவிடுகிறார்கள்!

இவையெல்லாம் ஏதோ புதிய கண்டுபிடிப்புகள் என்று எண்ணிவிடவேண்டாம். தங்கள் குழந்தைகளுக்கு மிகச்சிறு வயதிலேயே புத்தகங்களை அறிமுகப்படுத்திய எல்லாப் பெற்றோரும் இந்த மகிழ்ச்சியை நேரடியாக அறிந்திருப்பார்கள்.

ஆனால், அப்படிப்பட்ட பெற்றோர் மிகச் சிறுபான்மையினர்தான். பெரும்பாலான பெற்றோர் குழந்தைக்கு விதவிதமான ஆடைகளை, பொம்மைகளை வாங்கித்தருவதில் காட்டும் ஆர்வத்தை அவர்களுக்குப் பலவிதமான நூல்களை அறிமுகப்படுத்துவதில் காட்டுவதில்லை. அதனால்

பெற்றோருக்கும் குழந்தைக்குமுள்ள பிணைப்பு எந்த அளவுக்கு ஆழமாகும் என்பதும், குழந்தையின் ஒட்டுமொத்த மனவளர்ச்சியில் அது எப்படிப்பட்ட நன்மையை உண்டாக்கும் என்பதும் அவர்களுக்குப் புரிவதில்லை.

இதனால், சிறுகுழந்தைகளுக்குப் பெற்றோர் நூல்களை வாசித்துக்காட்டும் பழக்கத்தை ஊக்குவிப்பதற்காக, 'கிண்டர்கார்டனுக்குச் செல்லுமுன் 1000 நூல்கள்' என்ற திட்டமொன்று உலகம்முழுக்கப் புகழ்பெற்றுவருகிறது. அதாவது, ஒரு குழந்தை கிண்டர்கார்டன் பள்ளியில் சேர்வதற்குமுன்னர், பெற்றோர் அந்தக் குழந்தைக்கு 1000 நூல்களை வாசித்துக்காட்டிவிடவேண்டும்!

1000 நூல்களா! அதுவும் கிண்டர்கார்டன் செல்வதற்குள்ளா!

கேட்பதற்கு மலைப்பாக இருந்தாலும், இது சாத்தியம்தான். பெரும்பாலான சிறுவர் நூல்களைப் பத்து நிமிடங்களுக்குள் படித்துக்காட்டிவிடலாம். ஆகவே, 1000 நூல்களைப் படிப்பதற்குச் சுமார் 150 மணிநேரம்தான் ஆகும். தினமும் அரை மணிநேரம் என்று வைத்துக்கொண்டால் ஒரே ஆண்டில் 1000 நூல்களை வாசித்துவிடலாம்!

அதேசமயம், இதை எண்ணிப் பெற்றோர் அவசரப்படவேண்டியதில்லை; தந்தை, தாய் இருவரும் இதைச் சமமாகப் பகிர்ந்துகொண்டால் நேரப்பிரச்னையே இருக்காது; நிதானமாக, மகிழ்ச்சியாக நூல்களைப் படிக்கவேண்டும்; குழந்தைகள் அதை ரசிக்கும்படி செய்யவேண்டும்; இதைத்தான் இந்தத் திட்டம் வலியுறுத்துகிறது.

முதலில், 1000 நூல்களுக்கு எங்கு போவது?

1000 என்பது ஒட்டுமொத்த வாசிப்பு எண்ணிக்கைதான்; 1000 வெவ்வேறு நூல்களை வாசிக்கவேண்டும் என்று பொருளில்லை. உங்கள் குழந்தைக்குப் பிடித்த நூல்களை நீங்கள் திரும்பத்திரும்ப வாசித்துக்காட்டலாம், ஒவ்வொருமுறையும் அது ஒரு புதிய நூலாகவே எண்ணப்படும்.

அடுத்து, உங்கள் பகுதியில் நூலகம் எங்குள்ளது என்று விசாரியுங்கள். அரசு நூலகமானால் கூடுதல் செலவு இருக்காது, தனியார் நூலகமானால் ஒரு சிறு வாடகைத்தொகை அல்லது உறுப்பினர் கட்டணம் இருக்கலாம். இதுபோன்ற நூலகங்களில் சிறுவர்களுக்கென்று தனிப்பிரிவுகள் அமைத்து ஏராளமான நூல்களைத் தொகுத்திருப்பார்கள்.

ஒருவேளை, நீங்கள் நூல்களைப் பணம் தந்து வாங்கத் தயாராக இருந்தால், புதிய நூல்களை வாங்குவதைவிடப் பழைய (இன்னொரு குழந்தை பயன்படுத்திய) நூல்களை வாங்குவது சிக்கனமாக இருக்கும். பெரும்பாலான பழைய புத்தகக் கடைகளில் சிறுவர் நூல்களை மிகக்குறைந்த விலைக்குக் கொட்டிவைத்திருப்பார்கள், அள்ளிக்கொள்ளுங்கள்.

மூன்றாவதாக, இணையத்தில் சிறுவர் நூல்கள் இலவசமாகவே கொட்டிக்கிடக்கின்றன. எழுத்துவடிவில், அனிமேஷன் (வீடியோ) வடிவில், ஒலிவடிவில் நூல்களை அள்ளலாம். ஒவ்வொரு நாளும் புதுப்புது நூல்களை வாசித்துக் குழந்தையை மகிழ்ச்சியாக்கலாம்.

உங்களுடைய நண்பர்கள் வட்டத்தில் யாருக்கெல்லாம் கிண்டர்கார்டன் செல்லப்போகிற குழந்தைகள் இருக்கிறார்களோ அவர்களைத் தொகுத்து வாட்ஸாப் குழு உருவாக்கலாம்; ஒருவருக்கொருவர் நூல்களைப் பகிர்ந்துகொள்ளலாம். குழந்தைகள் அருகருகில் இருந்தால் குழுவாகக்கூடக் கதைகளை வாசித்துக்காட்டலாம்.

1000 நூல்கள் என்ற எண்ணிக்கைதான் இந்தச் சவாலைச் சுவையாக்குகிறது. ஆகவே, நீங்கள் குழந்தைக்கு வாசிக்கிற நூல்களை ஒரு தனிக் குறிப்பேட்டில் எழுதிக்கொள்ளுங்கள். 100, 200, 300,...1000 என ஒவ்வோர் இலக்கைத் தொடும்போதும் மகிழ்ச்சியாகக் கொண்டாடுங்கள், பிறருக்கும் சொல்லுங்கள், இந்தப் பழக்கம் எந்த அளவு அதிகக் குழந்தைகளைச் சென்றடைகிறதோ அந்த அளவுக்கு நல்லது.

நீங்கள் நூல்களைச் சொந்தமாக வாங்கியிருந்தால், உங்கள் குழந்தை வளர்ந்தபின்னர், அதாவது, அவர்கள் எழுத்து

நூல்களை வாசிக்கத்தொடங்கியபின்னர், இந்தப் படக்கதை நூல்களைப் பிற குழந்தைகளுக்குக் கொடுத்துவிடலாம். பெரும்பாலான பெற்றோருக்கு நூல்களுடைய முக்கியத்துவம் தெரிந்திருப்பதில்லை, அது தெரிந்தவர்களும் பணம் தந்து வாங்க முன்வருவதில்லை, ஆகவே, இவ்வாறு நூல்களைக் கொடையாக வழங்குவது பல குழந்தைகளை வாசகர்களாக்கும்!

கிண்டர்கார்டனுக்குள் நுழையும்போது உங்கள் குழந்தை 1000 நூல்களை (அல்லது, சில நூறு நூல்களை) வாசித்திருந்தால், நீங்கள் பெரிய சாதனையாளர்தான். அவனுடைய/அவளுடைய எதிர்காலத்துக்காக நீங்கள் செய்த மிகப்பெரிய முதலீடாக அது இருக்கும். பெருமையாகக் காலரைத் தூக்கிவிட்டுக்கொள்ளுங்கள்!

(செப்டம்பர் 2019)

12. புத்தகங்களைப் படிப்பதால் என்ன பலன்?

சமீபத்தில் விம்பிள்டனில் ஒரு பரபரப்பான டென்னிஸ் போட்டி, உலகின் முன்னணி வீரர்களும் மிகச்சிறந்த திறமையாளர்களுமான ரோஜர் ஃபெடரரும் ரஃபா நடாலும் மோதிக்கொண்டிருந்தார்கள். இருவரும் ஒருவருக்கொருவர் விட்டுக்கொடுக்காமல் அபாரமாக விளையாடியதால், போட்டி மிகவும் பலமாக இருந்தது. இருவருடைய ரசிகர்களும் ஆரவாரத்துடன் போட்டியை ரசித்துக்கொண்டிருந்தார்கள்.

இத்தனை சத்தத்துக்கும் மத்தியில், ஒரு சிறுவன்மட்டும் புத்தகமொன்றைப் பிரித்துவைத்துக்கொண்டு அக்கறையாகப் படித்துக்கொண்டிருந்தான். இதை யாரோ புகைப்படமெடுத்து இணையத்தில் வெளியிட்டுவிட்டார்கள்.

அவ்வளவுதான், சிறிதுநேரத்தில் அந்தப் பையன் உலகப்புகழ் பெற்றுவிட்டான். 'ஃபெடரர், நடால் ஆட்டத்தைக்கூடப் பார்க்காம புத்தகம் படிக்கிற இந்தப் பையனுக்கு ரசனையே இல்லையா?' என்று பலர் கிண்டலடித்தார்கள், 'அவனோட கடமை உணர்ச்சியைப் பாராட்டணும்ய்யா' என்று பலர் நெகிழ்ந்தார்கள்.

புத்தகங்களின் ஈர்ப்பு அப்படிப்பட்டதுதான். கண்ணெதிரில் என்ன இருந்தாலும் சரி, அதை மொத்தமாக மறந்துவிட்டு ஒரு கனவுலகத்துக்குள் நம்மைக் கவர்ந்துசென்றுவிடக்கூடியவை புத்தகங்கள். ஆழமான வாசகர்கள் ஒவ்வொருவருக்கும் இது நன்றாகத் தெரியும்.

ஆனால், அப்படிப்பட்ட ஆழமான வாசகர்கள் எண்ணிக்கையில் குறைவு. சொல்லப்போனால், வாசகர்களுடைய எண்ணிக்கையே குறைந்துகொண்டிருக்கிறது. பெரும்பாலானோர் தொலைக்காட்சி, திரைப்படம், விளையாட்டு, சமூக ஊடகங்கள் போன்ற மற்ற பொழுதுபோக்குகளில் நேரத்தைச் செலவிடுவதையே விரும்புகிறார்கள்.

பொழுதுபோக்குவதில் எந்தத் தவறும் இல்லை. அதேசமயம், மற்ற பொழுதுபோக்குகளுக்கும் புத்தக வாசிப்புக்கும் சில முக்கியமான வேறுபாடுகள் இருக்கின்றன.

முதலில், புத்தகங்கள் ஒருவரால் எழுதப்பட்டுப் பலரால் வாசிக்கப்பட்டாலும், அந்தப் பலரும் அந்நூலின் படைப்பாளிகள்தான். அதாவது, வாசிக்கிற ஒவ்வொருவரும் அந்த நூல் சொல்லும் விஷயங்களைத் தனக்குள் இன்னொருமுறை கட்டமைத்துக்கொள்கிறார், அதில் பேசப்பட்டிருக்கிற செய்திகளைச் சிந்திக்கிறார், அவற்றில் தன்னுடைய அனுபவத்தையும் சேர்த்துப் புரிந்துகொள்கிறார், தன்னுடைய வாழ்க்கையில் பயன்படுத்துகிறார். இதனால், ஒரே நூலை வெவ்வேறு நபர்கள் வாசிக்கும்போது, அவர்களுடைய பின்னணி, சூழ்நிலை, அறிவுத்திறன், முதிர்ச்சி, எதிர்பார்ப்புகள், தேவைகளைப் பொறுத்து முற்றிலும் வேறுபட்ட பலன்களைப் பெறக்கூடும்.

ஆக, புத்தக வாசிப்பு என்பது வெறும் பொழுதுபோக்கில்லை; அதில் நாம் செய்கிற நேர முதலீட்டுக்கு உடனடியாகவும் தொலைநோக்கிலும் பலன்கள் உண்டு. உலக வரலாற்றைத் திருப்பிப்பார்த்தால், பல தலைவர்கள், சிந்தனையாளர்கள், சாதனையாளர்கள் தங்களுடைய வாழ்க்கையையே

மாற்றிய புத்தகங்களைப் பட்டியலிடுகிறார்கள், வாசிப்பின் முக்கியத்துவத்தை, தேவையை வலியுறுத்துகிறார்கள்.

இன்றைக்கும், பில் கேட்ஸ், மார்க் ஜக்கர்பெர்க் உள்ளிட்ட பெரிய தொழிலதிபர்கள், தொழில்நுட்பப் புலிகளெல்லாம் புத்தக வாசிப்பைப்பற்றித் தொடர்ந்து பேசுகிறார்கள்; தாங்கள் வாசித்த புத்தகங்களைப்பற்றி எழுதுகிறார்கள்; நிறைய வாசிப்பதால் மனம் வளமாகும், சிந்தனை விரிவடையும், நம்முடைய பணிகள் மேம்படும் என்று திரும்பத்திரும்ப வலியுறுத்துகிறார்கள்.

வெவ்வேறு காலகட்டத்தில், சூழ்நிலைகளில், நிலப்பரப்புகளில், மொழிகளில் எழுதப்பட்ட நூல்களை வாசிக்கும்போது, மனத்தளவில் நாம் அந்தந்த இடங்களுக்கே சென்று திரும்புகிறோம். அவ்விதத்தில் நம்மை உலகக் குடிமக்களாக்குபவை நூல்கள்.

காந்தியடிகள் இந்தியாவில் பிறந்தவர், இந்தியச் சூழலில் வளர்ந்தவர், ஆனால், அவருடைய வாசிப்பு இந்திய நூல்களுடன் நின்றுவிடவில்லை, மேற்கத்தியச் சிந்தனையாளர்கள் பலரை வாசித்து, அவற்றைப்பற்றிச் சிந்தித்து, சிறந்தவற்றை எடுத்துக்கொண்டார், அவற்றை இந்தியச் சூழலுடன் இணைத்துத் தன்னுடைய சிந்தனையாக்கத்தை உருவாக்கினார். உலகப் பிரச்னைகள் பலவற்றுக்கும் தீர்வாக இருந்திருக்கிற, இப்போதும் இருக்கிற 'காந்தியம்' என்பது, காந்தியடிகளுடைய ஆழமான வாசிப்பு, சிந்தனையின் கனி.

உலகை நல்லவிதமாக மாற்ற விரும்பிய அனைவரும் பேச்சு, எழுத்தைதான் தங்களுடைய முதல் கருவிகளாகக் கொண்டிருக்கிறார்கள். அந்தச் சிந்தனையாளர்கள், சீர்திருத்தவாதிகளுடைய நூல்களை இன்றைக்கு வாசித்தாலும், அவர்கள் நம்முடன் நேரடியாகப் பேசுவதுபோல் உணரலாம்.

'அட, அதெல்லாம் எனக்கு வேண்டாம், சிறிதுநேரம் மற்ற அழுத்தங்கள், கவலைகளை மறக்கவேண்டும், அது போதும்' என்று சொல்கிறவர்களுக்கும் நூல்கள் கைகொடுக்கின்றன. கதை, கவிதைகள், கட்டுரைகள், நகைச்சுவை என்று தொடங்கி, வரலாற்று, அறிவியல் ஆய்வுநூல்கள்வரை அவரவருடைய

விருப்பத்துக்கேற்ற நூல்களைத் தேர்ந்தெடுத்துப் படிக்கலாம், எந்தத் திசையில் சென்றாலும் ஆழமும் விரிவும் இனிமையும் இங்குண்டு.

நூல்களின் கட்டமைப்பு நம்முடைய சிந்தனையை ஒழுங்குபடுத்துகிறது, அவற்றில் பேசப்படும் விஷயங்கள் நம்முடைய அறிவைத் தொடர்ந்து வளர்க்கின்றன, அவற்றின் விரிவும் புதுமையும் நம்முடைய கற்பனையை, அதாவது, புதிய தீர்வுகளைக் கண்டறிகிற திறனைப் பெருக்குகிறது, அவற்றிலுள்ள வளமையும் செழுமையும் நம்முடைய மூளையை, கவனத்தைக் கூர்மையாக்குகிறது. இதனால், வாசிப்புப் பழக்கமுள்ள ஒருவர் அன்றாடப் பிரச்னைகளைத் தெளிவாகச் சந்தித்துத் தரவுகள், தீர்வுகளை ஆராய்ந்து, எடைபோட்டுத் தீர்மானமெடுக்கிறார்; பிறருக்கு எதையேனும் தெரிவிக்கும்போது, அவருடைய தகவல்தொடர்பு நேரடியாகவும் செயல்திறனோடும் இருக்கிறது.

புத்தகங்களை வாசிப்பதால் என்ன பலன் என்று கேட்டால், இவற்றையெல்லாம் சொல்லலாம், இன்னும் நிறைய விஷயங்களைச் சொல்லலாம், ஆனால், இதெல்லாம் நீங்கள் வாசகராகும்வரைதான்; வாசிக்க ஆரம்பித்துவிட்டீர்களென்றால், புத்தகங்களை வாசிப்பதன் பெரிய பலன், வாசிப்பதுதான் என்று சொல்லிவிட்டு அடுத்த புத்தகத்தை எடுத்துப் புரட்டத்தொடங்கிவிடுவீர்கள்!

(செப்டம்பர் 2019)

13. அறிவைப் பெருக்குதல்

ஒருவர் கடைக்குச் செல்கிறார்; ஆயிரம் ரூபாய்க்குச் சில பொருட்களை வாங்குகிறார்; பணம் தந்துவிட்டு அந்தப் பொருட்களைத் தூக்கிக்கொண்டு வெளியேறுகிறார்.

சில நிமிடங்களுக்குப்பிறகு, இன்னொருவர் அதே கடைக்குச் செல்கிறார்; அதே ஆயிரம் ரூபாய்க்கு வேறு சில பொருட்களை வாங்குகிறார்; பணம் செலுத்தியபின், 'உங்களிடம் ஐந்நூறு ரூபாய்க்குமேல் பொருட்களை வாங்கினால், அந்தப் பொருட்களை எங்கள் வீட்டுக்கே வந்து *Home Delivery*யாகத் தருவீர்கள் என்று வெளியில் ஒரு விளம்பரம் பார்த்தேன், அந்த வசதியைப் பயன்படுத்திக்கொள்ள விரும்புகிறேன்' என்கிறார்.

'நிச்சயமாக' என்கிறார் காசாளர். 'இந்தத் தாளில் உங்களுடைய முகவரியை எழுதுங்கள், நான்கு மணிநேரத்துக்குள் உங்கள் பொருட்கள் வீட்டுக்கே வந்துவிடும்.'

'நல்லது' என்று முகவரியை எழுதுகிறார் அவர். கையை வீசிக்கொண்டு அந்தக் கடையிலிருந்து வெளியேறுகிறார்.

இங்கு நாம் பார்த்த இருவரும் கிட்டத்தட்ட ஒரே வயது, ஒரே சமூக நிலை, ஒரேமாதிரியான அறிவுத்திறன் கொண்டவர்கள்.

அந்தக் கடையில் ஒரேமாதிரியான பொருட்களைத்தான் வாங்கியிருக்கிறார்கள். ஆனால், அவர்களில் ஒருவர்மட்டும் *'Home Delivery'* என்கிற வசதியைப் பயன்படுத்திக்கொள்கிறார், இன்னொருவர் சிரமப்பட்டுப் பொருட்களைச் சுமந்துசெல்கிறார். ஏனெனில், அவருக்கு அந்த வசதியைப்பற்றித் தெரிந்திருக்கவில்லை; அதை அறிவித்த விளம்பரத்தை அவர் கவனித்திருக்கவில்லை; அல்லது, பொருட்படுத்தவில்லை.

அன்றாட வாழ்க்கையில் நாம் பல விஷயங்களை வாசிக்கிறோம், கவனிக்கிறோம், நினைவில் வைத்துக்கொள்கிறோம், அல்லது, மறந்துவிடுகிறோம். அதனால் நமக்குப் பல நேரடியான, மறைமுகமான பலன்கள், இழப்புகள் இருக்கலாம். இதையெல்லாம் நாம் உட்கார்ந்து சிந்திப்பதில்லையென்றாலும், அவை நம்மில், நம்மைச்சுற்றியிருக்கிற சமூகத்தில் பலவிதமான மாற்றங்களைத் தொடர்ந்து உண்டாக்கிக்கொண்டிருக்கின்றன.

கணிதமும் அறிவியலும் நம்முடைய வாழ்க்கையில் ஒரு நேரடித் தாக்கத்தை உண்டாக்குகின்றன. அவற்றை நாள்தோறும் பயன்படுத்துகிற சூழல் உள்ளது. ஆகவே, மக்கள் அவற்றைக் கற்பதில் ஆர்வம் காட்டுகிறார்கள். அதனுடன் ஒப்பிடும்போது மொழிப்பாடங்களும், சமூக அறிவியலும், கலைசார்ந்த பயிற்சிகளும் இரண்டாந்தரமாகவே நினைக்கப்படுகின்றன, மற்றதைப் படித்தபின் நேரமிருந்தால் இவற்றைக் கவனிக்கலாம் என்கிறார்கள் மக்கள்.

பள்ளியில் நாம் வரலாற்றை வாசிக்கிறோம். எங்கோ எப்போதோ நடந்த விஷயங்களை இப்போது படிப்பதால் என்ன பயன் என்று எரிச்சலுடன் கேள்வி எழுப்புகிறார்கள் சிலர். நாம் கடந்துவந்த பாதையைத் தெரிந்துகொள்வதன்மூலம் அந்தப் பாடங்களை வருங்காலத்தில் பயன்படுத்தலாம், அதே தவற்றைத் திரும்பச் செய்யாமலிருக்கலாம், புதிய சூழ்நிலைகளுக்கு எப்படி எதிர்வினையாற்றுவது என்கிற பாடத்தைப் பழைய மனிதர்களிடமிருந்து கற்கலாம்.

எடுத்துக்காட்டாக, சுதந்திரப் போராட்டக் காலகட்டத்தைப்பற்றிப் படிக்கும்போது, வன்முறையற்றவழியில் பிரச்னைகளுக்குத் தீர்வு

காண்பது எப்படி என்று தெரிந்துகொள்ளலாம்; புவியியலில் உலகம் எப்படி உருவானது, எப்படிப்பட்ட நிலவகைகள் இருக்கின்றன, அங்குள்ள மனிதர்கள், உயிர்கள் எப்படிப்பட்ட வாழ்க்கையை வாழ்கிறார்கள் என்றெல்லாம் வாசிக்கும்போது, இந்த உலகின் தொன்மையை, பன்முகத்தன்மையை அறியலாம், இதில் நாம் எத்தனை சிறியவர்கள் என்று உணரலாம்.

பாடப்புத்தகங்களைத் தாண்டியும் ஓர் உலகம் உள்ளது. வெவ்வேறு ஊர்களில், மாநிலங்களில், நாடுகளில் வெவ்வேறு நிகழ்வுகள் தொடர்ந்து நடைபெற்றுக்கொண்டிருக்கின்றன. அவை ஊடகங்களின்வழியாக நமக்கு வந்துசேர்கின்றன. இவற்றையெல்லாம் தொடர்ந்து கவனித்து நினைவில் வைத்துக்கொள்வது பெரிய சவாலாக இருக்கிறது. 'இதையெல்லாம் தெரிந்துகொள்வதால் என்ன பயன்? நான் என்னுடைய வேலையைமட்டும் கவனித்தால் போதாதா?' என்கிறார்கள் பலர்.

உலகம் என்பது வேறு யாருமில்லை, நீங்களும் நானும்தான். அதில் எங்கோ நடைபெறுகிற விஷயங்கள் ஒவ்வொன்றும் ஏதோ ஒருவிதத்தில் நேரடியாகவோ மறைமுகமாகவோ நம்மையும் பாதிக்கப்போகின்றன. அதேபோல், நாம் செய்கிறவையும் மற்றவர்களைப் பாதிக்கப்போகின்றன. இதை உணரும்போது, நமக்கு ஒரு கூடுதல் பொறுப்புணர்வு ஏற்படவேண்டும்.

உங்களிடம் யாராவது நூறு ரூபாயைக் கொடுத்து, 'விருப்பம்போல் செலவுசெய்துகொள்' என்று சொன்னால், நீங்கள் மகிழ்ச்சியாகக் கடைக்கு ஓடலாம், வேண்டியதை வாங்கிக்கொள்ளலாம்.

மாறாக, உங்களுடைய பள்ளியின் ஆண்டுவிழாவுக்கான நிதியை உங்களிடம் ஒப்படைத்து, 'இந்தத் தொகையைக்கொண்டு ஆண்டுதோறும் இந்த விழாவைச் சிறப்பாக நடத்துங்கள்' என்று சொன்னால்? விழா முறையாக நடைபெறவேண்டும், அதில் பங்கேற்கிறவர்கள், பார்க்கவருகிறவர்கள் மனம் மகிழவேண்டும், அதற்கான பொறுப்பு உங்களிடம் ஒப்படைக்கப்பட்டிருக்கிறது என்பதை உணர்ந்து கவனத்துடன் செயல்படுவீர்களல்லவா?

ஒவ்வொரு ரூபாயையும் சிந்தித்துச் செலவழிப்பீர்களல்லவா? கூடுதல் நிதி திரட்டுவதற்கான வழிகளை யோசிப்பீர்களல்லவா?

இவ்வுலகும் அப்படித்தான் உங்களிடம் ஒப்படைக்கப் பட்டிருக்கிறது. அதை நன்கு பராமரித்து அடுத்த தலைமுறையிடம் வழங்குவதற்கான நிதிதான் அறிவு. அதைச் சரியானமுறையில் பெருக்கிப் பயன்படுத்தினால்தான் நீங்கள் ஒரு நல்ல உலகக் குடிமகன்/குடிமகள் என்று பொருள்!

ஆகவே, மனத்தை, இதயத்தை, மூளையைத் திறந்துவைத்துக் கொள்ளுங்கள். அறிவை ஆசையோடு பருகுங்கள். ஆக்ஸிஜன் போல் அதுவும் நம்மை வாழவைக்கும் உயிர்ப்பொருள்தான்!

(செப்டம்பர் 2019)

14. இருபது வயதுக்குமேல் ஆனா, ஆவன்னா

புகழ்பெற்ற தமிழ் எழுத்தாளர் அவர். நூற்றுக்கும் மேற்பட்ட அருமையான நூல்களை எழுதியவர். பல்லாயிரக்கணக்கான ரசிகர்கள் அவருடைய நூல்களைத் தேடித்தேடிப் படித்த புகழையுடையவர்.

ஆனால், அவருக்கு இருபது வயதுவரை தமிழ் எழுதப்படிக்கத் தெரியாது என்றால் நம்புவீர்களா?

அவர் பெயர் வை.மு.கோதைநாயகி. சென்ற நூற்றாண்டின் தொடக்கத்தில் (1901) சென்னையிலுள்ள திருவல்லிக்கேணியில் பிறந்தவர். அவருடைய குடும்பத்தில் பலரும் கற்றறிந்த அறிஞர்கள். ஆனால், அன்றைய சமூகத்தில் பெண்களைப் படிக்கவைக்கும் வழக்கம் பரவலாக இல்லை. ஆகவே, கோதைநாயகிக்கு எழுதப்படிக்கத் தெரிந்துகொள்ளும் வாய்ப்பு அமையவில்லை.

ஐந்தரை வயதிலேயே கோதைநாயகிக்குத் திருமணமாகிவிட்டது. அதன்பிறகு, தன்னுடைய மாமியாரிடம் தெலுங்கு எழுதப்படிக்கக் கற்றுக்கொண்டார்.

சிறுவயதிலிருந்தே அவருக்குக் கதைசொல்வதில் ஆர்வம் அதிகம். வீட்டிலுள்ள சிறுவர்களுக்கும் மற்றவர்களுக்கும் விதவிதமான கதைகளை அவரே உருவாக்கிச் சொல்வார்.

இதைக் கேள்விப்பட்ட அவருடைய கணவர் வை.மு. பார்த்தசாரதிக்கு மகிழ்ச்சி. தன் மனைவியின் படைப்பாற்றலை ஊக்குவிப்பதற்காக அவரைப் பல நாடகங்களுக்கு அழைத்துச்சென்றார்.

ஏற்கெனவே கதைகளை உருவாக்குவதில் திறமைபெற்றிருந்த கோதைநாயகிக்கு இந்த நாடகங்கள் புதிய தூண்டுதலை வழங்கின. தானும் இதுபோல் ஒரு நாடகம் எழுதவேண்டும் என்று விரும்பினார்.

ஆனால், அவருக்குதான் தமிழ் எழுதப்படிக்கத் தெரியாதே. எப்படி நாடகம் எழுதுவார்?

கோதைநாயகியின் தோழி பட்டம்மாள் அவருக்கு உதவ முன்வந்தார். இவர் சொல்லச்சொல்ல அவர் எழுதினார். கோதைநாயகி எழுதிய அந்த முதல் நாடகத்தின் பெயர், 'இந்திரமோகனா'.

அடுத்து, கோதைநாயகிக்குப் புதினம் எழுதும் ஆர்வம் வந்தது. 'வைதேகி' என்ற பெயரில் அவர் எழுதிய அந்தப் புதினத்தை அன்றைய புகழ்பெற்ற நாவலாசிரியரான வடுவீர் துரைசாமி மிகவும் பாராட்டினார். தொடர்ந்து எழுதும்படி ஊக்குவித்தார்.

கோதைநாயகியின் புதினத்தை மக்களும் ஏற்றுக்கொண்டு ஆதரவளித்தார்கள். ஆகவே, இன்னும் நிறைய எழுதவேண்டும் என்கிற விருப்பம் கொண்டார் அவர்.

அதேநேரம், தமிழை எழுதப்படிக்கக் கற்றுக்கொண்டால்தான் தன்னால் இன்னும் சிறப்பாக எழுத இயலும் என்பதைக் கோதைநாயகி புரிந்துகொண்டார். ஆனா ஆவன்னாவில் தொடங்கி அவரே தன்னுடைய சொந்த முயற்சியால் தமிழைக் கற்றார், பழந்தமிழ் இலக்கியங்களையெல்லாம் வாசித்துப் புரிந்துகொண்டார், இதனால் அவருடைய படைப்புகள்

இன்னும் சிறப்பாகின, வாசகர்களும் தங்களுடைய பேராதரவை வழங்கினார்கள்.

ஆர்வம், படைப்பாற்றலோடு முயற்சியும் பயிற்சியும் சேரும்போது, மிகப்பெரிய சாதனைகளும் கைக்கெட்டும் என்பதற்குக் கோதைநாயகியின் எழுத்துலகம் ஒரு நல்ல எடுத்துக்காட்டு!

(ஜூலை 2019)

15. வட்டங்கள் விரியட்டும்

உங்களிடம் ஓர் அதிசயக் கிண்ணம் இருக்கிறது. அதைக்கொண்டு எப்போது வேண்டுமானாலும் யாருக்கு வேண்டுமானாலும் எவ்வளவு வேண்டுமானாலும் உணவளிக்கலாம். எடுக்க எடுக்கக் குறையாமல் உணவு வந்துகொண்டேயிருக்கும்.

அப்படியானால், அந்தக் கிண்ணத்தைக்கொண்டு நீங்கள் யாருக்கெல்லாம் உதவுவீர்கள்?

உங்கள் வீட்டுக்குமட்டுமா? தெருவுக்கெல்லாம் உதவுவீர்களா? ஊருக்கு? நாட்டுக்கு? உலகத்துக்கு?

அரிய கிண்ணம் கையிலிருக்கும்போது கிணற்றுத்தவளையைப் போல் ஏன் குறுகலாகச் சிந்திக்கவேண்டும்? ஒட்டுமொத்த மனிதகுலத்துக்கும், சின்னஞ்சிறிய உயிர்களுக்கும்கூட உதவலாமே, அதுதானே அறிவார்ந்த செயல்?

அப்படியொரு கிண்ணம் இவ்வுலகில் இல்லை. ஆனால், கிட்டத்தட்ட அதேபோன்ற ஓர் அரிய பொருள் நம் ஒவ்வொருவரிடமும் இருக்கிறது. அதை நாம் உலகம்முழுமைக்கும் பயன்படுத்தாமல் ஒரு சிறு வட்டத்துக்குள் ஒளித்துவைக்கிறோம். இது எப்பேர்ப்பட்ட முட்டாள்தனம்!

அந்த அரிய பொருள், நம்முடைய மனம்தான், நம்முடைய திறமைகள்தான், நம்முடைய அனுபவம்தான், அதைப் பயன்படுத்தி நாம் யாருக்கு நன்மைசெய்கிறோம் என்பதுதான் நாம் எந்த அளவு உயர்கிறோம் என்பதைக் காட்டுகிறது.

ஆங்கிலத்தில் இதனை *'Circle of Influence'* என்கிறார்கள், அதாவது, 'தாக்கம் உண்டாக்கும் வட்டம்'.

எடுத்துக்காட்டாக, பல்லாண்டுகளுக்குமுன்னால் ஒரு சிறு குடும்பத்தின் உறுப்பினராக இருந்தார் காந்தி. அப்போது அவரால் தன்னுடைய குடும்பத்துக்குமட்டும்தான் நன்மை செய்ய இயன்றது, அதாவது, தன்னுடைய குடும்பம் என்கின்ற சிறிய வட்டத்தில்மட்டும்தான் அவரால் நல்ல தாக்கங்களை உருவாக்க இயன்றது.

பின்னர் அவர் தென்னாப்பிரிக்காவுக்குச் சென்றார். அங்கிருந்த இந்தியர்கள்மத்தியில் தாக்கம் உண்டாக்கத்தொடங்கினார். அதாவது, முன்பைவிட அதிகப்பேரை அவரால் நன்முறையில் பாதிக்க இயன்றது.

அதன்பிறகு, அவர் இந்தியா திரும்பினார். முன்பு தென்னாப்பிரிக்காவிலிருந்த சில இந்தியர்களுடைய விடுதலைக்காகப் போராடிய அவர், இப்போது ஒட்டுமொத்த இந்தியர்களுக்காகவும் குரல் கொடுத்தார், அவர்கள்மத்தியில் தாக்கத்தை உருவாக்கினார். பின்னர் அது உலகம்முழுமைக்கும் உதவுகிற சேவையாக விரிவடைந்தது.

இந்த எடுத்துக்காட்டில் காந்தியின் *'Circle of Influence'* படிப்படியாக அதிகரித்துவருவதைப் பார்க்கிறோம். அதன்மூலம் அவருடைய சிந்தனைகள் இன்னும் அதிகப்பேருக்கு நன்மை செய்தன.

இதேபோல், சேவை மனப்பான்மையுள்ள ஒருவர் தன்னுடைய தெருவுக்காகப் பாடுபடுவதைவிட, ஊராட்சி உறுப்பினராகி மொத்த ஊருக்கும் பணிபுரியலாம், சட்டமன்ற உறுப்பினர், நாடாளுமன்ற உறுப்பினர், அமைச்சர் என்று படிப்படியாக முன்னேறலாம், ஒவ்வொருகட்டத்திலும் அவருடைய திறமைகள்

இன்னும் பலருக்கு உதவுகின்றன, அவருடைய *'Circle of Influence'* விரிவாகிறது.

நாம் ஒவ்வொருவரும் வெவ்வேறு துறைகளில், வெவ்வேறு இடங்களில் பணிபுரிகிறோம். சிலர் அலுவலகம் சென்று வேலைபார்க்கிறார்கள், சிலர் தொழிற்சாலைகளில் உழைக்கிறார்கள், சிலர் பள்ளி, கல்லூரியில் படிக்கிறார்கள், சிலர் வீட்டைச் சிறப்பாகக் கவனித்துக்கொள்கிறார்கள், இப்படிப் பணியின் தன்மையும் இடமும் மாறினாலும், எல்லாருக்கும் ஒரு *'Circle of Influence'* இருக்கிறது. அதற்குள் அவர்கள் நன்முறையில் செயல்பட்டுத் தங்கள் பணிகளைச் செய்கிறார்கள்.

அதேசமயம், நம்முடைய திறமைகள் இந்தச் சிறுவட்டத்துக்குமட்டும்தான் பயன்படவேண்டும் என்று எந்தக் கட்டாயமும் இல்லை. நம்மால் இன்னும் பெரிய வட்டத்தில் தாக்கத்தை உண்டாக்க இயலும் என்பதைப் புரிந்துகொண்டால், நாமே இன்னும் சிறந்த பணிகளைத் தேடிச்செய்யத் தொடங்குவோம், அப்போதுதான் நம் *'Circle of Influence'* விரிவடையும்.

எடுத்துக்காட்டாக, அருமையாகச் சமைக்கிற ஒருவர் தன்னுடைய வீட்டிலிருக்கும் எல்லாருக்கும் ருசியான, ஆரோக்கியமான உணவுவகைகளைச் செய்துதருவதில் மனநிறைவடைகிறார். அதுதான் அவருடைய *'Circle of Influence'*. இப்போது அவர் அந்த வட்டத்தை விரிவாக்கித் தன்னுடைய சிறந்த தயாரிப்புகளை இன்னும் பலருக்குக் கொண்டுசெல்லவேண்டும் என்று சிந்திக்கலாம். வீட்டிலிருந்தபடி உணவுப்பொருட்களைக் கடைகளுக்கு வழங்கத்தொடங்கலாம், அதில் நல்ல வரவேற்பைப் பெற்றபின், இதற்கென்று ஒரு தனி இடம் அமைத்து, சிலரை வேலைக்குச் சேர்த்து இன்னும் பெரிய அளவில் உணவுப்பொருட்களை விநியோகிக்கலாம், அங்கிருந்து படிப்படியாக வளர்ந்து நாடுமுழுவதும், உலகம்முழுவதும் அவருடைய உணவுப்பொருட்கள் சென்றுசேரலாம்.

இது ஏதோ கற்பனைக்கதையில்லை. உலகம்முழுக்க இப்படிச் சமையலறையிலிருந்து உருவான நிறுவனங்கள் உண்டு.

எடுத்துக்காட்டாக, ஏழு இல்லத்தரசிகள் வெறும் 80ரூபாய் முதலீட்டில் தங்களுடைய சமையல்திறமையைமட்டும் நம்பித் தொடங்கிய *Lijjat* அப்பளம் இப்போது 800கோடிரூபாய் விற்பனை கொண்ட பெருநிறுவனமாக விரிந்திருக்கிறது, நாற்பதாயிரம்பேருக்கு வேலை தருகிறது. அந்த ஏழு பெண்களுடைய *Circle of Influence* எப்படி அப்பளம்போல் விரிந்திருக்கிறது என்று யோசியுங்கள்!

ஆக, ஒவ்வொருவரும் தங்களுடைய *Circle of Influence*ஐ அறிந்திருக்கவேண்டும். அதை விரிவாக்குவதற்கான வழிகளைச் சிந்திக்கவேண்டும். அது எளிதாக இருக்கப்போவதில்லை என்பதையும் புரிந்துவைத்திருக்கவேண்டும், அந்த முயற்சியில் வரக்கூடிய தடைகளைத் தாண்டிச்செல்லும் மன உறுதியோடும் விடாமுயற்சியோடும் போராடினால், நம்முடைய மனமும் விரிவடையும், நம் திறமை, உழைப்பால் பலன்பெறும் வட்டமும் பெரிதாகும், அப்போது கிடைக்கும் மன நிறைவும் மிகப்பெரிதாக இருக்கும்!

(ஜூன் 2019)

16. உணவும் உள்ளுணர்வும்

'புதுசா ஒரு டயட் வந்திருக்காம்; பத்தே நாள்ல பிரமாதமான பலன் இருக்குமாம்.'

கூட்டமாக இருக்கும் ஏதாவது ஓர் இடத்தில் இந்தச் சொற்றொடரைச் சொல்லிப்பாருங்கள்; சுற்றியிருக்கிற பலருடைய முகங்கள் உடனே மலரும்; 'அது என்ன டயட்? கொஞ்சம் விவரமாச் சொல்லுங்களேன்' என்று உங்களிடம் விசாரிக்கத் தொடங்குவார்கள்.

இத்தனைக்கும், இவர்கள் எல்லாரும் ஏற்கெனவே பல டயட்களை முயன்றுபார்த்தவர்கள்; அவற்றிலெல்லாம் தொடக்கத்தில் கொஞ்சம் வெற்றியையும், அதன்பிறகு படுதோல்வியையும் கண்டவர்கள்; இழந்த எடையைத் திரும்பப்பெற்று இன்னும் குண்டானவர்கள்.

ஆனாலும், 'புதுசா ஒரு டயட்' என்றதும் இவர்கள் பரவசமாகிறார்கள்; அதைக் கற்றுக்கொள்ள ஆவலாக இருக்கிறார்கள். ஏன்?

உடல் இளைக்கவேண்டுமென்றால், டயட்தான் ஒரே வழி என்று இவர்கள் மனத்தில் அழுத்தமாகப் பதிவாகியிருக்கிறது. இந்த உணவுகளையெல்லாம் சாப்பிடலாம், இந்த உணவுகளையெல்லாம் சாப்பிடக்கூடாது என்கிற கட்டுப்பாடுகளின்மூலம்தான் தங்களால் மெலிய இயலும்

என்று உறுதியாக நம்புகிறார்கள். அதைச் சாத்தியமாக்கக்கூடிய டயட்டைத் தொடர்ந்து தேடிக்கொண்டே இருக்கிறார்கள். எத்தனை டயட்களில் தோல்வியடைந்தாலும், இன்னொரு டயட்டை இவர்கள் நாடுவது இதனால்தான்.

ஒவ்வொருமுறை டயட்டில் தோல்வியடையும்போதும், இவர்கள் தங்களையே நொந்துகொள்கிறார்கள். 'உன்னாலதான் எல்லாம்' என்று குற்றம் சாட்டிக்கொள்கிறார்கள். அதன்மூலம் இவர்களுடைய தன்னம்பிக்கை குறைகிறது; அழுத்தம் அதிகரிக்கிறது.

இதனால், 'டயட் மனநிலை' எனப்படும் உணவுக் கட்டுப்பாட்டுப் பழக்கங்களால் நன்மைகளைவிடத் தீமைகள்தான் அதிகம் என்கிறார்கள் சிலர். எதையெல்லாம் சாப்பிடலாம், எதையெல்லாம் சாப்பிடக்கூடாது என்கிற கட்டாயத்தின்மூலம் நம்மை நாமே துன்புறுத்திக்கொண்டிருக்கிறோம் என்பது இவர்களுடைய கருத்து.

அப்படியானால், இந்தப் பிரச்னைக்கு என்னதான் தீர்வு? டயட் இல்லாமல் எப்படி உடம்பைக் குறைக்கமுடியும்?

கிட்டத்தட்ட இருபத்தைந்தாண்டுகளுக்குமுன்னால், '*Intuitive Eating*' என்ற பெயரில் ஒரு புத்தகம் வெளியானது. எவலின் ட்ரிபோல், எலிஸ் ரீஷ் என்ற உணவியல் நிபுணர்கள் எழுதிய இந்தப் புத்தகம் பின்னர் ஓர் இயக்கமாகவே மாறிவிட்டது. இன்றைக்கு உலகெங்கும் பலப்பல '*Intutive Eating*' வல்லுநர்கள் இருக்கிறார்கள்; பல டயட்களை முயன்றுபார்த்து நொந்துபோனவர்களுக்கு ஆலோசனை வழங்கிக்கொண்டிருக்கிறார்கள்.

Intuitive Eating, அதாவது, 'உள்ளுணர்வின் அடிப்படையிலான உண்ணல்' என்றால் என்ன?

முதலில், இதைச் சாப்பிடவேண்டும், அதைச் சாப்பிடக்கூடாது என்று உங்களுக்குச் சொல்வதற்கு மற்றவர்கள் யார்? இது உங்களுடைய உடம்பு, சாப்பிடப்போவது நீங்கள், அதை ஏற்றுக்கொள்ளப்போவதும் நீங்கள், உங்களுக்கு எது சரி, எது தவறு என்று அவர்களுக்கு எப்படித் தெரியும்?

ஆக, *Intuitive Eating*-ன் மையக் கொள்கை: உணவுக் கட்டுப்பாடுகளை விடுங்கள், உங்கள் உள்ளுணர்வு என்ன சொல்கிறதோ அதன்படி உண்ணுங்கள்.

ஐ, என்னுடைய உள்ளுணர்வு என்னை பாதாம் அல்வாவும் ஐஸ் க்ரீமும்தான் சாப்பிடச்சொல்கிறது. அது பரவாயில்லையா?

கவலையே வேண்டாம். உங்களுக்குப் பாதாம் அல்வாதான் வேண்டும் என்றால், அள்ளியள்ளிச் சாப்பிடுங்கள். யாரும் உங்களைக் கட்டுப்படுத்த இயலாது.

ஆனால், எத்தனை நாளைக்கு பாதாம் அல்வா சாப்பிடுவீர்கள்? ஒருகட்டத்தில் அது சலித்துப்போகுமல்லவா? வேறு ஏதாவது சாப்பிடவேண்டும் என்று நினைப்பீர்களல்லவா?

குறிப்பாக, இதுவரை நீங்கள் பின்பற்றிய டயட்களிலெல்லாம், 'பாதாம் அல்வாவைச் சாப்பிடக்கூடாது' என்று உறுதியாகக் கட்டளையிடப்பட்டபோது எத்தனை அழுத்தமாக உணர்ந்தீர்கள்! அந்த அழுத்தம் இப்போது போய்விடுமல்லவா? 'நான் எப்போது விரும்பினாலும் பாதாம் அல்வா சாப்பிடலாம்' என்ற எண்ணம் உங்களுக்குச் சுதந்தரத்தைக் கொடுக்குமல்லவா? அந்தச் சுதந்தரவுணர்வு கிடைத்தபிறகு, பாதாம் அல்வாவை அள்ளியள்ளிச் சாப்பிடவும் மாட்டீர்கள், முற்றிலுமாக ஒதுக்கவும் மாட்டீர்கள், கொஞ்சம்கொஞ்சமாக நீங்களே உங்கள் உடலுக்கேற்ற உணவைத் தேர்ந்தெடுத்து உண்ணத்தொடங்கிவிடுவீர்கள், இதுதான் *Intuitive Eating*கின் அடிப்படை.

சுருக்கமாகச் சொன்னால், 'இதைச் சாப்பிடு', 'அதைச் சாப்பிடாதே' என்று பிறர், அதாவது, விதவிதமான டயட்களை உருவாக்கிய மற்றவர்கள் உங்களுக்குச் சொல்லமாட்டார்கள்; மாறாக, உங்கள் உள்ளுணர்வே உங்களுக்கு ஏற்ற உணவு எது, உங்களுக்குப் பொருந்தாத உணவு எது என்பதைச் சுட்டிக்காட்டும்; என்றைக்காவது மோசமான ஓர் உணவை உண்டுவிட்டால் குற்றவுணர்ச்சியில் வருந்தமாட்டீர்கள்; 'அன்றைக்கு எனக்கு அது தேவைப்பட்டது; மகிழ்ச்சியாக உண்டேன்; அதனால் என்ன?' என்று தாண்டிவந்துவிடுவீர்கள்.

Intuitive Eating என்பது ஒருவரை இளைக்கச்செய்யலாம், பருமனாக்கலாம், அல்லது, அவர் அதே எடையில் தொடர்ந்து நீடிக்கலாம், அதேசமயம், அவருடைய மன அழுத்தம் குறையும், மகிழ்ச்சி அதிகரிக்கும், தான் சரி என்று நினைப்பவற்றை உண்டு ஆரோக்கியமாக வாழ்வார் என்கிறார்கள் இதனை முன்னிறுத்தும் வல்லுநர்கள். 'இஷ்டம்போல் உண்ணுவதற்கான லைசன்ஸ்' என்று இதை நினைக்காமல், பொறுப்போடும் உண்மையாகவும் பின்பற்றினால் உடல், மன நலன் மேம்படும் என்று உறுதியாகச் சொல்கிறார்கள்.

உள்ளுணர்வின் பேச்சைக்கேட்டு உண்ணலாம் என்று விரும்புகிறவர்கள், அதற்கான இந்தப் பத்து கொள்கைகளை அசைபோடலாம். இவை அனைத்துமே முக்கியமானவை. இவற்றில் எதை நிராகரித்தாலும் நீங்கள் *Intuitive Eating*கைப் பின்பற்றவில்லை என்று பொருள்:

1. டயட் மனநிலையை நிராகரித்துவிடுங்கள்; உணவுக் கட்டுப்பாட்டின்மூலம் மாயம் நடக்கும் என்று மனத்தின் மூலையில் துளி எதிர்பார்ப்பையும் வளர்த்துக்கொள்ளாதீர்கள்

2. பசியை மதியுங்கள்; பசிக்கும்போது, உங்களுக்கு ஆற்றலை வழங்கக்கூடிய உணவைப் போதுமான அளவு உண்ணுங்கள்; இதன்மூலம் தேவையற்ற உண்ணல் குறையும்

3. உணவோடு சண்டை வேண்டாம்; எது பிடித்திருக்கிறதோ அதை விரும்பும் அளவு உண்ணுங்கள்; அநாவசியக் கட்டுப்பாடுகள் தரும் அழுத்தத்தைவிட இது உங்களுக்கு நல்லது

4. இதைச் சாப்பிடுவது நல்லது; அதைச் சாப்பிடுவது கெட்டது என்பதுபோன்ற எண்ணங்களை விடுங்கள்; விரும்பியதை உண்பது சட்டவிரோதமில்லை!

5. வயிறு நிறைந்துவிட்டது என்று உங்கள் உடல் உங்களுக்குச் சொல்லும்போது, சாப்பிடுவதை நிறுத்திவிடுங்கள். அந்த சிக்னல் சரியாகக் கேட்காவிட்டால், உண்ணும்போது அவ்வப்போது உங்களை நீங்களே கவனிக்கத்தொடங்குங்கள்,

‘நான் போதுமான அளவு உண்டுவிட்டேனா? வயிறு நிறைந்துவிட்டதா? இல்லையா?’

6. உணவுக் கட்டுப்பாடுகளால் சாப்பாட்டை ரசித்து உண்டு மன நிறைவடையும் பழக்கமே மறைந்துவிட்டது. உணவை உண்மையாக ரசியுங்கள்; அனுபவித்துக் கொண்டாடுங்கள்; அதனால் கிடைக்கும் மன நிறைவை அனுபவியுங்கள்; இதன்மூலம் நீங்கள் உண்ணும் அளவு தானே குறையும்

7. ஏதாவது பிரச்னை, மன அழுத்தம் என்றால் உடனே உணவை அள்ளியள்ளி உண்கிறவர்கள் இருக்கிறார்கள்; அந்தப் பழக்கத்தை நிறுத்துங்கள்; உண்ணுவதால் உங்கள் பிரச்னைகள் தீரப்போவதில்லை; அவற்றைத் தீர்ப்பதற்கு வேறு வழிகளைக் கண்டறியுங்கள்

8. உங்கள் உடல் தோற்றத்தை மதியுங்கள், ‘நான் இன்னும் ஒல்லியாகவேண்டும்’, ‘குண்டாகவேண்டும்’, ‘உயரமாகவேண்டும்’, ‘வெள்ளையாகவேண்டும்’, ‘அழகாகவேண்டும்’ என்றெல்லாம் எதிர்பார்ப்புகளை வளர்த்துக்கொள்ளாதீர்கள், உங்களை நீங்களாகவே ரசியுங்கள், தன்னம்பிக்கையோடு இருங்கள்

9. உடற்பயிற்சியில் ஈடுபடுங்கள், அது இயலாவிட்டால், சுறுசுறுப்பாக நடக்கலாம், ஓடியாடி வேலைசெய்யலாம், இவையெல்லாம் உங்கள் உடலை வருத்திக் கலோரிகளைக் கரைப்பதற்காக இல்லை; உடற்பயிற்சியால் கிடைக்கும் ஆற்றல், புத்துணர்ச்சிக்காக! அந்த உணர்ச்சியை அனுபவியுங்கள்

10. உங்கள் உடல்நலனில் கவனம் செலுத்துங்கள்; ஒருநாள் பிட்சா உண்பதால் உலகம் தலைகீழாகிவிடப்போவதில்லை; அதேசமயம், பல நாட்கள், பல ஆண்டுகள் தொடர்ச்சியாக நீங்கள் எதை உண்கிறீர்கள் என்பதுதான் உங்கள் ஆரோக்கியத்தைத் தீர்மானிக்கும்; இதில் கச்சிதத்தைவிட முன்னேற்றம்தான் முக்கியம்

(மே 2019)

17. சில இளைஞர் கதைகள்

இளமைப்பருவம் வாழ்க்கையில் மிக முக்கியமானது. உடல்மட்டுமில்லை, மனமும் அந்தக் காலகட்டத்தில்தான் பெருமளவு வளர்கிறது, முதிர்ச்சியடைகிறது. அந்த நேரத்தில் நாம் சந்திக்கிற அனுபவங்கள்தான் நம்முடைய வெற்றிக்கு அடித்தளங்களாக அமைகின்றன.

இதற்குச் சான்றாக, உலகெங்கிலுமிருந்து சில ‘இளைஞர்களின்’ கதைகள், இதோ. இவர்கள் ஒவ்வொருவரும் அவரவர் துறையில் பெரிய வெற்றியடைந்தவர்கள். அந்த வெற்றிக்கு அவர்களுடைய இளமைப்பருவம் எப்படிப்பட்ட அடிப்படையைத் தந்தது என்று பார்ப்போம், கற்றுக்கொள்வோம்:

1. இங்கிலாந்து

அந்த இளைஞருக்கு நாடகம் எழுத ஆசை. ஆனால், அதற்கான கதையை எப்படி உருவாக்குவது என்று தெரியவில்லை.

இன்னொருவருக்குக் கதை எழுதத்தெரியும். ஆனால், நாடக வசனங்களெல்லாம் எழுதவராது.

அவர்கள் இருவரும் கூட்டணி அமைத்தார்கள். ஒரு நாடகம் எழுதத்தொடங்கினார்கள்.

ஆனால், அந்தக் கூட்டணி சில காரணங்களால் தொடரவில்லை. அந்த நாடகம் பாதியிலேயே நின்றுவிட்டது.

அதன்பிறகு, அந்த இளைஞர் வேறு வேலைகளில் மும்முரமாகிவிட்டார். அந்த நாடகத்தை முற்றிலும் மறந்துவிட்டார்.

ஏழு வருடங்களுக்குப்பிறகு, லண்டனில் ஒரு புதிய நாடக நிறுவனம் தொடங்கப்பட்டது. அவர்கள் இந்த இளைஞரை அணுகி, 'எங்களுக்கு ஒரு நாடகம் எழுதித்தர இயலுமா?' என்று கேட்டார்கள்.

'நாடகமா?' என்று யோசித்தார் அவர். பல ஆண்டுகளுக்குமுன் தான் எழுதிய நாடகம் நினைவுக்கு வந்தது. அதை மீண்டும் எடுத்துப் படித்துப்பார்த்தார், 'பரவாயில்லை, எழுதினவரைக்கும் நல்லாதானே இருக்கு!' என்று தோன்றியது.

உடனே, மீண்டும் நாடகம் எழுத உட்கார்ந்தார் அவர். விறுவிறுவென்று அந்த நாடகத்தை எழுதி முடித்து அரங்கேற்றி விட்டார். மக்கள் அதைப் பிரமாதமாக வரவேற்று சூப்பர் ஹிட் ஆக்கினார்கள்.

இந்த வெற்றி, அவரை மிகப் பிரபலமான நாடக ஆசிரியராக ஆக்கியது. உலகின் தலைசிறந்த நாடக எழுத்தாளர்களில் ஒருவராக உயர்த்தியது.

உண்மையான உழைப்புக்கு உடனடியாகப் பலன் கிடைக்காவிட்டாலும், காலம் நிச்சயமாக அதைக் கௌரவிக்கும் என்ற உண்மையைப் புரியவைக்கும் அந்தப் புகழ்பெற்ற நாடக ஆசிரியர், பெர்னார்ட் ஷா.

2. அமெரிக்கா

அந்தச் சிறுவன் டென்னிஸில் பிரமாதமான திறமைசாலி. அவனுடைய விளையாட்டைப்பார்த்த எல்லாரும் அசந்துபோய்ப் பாராட்டினார்கள்.

சும்மாவா? சிறுவயதிலிருந்து அவனுடைய தந்தை அவனுக்குத் தொடர்ந்த பயிற்சி கொடுத்துத் தயார்செய்திருக்கிறார்.

அவனுக்குள் இயல்பாக இருந்த திறமையை இன்னும் மெருகேற்றியிருக்கிறார்.

பின்னர், அவன் ஒரு முறையான டென்னிஸ் பயிற்சியாளரிடம் சேர்ந்தான். இன்னும் நுணுக்கமான விஷயங்களைக் கற்றுக்கொள்ளத் தொடங்கினான். வெற்றிகளைக் குவித்தான்.

ஆனால், யாருக்கும் தெரியாத ரகசியம், அவனுக்கு டென்னிஸ் விளையாட்டில் எந்த ஆர்வமும் இல்லை. முன்பு தந்தையின் கண்டிப்புக்காகவும் இப்போது பயிற்சியாளருடைய கட்டுப்பாட்டுக்காகவும்தான் விளையாடிக்கொண்டிருந்தான்.

சில நாள் கழித்து, அவனுக்கும் அந்தப் பயிற்சியாளருக்கும் ஏதோ சண்டை. கோபித்துக்கொண்டு வெளியே வந்துவிட்டான்.

அடுத்து என்ன செய்வது?

கையில் டென்னிஸ் திறமை இருக்கிறதே. அதைப் பயன்படுத்திச் சம்பாதித்தால் என்ன?

முதன்முறையாக, யாருடைய கட்டுப்பாடும் இல்லாமல் தானே விரும்பி டென்னிஸ் விளையாடத் தொடங்கினான் அவன். முன்பைவிடப் பலமடங்கு சிறப்பாகத் தன் திறமையை வெளிப்படுத்தினான், இன்னும் பெரிய வெற்றிகள் அவனைத் தேடி வந்தன, உலகின் நம்பர் 1 டென்னிஸ் வீரர் என்கிற புகழும் பணமும் குவிந்தது, முக்கியமாக, விரும்பி விளையாடுவதால் மனமெல்லாம் மகிழ்ச்சி நிறைந்திருந்தது.

ஆந்த்ரே அகாஸியின் இளமைப்பருவம் நமக்குச் சொல்கிற பாடம், அடுத்தவர்களுக்காக இல்லை, நமக்காக ஒன்றில் ஈடுபடவேண்டும், அதனால் கிடைக்கும் வெற்றியும் நிறைவும் பலமடங்கு பெரிதாக இருக்கும்!

3. கனடா

அந்த இளம் வழக்கறிஞரிடம் எல்லாம் இருந்தன: பணம், புகழ், கௌரவமான வேலை, சமூகத்தில் மதிப்பு... ஒன்றே ஒன்றுமட்டும் இல்லை, மன நிம்மதி.

ஏனோ, தான் செய்கிற வேலையின்மீது அவருக்கு ஆர்வம் போய்விட்டது. வேறு ஏதோ செய்யவேண்டும் என்று நினைத்தார். ஆனால், அது என்ன என்பதுதான் புரியவில்லை.

அப்போது, அவர் எதேச்சையாகப் பல தத்துவ நூல்களை வாசித்தார். அவற்றினால் இன்னும் பல கேள்விகள் அவருக்குள் எழுந்தன. அந்தக் கேள்விகளுக்கான பதில்களைச் சிந்தித்தார், இவற்றை உலகத்துக்குச் சொல்லவேண்டும் என்று துடித்தார்.

ஒருநாள், அவர் ஓர் உறுதியான தீர்மானத்துக்கு வந்துவிட்டார், 'இனி நான் வழக்கறிஞர் தொழிலில் ஈடுபடப்போவதில்லை; எழுத்தாளனாகப்போகிறேன்!'

இதைக்கேட்ட எல்லாரும் சிரித்தார்கள். பணம் கொழிக்கிற தொழிலை விட்டுவிட்டு எழுதப்போவதாவது, என்ன வேடிக்கை இது? அப்படியே எழுதினாலும், இவரைப்போன்ற புதிய எழுத்தாளர்களுடைய புத்தகங்களை யார் வாங்குவார்கள்? யார் வாசிப்பார்கள்?

இதற்கெல்லாம் அவரிடமும் பதில் இல்லை. ஆனால், எழுதவேண்டும் என்ற உறுதிமட்டும் இருந்தது. முழுநேரமாக எழுத உட்கார்ந்துவிட்டார்.

சுற்றியிருந்தவர்கள் அஞ்சியதுபோலவே, அவருடைய புத்தகங்களை யாரும் வாங்கவில்லை. பதிப்பாளர்கள் வரிசையாக அவரை நிராகரித்தார்கள். அவர் விரும்பியதுபோல் அவருடைய சிந்தனைகள் உலகுக்குச் சென்றுசேரவில்லை.

ஆனாலும், அவர் நம்பிக்கையை இழக்கவில்லை. தொடர்ந்து எழுதிக்கொண்டிருந்தார், தொடர்ந்து கதவுகளைத் தட்டிக்கொண்டிருந்தார், காலப்போக்கில் அவை திறந்துகொண்டன, வாசகர்கள் அவரை விரும்பி ஏற்றுக்கொண்டார்கள், இன்றைக்கு அவர் உலகின் நம்பர் 1 எழுத்தாளர்களில் ஒருவர்!

மனம் சொல்வதைக் கேட்டால் மகிழ்ச்சியும் உண்டு, வெற்றியும் உண்டு, நம்மால் உலகுக்குப் பயனும் உண்டு என்று சொல்லும்

இந்த இளம்பருவ நிகழ்வு, எழுத்தாளர் ராபின் ஷர்மாவின் வாழ்க்கைக்கதை.

4. கென்யா

ஒருவர் வெளிநாட்டுக்குச் சென்று படிக்கிறார். மீண்டும் தன்னுடைய சொந்த ஊருக்குத் திரும்புகிறார். இந்தச் சில ஆண்டுகளில் தன் ஊர் மிகவும் மாறியிருக்கிறதே என்று திகைக்கிறார். இதெல்லாம் எல்லாருக்கும் நடக்கிற நிகழ்வுதான்.

ஆனால், அமெரிக்கா சென்று திரும்பிய அந்தப் பெண் சந்தித்த திகைப்பு சாதாரணமானதில்லை. அவர் இளவயதில் அனுபவித்து மகிழ்ந்த இயற்கை அழகெல்லாம் காணாமல்போயிருந்தது. தங்களிடம் இருப்பதைக்கொண்டு மகிழ்ச்சியாக வாழ்ந்துவந்த மக்கள் இப்போது வறுமைக்குத் தள்ளப்பட்டிருந்தார்கள்.

சில ஆண்டுகளுக்குள் இத்தனை பெரிய மாற்றங்களா, இது எப்படி நிகழ்ந்தது என்று சிந்தித்தார் அந்தப் பெண். விடையைக் கண்டறிந்தார்: மரங்கள் கண்டபடி வெட்டி வீசப்பட்டிருக்கின்றன, இயற்கை அழகு சிதைக்கப்பட்டிருக்கிறது, அதுதான் மக்களுடைய வாழ்க்கையில் பிரதிபலித்திருக்கிறது.

இதைப்பற்றி அவர் விசாரித்தபோது, ஒவ்வொருவரும் வெவ்வேறு நபர்களைக் கை காட்டினார்கள். 'அரசாங்கம்தான் காரணம்' என்றார் ஒருவர், 'பெரிய நிறுவனங்கள்தான் காரணம்' என்றார் இன்னொருவர், 'வெளிநாட்டுக்காரர்கள்தான் காரணம்' என்றார் வேறொருவர்.

'யோசித்துப் பாருங்கள், இதில் நம் பங்கு எதுவும் இல்லையா?' என்று கேட்டார் அந்தப் பெண். மக்கள் சிந்திக்கத் தொடங்கினார்கள்.

'மரங்களை வெட்டியது போதும், இனி நாம் மரங்களை நடுவோம், அவற்றைப் பராமரித்து வளர்ப்போம், இதுதான் நம் கடமை' என்றார் அவர். இதற்காக அவர் தொடங்கிய பசுமை இயக்கம் நாடெங்கும் பெரிய மாற்றத்தைக் கொண்டுவந்தது, ஒரு சமூகத்தையே வறுமையிலிருந்து மீட்டு முன்னுக்குக்

கொண்டுவந்தது, இந்தச் சேவைக்காக நோபல் பரிசு அவரைத் தேடி வந்தது.

அந்த இளவயதில் வங்காரி மத்தாய்க்கு இருந்த முதிர்ச்சி, 'பிறரைக் குறை சொல்லவேண்டாம், நம்மால் இயன்றதைச் செய்வோம்' என்று சிந்திக்கவைத்தது. எல்லாருக்கும் பயன்படுகிற ஒரு வாழ்க்கையை வாழச்செய்தது.

5. ஜெர்மனி

அந்தச் சிறுவன் புத்திசாலிதான், ஆனால், அவனுடைய பள்ளியிலிருந்த ஆசிரியர்கள் யாருக்கும் அவனைப் பிடிக்கவில்லை.

காரணம், அவன் சொந்தமாகச் சிந்திக்க விரும்பினான். புத்தகங்களை அப்படியே மனப்பாடம் செய்து எழுதி மதிப்பெண் வாங்குவதுதான் அறிவு என்ற வழக்கத்தை அவனால் ஏற்றுக்கொள்ளமுடியவில்லை. ஏதேதோ கேள்விகளைக் கேட்டான், ஒவ்வொரு விஷயத்தைப்பற்றியும் இன்னும் ஆழமாகப் புரிந்துகொள்ளவேண்டும் என்று விரும்பினான்.

இப்படி அவன் வழக்கத்துக்கு மாறானவனாக இருந்ததால், ஆசிரியர்கள் எல்லாரும் அவன்மீது எரிந்துவிழுந்தார்கள். அவனுடைய தேர்வு மதிப்பெண்கள் மிக மோசமாக இருந்தன. 'நீ எங்கே உருப்படப்போறே?' என்று திட்டினார்கள்.

ஒருகட்டத்தில், அவன் அந்தப் பள்ளியிலிருந்தே வெளியேற வேண்டியதாகிவிட்டது. அதன்பிறகு, அவன் கற்றதெல்லாம் அனுபவப்பாடம்தான்.

அப்படிக் கற்றுக்கொண்ட விஷயங்களை வைத்து அவர் இன்னும் பலவற்றைக் கண்டறிந்தார். அவை அறிவியல் உலகத்தால் கொண்டாடப்பட்டன. உலக அளவில் மிகப்பெரிய விஞ்ஞானியாகப் புகழ்பெற்றார் அவர். ஒருகாலத்தில் அவரைக் கேலி செய்து இழிவுபடுத்திய பள்ளிக்கட்டடத்துக்கு அவருடைய பெயரே சூட்டப்பட்டது.

மற்றவர்களிடமிருந்து வேறுபட்டிருந்தார் என்கிற ஒரே காரணத்துக்காக எல்லாராலும் நிராகரிக்கப்பட்ட அந்த அறிஞர், இன்று உலகின் மிகச்சிறந்த அறிவாளிகளில் ஒருவராக மதிக்கப்படும் ஆல்பர்ட் ஐன்ஸ்டைன். பத்தோடு பதினொன்றாக இருப்பதைவிட, சுயத்துடன் சிந்திப்பதுதான் உண்மையான உயர்வு என்பதற்கான சான்று, அவருடைய வாழ்க்கை.

(ஏப்ரல் 2019)

18. உணர்வூட்டம்

கடந்த சில ஆண்டுகளாக, உலகெங்கும் ஓர் அறிவுப்புரட்சி நிகழ்ந்துகொண்டிருக்கிறது. தாங்கள் உண்ணும் உணவில் என்னவெல்லாம் இருக்கிறது, அதில் எதெல்லாம் உடலுக்கு நல்லது, எதெல்லாம் கெட்டது, எதைக் குறைக்கவேண்டும், எதை அதிகப்படுத்தவேண்டும், அப்படிச் செய்வதன்மூலம் என்ன நன்மைகள் என்று மக்கள் பலவிதமாகச் சிந்திக்கத்தொடங்கிவிட்டார்கள்.

அதற்காக எல்லாரும் நல்ல உணவுப்பொருட்களைச் சாப்பிடத்தொடங்கிவிட்டார்கள் என்று பொருளில்லை; ஆனால், இதுபற்றிய ஒரு விழிப்புணர்வு ஏற்பட்டிருக்கிறது; முழுமையாக இல்லாவிட்டாலும் ஓரளவேனும் மக்கள் நல்ல உணவை உண்ண விரும்புகிறார்கள்; அதன்மூலம் தங்களுக்கு என்ன பலன் என்பதை அறிந்திருக்கிறார்கள்; இதை மையமாகக்கொண்ட உரையாடல்கள் அதிகரித்திருக்கின்றன.

இதைப் புரிந்துகொண்ட அரசாங்கங்களும் நல அமைப்புகளும் இதுதொடர்பான பல விதிமுறைகளை அமல்படுத்தியிருக்கிறார்கள். எடுத்துக்காட்டாக, நாம் கடைகளில் வாங்கும் ஒவ்வோர் உணவுப்பொருளிலும் எத்தனை கலோரிகள் உள்ளன, என்னென்ன உட்பொருள்கள்,

எவ்வளவு புரதம், எவ்வளவு சர்க்கரை, யாரெல்லாம் இதைச் சாப்பிடக்கூடாது என்பதுபோன்ற விவரங்கள் பொடியெழுத்துகளில் அச்சிடப்படுகின்றன. அதைப் பார்த்துச் சரியான பொருட்களை வாங்கிச் சமைக்கிறவர்கள், சாப்பிடுகிறவர்கள் அதிகமாகிக்கொண்டிருக்கிறார்கள். இதன்மூலம் உலகின் ஒட்டுமொத்த ஆரோக்கியம் மேம்படும் என்கிறார்கள் நிபுணர்கள்.

ஆனால், ஆரோக்கியம் என்பது உணவில்மட்டும்தானா? ஊட்டச்சத்து என்பது உணவால்மட்டும்தான் கிடைக்கிறதா? உடலுக்கு நன்மைகளைச் செய்யக்கூடிய அருமையான உணவுவகைகளைத் தேர்ந்தெடுத்துச் சாப்பிடுகிற ஒருவர் நாள்முழுக்கப் பெரும் அழுத்தத்தில் இருந்தால் அவர் ஆரோக்கியமாக இருப்பாரா?... இதுபோன்ற கேள்விகளை அடிப்படையாக வைத்து ஒரு மெல்லிய, ஆனால் முக்கியமான குரல் கேட்கத்தொடங்கியிருக்கிறது.

அதாவது, உணவுசார்ந்த ஊட்டச்சத்தைப்போலவே *(Food Nutrition)*, உணர்வுசார்ந்த ஊட்டச்சத்தும் *(Emotional Nutrition)* முக்கியம் என்கிறார்கள் உளவியலாளர்கள். இந்த இரண்டும் சேர்ந்தால்தான் முழுமையான ஆரோக்கியம் சாத்தியப்படுமாம்.

அதென்ன உணர்வுசார்ந்த ஊட்டச்சத்து?

எப்படி நல்ல உணவுவகைகளைப் பார்த்துப்பார்த்துச் சாப்பிடுகிறோமோ, எப்படிக் கெடுதலான பொருட்களை ஒதுக்கிவைக்கிறோமோ, அதேபோல் நல்ல உணர்வுகளை அதிகம் அனுபவிக்கவேண்டும், தீய உணர்வுகளைக் குறைக்கவேண்டும்.

ஏனெனில், ஒரு நச்சுப்பொருளை உட்கொள்ளும்போது உடலுக்கு உடனடியாகவும் தொலைநோக்கிலும் பல பிரச்னைகள், நோய்கள் வருவதைப்போல, நச்சான உணர்வுகளை அனுபவிக்கும்போது மனம் பாதிப்படைகிறது, அதனால் உடலும் அழுத்தத்துக்குள்ளாகிறது, மன அழுத்தத்தால் உடல்சார்ந்த நோய்கள் வரும் வாய்ப்பு அதிகரிக்கிறது என்பதைப் பல ஆய்வுகள் ஐயத்துக்கிடமின்றி நிரூபித்துவிட்டன.

இப்போது நாம் ஒரு மளிகைக்கடையில் அல்லது சூப்பர்மார்க்கெட்டில் அல்லது உணவகத்தில் இருக்கிறோம் என்று வைத்துக்கொள்வோம்; நம்முன்னே உள்ள உணவுப்பொருட்களில் எதை வாங்குவது என்று தீர்மானிப்பதற்கு நாம் பல அளவுகோல்களை வைத்திருக்கிறோம்: இது நல்ல உணவுப்பண்டமா, சமீபத்தில் சமைத்ததா, அல்லது, கெட்டுப்போயிருக்கக்கூடுமா, சுகாதாரமானமுறையில் தயாரிக்கப்பட்டதா, நல்ல எண்ணெயில் சமைத்தார்களா, இதில் சேர்க்கப்பட்டுள்ள உட்பொருள்களால் உடனடியாக, தொலைநோக்கில் என்னென்ன நன்மைகள், தீமைகள், இன்றைக்கு நான் போதுமான அளவு சாப்பிட்டுவிட்டேனா, இதற்குமேல் சாப்பிட்டால் கெடுதல் வருமா, என்னுடைய உடல்தன்மைக்கு இந்த உணவுப்பொருள் பொருந்துமா... இப்படிப் பலவற்றை யோசித்துதான் ஓர் உணவுப்பொருளைச் சாப்பிடுகிறோம், அல்லது, நிராகரிக்கிறோம், அதற்குப் பதிலாக இன்னொரு நல்ல உணவுப்பொருளைத் தேர்ந்தெடுக்கிறோம்.

இந்தக் கேள்விகள் அனைத்தும், நம்முடைய உணர்வுகளுக்கும் பொருந்தும். எடுத்துக்காட்டாக, ஒருவர்மீது கோபப்படுவதற்கு முன்னால் அந்தக் கோபத்தினால் நமக்கு ஏற்படக்கூடிய உடனடி, தொலைநோக்கு விளைவுகளைச் சிந்திக்கலாம், இதே இடத்தில் கோபத்துக்குப் பதிலாக நாம் அவரை மன்னித்துவிட்டால் அதனால் வரக்கூடிய விளைவுகளை அதனுடன் ஒப்பிடலாம், கோபத்தைவிட மன்னிப்பும் புன்னகையும் சிறந்தவை என்று தீர்மானிக்கலாம்.

அதேபோல், புகழ்பெற்ற ஒருவரைப் பற்றிய வம்புச் செய்தியை, அல்லது எதிர்மறையான வதந்தியைப் பற்றிக் குறுகுறுப்போடு ஆராய்ந்து தெரிந்துகொள்வதைவிட, நாட்டில் எத்தனையோ நல்ல, நேர்விதமான விஷயங்கள் நடந்துகொண்டிருக்கின்றன, அவற்றைப்பற்றித் தெரிந்துகொள்ளலாம், 'மனிதர்கள் எப்பேர்ப்பட்ட சிறப்பான விஷயங்களைச் செய்கிறார்கள்' என்று பெருமிதப்படலாம். 'நாமும் இதுபோல் ஏதாவது செய்யவேண்டும்' என்று நம்பிக்கை பெறலாம்.

'இதெல்லாம் ஆகிற விஷயமா?' என்று சிரிக்கிறீர்களா? அழுக்கான சமையலறையில் ஏதோ கலப்பட எண்ணெயில் எப்போதோ சுட்ட உணவுப்பண்டத்தை வாயில் போடத் தயங்குகிறீர்களல்லவா? கிட்டத்தட்ட அதேபோன்ற (தீய) விளைவை உங்கள் உடலுக்கு உண்டாக்கக்கூடிய ஓர் உணர்வை ஒதுக்கிவிட்டு அதற்குப்பதில் ஒரு நல்ல உணர்வைத் தேர்ந்தெடுக்க ஏன் தயக்கம்?

குப்பை உணவுகளை அதிகம் உட்கொள்ளும் வாழ்க்கைமுறையால் மனிதர்களுக்கு எத்தனையோ பிரச்னைகள், நோய்கள் வருகின்றன. கிட்டத்தட்ட அதேபோன்ற பிரச்னைகள் குப்பை உணர்வுகளாலும் வரும், சொல்லப்போனால், உணவுகளைவிட உணர்வுகள் அதிக பாதிப்புகளை உண்டாக்கக்கூடும்.

ஆகவே, எதிர்மறை உணர்வுகளை, விஷயங்களைத் தேடிச்செல்லும் பழக்கத்தை நாம்தான் நிறுத்தவேண்டும். குப்பை உணவுகளை நிறுத்தினால்தான் வயிற்றில் நல்ல உணவுக்கு இடமிருக்கும், அதுபோல, குப்பை உணர்வுகளை நீக்கினால்தான் நல்ல உணர்வுகளை அனுபவிக்க இயலும்.

நல்ல உணர்வுகளால் இன்னொரு நன்மை, நம்முடைய உறவுகள் இதனால் மேம்படும். மனத்தில் அழுத்தம் குறையும், அதன்மூலம் நாம் செய்கிற பணியிலும் செயல்திறன் அதிகரிக்கும், படைப்பூக்கம் பெருகும்.

ஆகவே, ஒவ்வொரு நாளும் நல்ல உணவுப்பொருட்களைத் தேர்ந்தெடுத்துச் சாப்பிடுவதுபோல், நல்ல உணர்வுகளை அதிகம் அனுபவிக்கவேண்டும். எடுத்துக்காட்டாக:

★ அன்பு செலுத்துதல், பிறர்மீது மட்டுமில்லை, நம்மீது நாமே அன்பு செலுத்துவதும் முக்கியம்

★ பிறருடைய நல்ல குணங்களை, திறமைகளைக் கண்டு வியத்தல்

★ பிறருக்கு ஒரு நன்மையைச் செய்து அதனால் கிடைக்கும் மன நிறைவை அனுபவித்தல்

- ★ புதிய விஷயங்களைத் தேடிச்செல்லும் குறுகுறுப்பு, ஆர்வம், அதனால் கிடைக்கும் எதிர்பாராத உணர்வுகள்
- ★ பிறர் நமக்குச் செய்துள்ள விஷயங்களுக்காக, இந்த உலகை எண்ணி, இயற்கையை எண்ணி நன்றியுணர்வு
- ★ கலகலப்பு, சிரிப்பு
- ★ பிறர்மீது இரக்கம் காட்டுதல்
- ★ தன்னம்பிக்கை
- ★ மன நிறைவு (போதுமென்ற எண்ணம்)
- ★ ஒரு புத்தகம் அல்லது திரைப்படம் அல்லது இயற்கைச்சூழலை ரசித்து அனுபவித்தல்
- ★ நல்ல உணவைச் சுவைத்துச் சாப்பிடுதல்
- ★ இதமாகக் காற்றுவாங்கியபடி நடத்தல், சுற்றியுள்ளவர்களைக் கவனித்தல்

இப்படி நல்லுணர்வுகளின் பட்டியல் மிகப்பெரியது. இதற்கு நேரெதிராகப் பல தீய, எதிர்மறை உணர்வுகளையும் நாம் கவனித்துத் தவிர்க்கவேண்டும்: பொறாமை, கோபம், பேராசை, அழுத்தம், குற்றவுணர்ச்சி, எரிச்சல், ஆர்வமின்மை, அச்சம், பதற்றம்.

நம்மிடம் எந்த உணர்வுகள் அதிகம் வெளிப்படுகின்றன என்று எப்படித் தெரிந்துகொள்வது?

சிலர் நாள்தோறும் என்ன சாப்பிடுகிறோம் என்பதை ஆராய்வதற்காக 'டயட் டைரி' எழுதுவார்கள். அதைப்போல, 'உணர்வு டைரி' ஒன்றை எழுதலாம். காகிதத்தில் இல்லை, மனத்துக்குள்தான்.

அதாவது, நாள்முழுக்க நாம் அனுபவிக்கும் வலுவான உணர்வுகளையெல்லாம் ஆராயலாம்; அவை நேர்விதமானவையா எதிர்மறையானவையா என்று சிந்திக்கலாம்; எதிர்மறை உணர்வுகளைக் குறைக்கவும் நேர்வித உணர்வுகளை அதிகப்படுத்தவும் என்ன செய்யவேண்டும் என்று யோசிக்கலாம்.

உணவு என்பது ஒருவருடைய தனிப்பட்ட விஷயம்; ஆனால், உணர்வுகள் அப்படியில்லை. நம்மைச் சுற்றியுள்ளவர்களுடன் நாம் பழகப்பழக, அவர்களுடைய உணர்வுகள் (நல்லவையோ, தீயவையோ) நம்மைப் பாதிக்கின்றன.

எடுத்துக்காட்டாக, சிலர் எந்நேரமும் புலம்பிக்கொண்டிருப்பார்கள்; இவர்களுக்கு எத்தனை நன்மைகள் நடந்தாலும் மனநிறைவு ஏற்படாது; தங்களுடைய நிறைவின்மையை வெளிப்படையாகச் சொல்லிக்கொண்டிருப்பார்கள். இதைக் கேட்கிறவர்கள் உண்மையில் மன நிறைவோடு இருந்தாலும், இந்த உணர்வுகள் அவர்களுக்கும் தொற்றிக்கொள்ளும், நாளடைவில் அவர்களும் மனநிறைவற்றவர்களாக, புலம்புகிறவர்களாக மாறிவிடுவார்கள்.

மாறாக, கையில் அதிகம் இல்லாவிட்டாலும் அதை எண்ணி நிறைவோடிருப்பவர்களிடம் பேசும்போது, நம்முடைய பிரச்னைகளெல்லாம் தீர்ந்துவிட்டதுபோன்ற உணர்வு ஏற்படும்; நாமும் புது நம்பிக்கையோடு வெளியே வருவோம்.

ஆகவே, வீட்டில், அலுவலகத்தில், மற்ற இடங்களில் நம்முடன் பழகுகிற ஒவ்வொருவரையும் உணர்வு அடிப்படையில் எடைபோடுவது முக்கியம். அதாவது, யாரெல்லாம் நல்லுணர்வுகளைப் பரப்புகிறவர்கள், யாரிடம் பேசினால் தீய உணர்வுகள் உள்ளெழுகின்றன என்பதைக் கவனித்துப் புரிந்துகொள்ளவேண்டும். இயன்றவரை நல்ல உணர்வுகளைப் பரப்புகிறவர்களோடு அதிகம் பழகவேண்டும். இதுவும் உணர்வு நலனுக்கு முக்கியமானது.

முக்கியமாக, நம்மீது நமக்கு மிகுந்த காதலும் அன்பும் மலரவேண்டும்; சுற்றி நடக்கிற எதுவும் அதைப் பாதிக்கக்கூடாது; நான் மிகச்சிறந்த உணர்வுகளுக்குத் தகுதியானவன்(ள்) என்கிற எண்ணம் உள்ளுக்குள் இருக்கவேண்டும்; ஓர் அரசனைப்போல்/ அரசியைப்போல் நம்மை நடத்தப் பழகிக்கொள்ளவேண்டும். அப்போது நாமே எதிர்மறை உணர்வுகளை/மனிதர்களை வடிகட்டத் தொடங்கிவிடுவோம். நம்முடைய உணர்வு ஊட்டச்சத்தும் ஆரோக்கியமும் மிக நன்றாக இருக்கும்.

(ஃபிப்ரவரி 2019)

19. புதிது வேண்டுமா?

புதிது வேண்டுமா?

காந்தியடிகளைப்பற்றிய ஒரு பிரபலமான துணுக்குச்செய்தி, அவர் சின்னஞ்சிறு பென்சிலொன்றை வைத்து எழுதிக்கொண்டிருந்தாராம். இதைப்பார்த்த மற்றவர்கள் வருந்தினார்களாம், 'எப்பேர்ப்பட்ட தலைவர் நீங்கள், இந்தச் சிறு பென்சிலில் கஷ்டப்பட்டு எழுதலாமா? ஒரு புதிய பென்சில் வாங்கித்தரட்டுமா?' என்றார்களாம். 'அதெல்லாம் வேண்டாம், எனக்கு இதில் எந்தச் சிரமமும் இல்லை, இந்தப் பென்சில் நன்றாகதான் எழுதுகிறது' என்று பதில் சொன்னாராம் அவர்.

தனக்குவந்த கடித உறைகளைக்கூடக் காந்தி வீசி எறியமாட்டாராம், அவற்றைப் பிரித்துத் தாள்களைப்போல் நறுக்கி வைத்துக்கொள்வாராம், அவற்றின் காலியான பின்பக்கங்களை எழுதப் பயன்படுத்துவாராம்.

இவையெல்லாம் உண்மைச்செய்திகளா அல்லது கட்டுக்கதைகளா என்கிற கேள்விக்குள் செல்லவேண்டாம்; காந்தியைப்பற்றிய இந்தத் துணுக்குகள் நம்மிடம், குறிப்பாகச் சிறுபிள்ளைகளிடம் அதிகம் சொல்லப்பட்டதன் நோக்கம் என்னவாக இருந்திருக்கும் என்று யோசிக்கலாம்.

எந்தவொரு பிரச்னைக்கும் பலவிதமான தீர்வுகள் உண்டு. அவற்றில் பெரும்பாலானோர் உடனடியாகத் தேர்ந்தெடுக்கும் தீர்வு, அந்தச் சூழலுக்குப் புதிதாக இன்னொன்றைக் கொண்டுவருவதாகவே இருக்கிறது.

எடுத்துக்காட்டாக, பென்சில் தீரப்போகிறதா? தூக்கி எறிந்துவிட்டுப் புதிதாக ஒன்றை வாங்கிவிடலாம். எழுதுவதற்குத் தாள்கள் இல்லையா? கடைக்குச் சென்று காசு கொடுத்தால் புத்தம்புதிய தாள்கள் கிடைக்கும். வீட்டில் வேலை அதிகமாகிவிட்டதா? சம்பளத்துக்கு ஒருவரை வேலைக்குச் சேர்த்துவிடலாம். செருப்பு பிய்ந்துவிட்டதா? பக்கத்தில்தான் செருப்புக்கடை இருக்கிறது, புதிய செருப்பு வாங்கிவிடலாம்.

இந்தத் தீர்வுகளில் தவறேதும் இல்லை. இவை எல்லாம் பிரச்னையைத் தீர்க்கக்கூடியவைதான். ஆனால், இந்தத் தீர்வுகளுக்கு வருவதற்குமுன்னால், அந்தச் சூழலில் ஏற்கெனவே இருக்கும் விஷயத்தை வைத்து வேறேதாவது செய்ய இயலுமா என்று யோசித்திருக்கவேண்டும், அதைப் பெரும்பாலானோர் செய்வதில்லை.

'அம்மா, என்னோட கணக்கு நோட்டு தீர்ந்துபோச்சு' என்கிறது ஒரு குழந்தை, 'எனக்கொரு புது நோட்டு வேணும்!'

இந்தச் சூழ்நிலையில் மிக எளிய தீர்வு என்ன? புதிய குறிப்பேட்டை வாங்குவதுதான். ஆனால், தாய் அதைச் செய்வதில்லை, 'போன மாசம்தானே புது நோட்டு வாங்கிக்கொடுத்தேன்? அதுக்குள்ளயா தீர்ந்துடுச்சு?' என்கிறார், 'எங்கே, உன்னோட பழைய நோட்டைக் கொண்டு வா, பார்க்கலாம்!'

குழந்தை பழைய குறிப்பேட்டைக் கொண்டுவருகிறது. தாய் அதை ஆராய்கிறார், அங்குமிங்குமாகப் பல தாள்கள் மீதமிருப்பதைக் காண்கிறார். 'இதையெல்லாம் எழுதி முடி, அப்புறமாப் புது நோட்டு வாங்கிக்கலாம்' என்கிறார்.

முன்பு நாம் பார்த்த தீர்வுகளுக்கும் இந்த அணுகுமுறைக்கும் இடையிலுள்ள வேறுபாட்டைக் கவனியுங்கள்: சட்டென்று

புதிய குறிப்பேட்டை வாங்கிவிடாமல், ஏற்கெனவே உள்ள குறிப்பேட்டை முழுமையாகப் பயன்படுத்திக்கொள்ளவேண்டும் என்று சொல்லித்தருகிறார் அந்தத் தாய். காந்தியடிகளின் சிறு பென்சிலும் அதைத்தான் சொல்கிறது.

மேலாண்மை நிபுணர்கள் இதனை *Exploit Vs Elevate* என்கிறார்கள். நம்மிடம் உள்ள வளங்களை முழுமையாகப் பயன்படுத்திக்கொள்ளவேண்டும், அவற்றிலிருந்து அதிகபட்ச மதிப்பைப் பெறவேண்டும், அதனாலும் பிரச்னை தீரவில்லை என்றால்மட்டும்தான் புதியவற்றைக் கொண்டுவரவேண்டும். முதலில் *Exploit*, அதன்பிறகுதான் *Elevate*.

நேரடியாக *Elevate*க்குச் சென்றால் என்ன தவறு?

அதனால் கூடுதல் செலவு என்பது ஒருபுறமிருக்க, ஏற்கெனவே அந்தச் சூழலில் உள்ள மற்ற விஷயங்களிலிருந்து பெறக்கூடிய சுமார் 30% மதிப்பை, பயனை நாம் இழந்துவிடுகிறோம் என்கிறார்கள் நிபுணர்கள். இதன் பொருள், பத்து இட்லிகள் உள்ள தட்டில் நாம் ஏழைமட்டும் சாப்பிட்டுவிட்டு மூன்றை வீசி எறிகிறோம், அதன்பிறகும் பசி தீரவில்லை என்பதால் இன்னொரு தட்டு இட்லி வாங்குகிறோம். இது அறிவுள்ளவர்கள் செய்யக்கூடிய செயலா?

காலிப் பக்கங்கள் மீதமிருக்கிற ஒரு குறிப்பேட்டை, இன்னும் சிலமுறை கூர் சீவிப் பயன்படுத்தக்கூடிய ஒரு பென்சிலை, தைத்துப் பயன்படுத்தக்கூடிய ஒரு செருப்பைத் தூக்கி எறியும்போது, சுமார் 30% மதிப்பு யாருக்கும் கிடைக்காமல் வீணாகிறது. அதனால்தான் *Exploit*க்குப்பிறகு *Elevate* என்று பரிந்துரைக்கப்படுகிறது.

சந்தையில் புது செல்ஃபோன் அறிமுகமாகியிருக்கிறது என்றவுடன் அதை வாங்கியாகவேண்டும் எண்று துடிக்கவேண்டியதில்லை. ஏற்கெனவே கைவசம் இருக்கும் செல்ஃபோனை முழுமையாகப் பயன்படுத்திக்கொண்டாயிற்றா? இல்லை எனில், புதிது எதற்காக?

இப்படிச் சிந்திப்பதைக் கஞ்சத்தனம் என்பார்கள் சிலர். 'நம்மகிட்ட காசா இல்லை? வாழ்க்கையை அனுபவிக்கவேண்டாமா?' என்பார்கள். பணம் இருக்கிறது, வளங்கள் இருக்கின்றன என்பதற்காக அவற்றை முழுமையாகப் பயன்படுத்திக்கொள்ளாமலிருப்பது முட்டாள்தனம் என்று நமக்குத் தோன்றவேண்டாமா?

(நவம்பர் 2018)

20. காது கொடுத்துக் கேட்போம்

நியூசிலாந்தில் கெரிகெரி என்ற ஊரில் ஒரு தொடக்கப்பள்ளி, அங்கே 'மெக்' என்ற ஒரு நாய், மாணவர்களிடம் கதை கேட்கிறதாம்.

இது நல்ல கதையா இருக்கே, நாய் எப்படிக் கதை கேட்கும்? அப்படியே கேட்டாலும் அதற்கு எப்படிப் புரியும்?

புரிகிறதோ இல்லையோ, வாரத்துக்கு இரண்டு நாள் மெக் அந்தப் பள்ளியிலிருக்கும் நூலகத்துக்கு வருகிறது, தனக்கு வசதியான ஓர் இடத்தில் அமர்ந்துகொள்கிறது, மாணவர்கள் அங்கே சென்று கதை படிக்கலாம், அது சமர்த்தாகக் கேட்டுக்கொள்கிறது, யாராவது படிக்கச் சிரமப்பட்டால் சிரித்துக் கேலி செய்வதில்லை, 'உனக்குச் சரியாப் படிக்கவரலை' என்று விமர்சிப்பதில்லை, 'அந்தச் சொல்லை நீ உச்சரிச்ச விதம் தப்பு' என்று குறை சொல்வதில்லை, 'உன் கதையை நிறுத்து, எனக்கு வேற முக்கியமான வேலை இருக்கு' என்று முகத்திலடித்தாற்போல் பேசுவதில்லை.

இதனால், படிப்பதற்குச் சிரமப்படும் பல குழந்தைகள் பயன் பெறுகிறார்கள். அவர்கள் துளியும் நம்பிக்கை இல்லாமல் மெக் முன்னால் வந்து அமர்கிறார்கள். தங்களால் படிக்க

இயலுமா, ஏதாவது தவறாகப் படித்துவிடுவோமோ என்கிற தயக்கத்துடன் மெல்லப் படிக்கத்தொடங்குகிறார்கள், தடுமாறுகிறார்கள், பிழை செய்கிறார்கள், ஆனால், மெக் அதைக் கண்டுகொள்வதில்லை, சலிப்படைவதில்லை, தொடர்ந்து பொறுமையாகக் கேட்கிறது, ஆகவே, அவர்களுக்குக் கொஞ்சம் நம்பிக்கை வருகிறது, 'இந்த நாய் உண்மையில் நம் கதையைக் கேட்கிறது' என்று எண்ணுகிறார்கள், தட்டுத்தடுமாறி அந்தக் கதையைப் படித்துவிடுகிறார்கள், அதன்மூலம் அவர்களுடைய நம்பிக்கை இன்னும் அதிகரிக்கிறது, அவர்களே இன்னொரு புத்தகத்தைத் தேடிச்சென்று படிக்கிறார்கள்.

'இது ரொம்பச் சின்னப்புள்ளைத்தனமா இருக்கே' என்று நினைத்துவிடவேண்டாம். சிறுவர்களுக்குமட்டுமில்லை, சில நேரங்களில் பெரியவர்களுக்கும் மெக்-போன்றோரின் உதவி தேவைப்படுகிறது.

எடுத்துக்காட்டாக, சில பெரிய நிறுவனங்களில் '*Teddybearing*' என்றொரு வேடிக்கையான வழிமுறையைப் பின்பற்றுகிறார்கள். குழந்தைகள் மெக்குக்குக் கதை சொல்வதுபோல், பெரியவர்கள் ஒரு டெட்டிபேர் பொம்மையிடம் தங்களுடைய அலுவல் பிரச்னைகளைச் சொல்கிறார்கள்.

டெட்டிபேருக்குக் காதுமில்லை, வாயுமில்லை, அது கேட்கப்போவதுமில்லை, பதில் சொல்லப்போவதுமில்லை, பிரச்னைக்குத் தீர்வைத்தரப்போவதுமில்லை. ஆனால், அதனிடம் பிரச்னையைச் சொல்வது ஒரு நல்ல பயிற்சியாக அமைகிறது. அதன்மூலம், பிரச்னையைச் சந்திப்பவருடைய சிந்தனை ஒழுங்காகிறது, அதைப்பற்றிப் பல கோணங்களில் தெளிவாகச் சிந்திக்கமுடிகிறது, பல நேரங்களில் அதற்குத் தீர்வுகளும் கிடைத்துவிடுகின்றன.

உடனடியாகத் தீர்வு கிடைக்காவிட்டாலும், இன்னொருவரிடம் பிரச்னையைச் சொல்லும்போது மனபாரம் குறைகிறதல்லவா? அதுவே அவர்களைத் தூண்டுகிறது, தீர்வை நோக்கிச் செலுத்துகிறது.

இன்றைய உலகம் (அலுவலகத்திலும் சரி, வீட்டிலும் சரி) அதிவேகமாக மாறிக்கொண்டிருக்கிறது; ஆகவே, நாம் எல்லாரும் அவ்வப்போது ஏதாவது புதிய விஷயங்களைச் சந்திக்கவேண்டியிருக்கிறது. வெற்றிபெற விரும்புவோருக்கு இதுபோன்ற மாற்றங்களை(சிறியவை, நடுத்தரமானவை, பெரியவை, மிகப்பெரியவை, வாழ்வையே திருப்பிப்போடக்கூடியவை)ச் சந்தித்துச் சமாளிக்கிற மென்கலை அவசியமாகிறது.

ஆனால், எல்லாருக்கும் இந்தத் திறன் இருப்பதில்லை. ஆகவே, அவர்கள் தடுமாறுகிறார்கள்… புதிய புத்தகமொன்றை வாசிக்கத் தடுமாறுகிறார்கள், ஒரு புதிய மென்பொருளைப் பயன்படுத்தத் தடுமாறுகிறார்கள், ஒரு புதிய செல்பேசியைப் பயன்படுத்தத் தடுமாறுகிறார்கள், ஒரு புதிய மொழியைப் பேசத் தடுமாறுகிறார்கள், ஒரு புதிய நகரத்தில் வேலைசெய்யத் தடுமாறுகிறார்கள், தனித்து வாழத் தடுமாறுகிறார்கள், 100பேர் மத்தியில் பேசத் தடுமாறுகிறார்கள்… வெவ்வேறு மனிதர்களுக்கு வெவ்வேறு புதிய அனுபவங்கள், வெவ்வேறு தடுமாற்றங்கள், புதிய சூழலைக் கடந்து வருவதற்கான தன்னம்பிக்கை அத்தனை சுலபத்தில் கிடைத்துவிடுவதில்லை.

ஆகவே, நமக்கு நிறைய மெக்-கள், நிறைய டெட்டிபேர்-கள் தேவை. நம்மை எடைபோடாமல் பொறுமையாகக் காது கொடுக்கிறவர்கள் தேவை. அவர்களிடம் பேசப்பேச, நம்முடைய தன்னம்பிக்கை அதிகரிக்கும், புதிய உலகத்தைப் புரிந்துகொள்வோம், நம்மை மாற்றிக்கொண்டு வெற்றியடைவோம்.

அதேநேரம், நம்மைச்சுற்றியுள்ளவர்களுக்கு நாமும் ஒரு மெக்-ஆக, ஒரு டெட்டிபேர்-ஆக இருக்கவேண்டும். அவர்கள் சொல்வதில் நமக்கு ஆர்வமே இல்லாவிட்டாலும், அது நமக்குப் புரியாவிட்டாலும் காது கொடுத்துக் கேட்கவேண்டும், தடுமாறிக்கொண்டிருப்பவர்களுக்கு அதுவே பெரிய உதவிதான்!

(அக்டோபர் 2018)

21. ஹெலிகாப்டர் பார்வை

ஒருவருக்கு அலுவலகத்திலோ தனிப்பட்ட வாழ்க்கையிலோ ஒரு பெரிய பிரச்னை. எவ்வளவுதான் யோசித்தபோதும் அதை எப்படித் தீர்ப்பது என்று தெரியவில்லை. திகைத்து நிற்கிறார்.

அந்த நேரத்தில், அவருடைய நண்பர் ஒருவர் அவரைப் பார்க்க வருகிறார். 'என்ன முகம் வாடியிருக்கு?' என்று விசாரிக்கிறார். 'ஏதாவது பிரச்னையா?'

'அதை ஏன்ய்யா கேட்கறே' என்று இவர் தன்னுடைய பிரச்னையைச் சொல்கிறார், 'இப்ப என்ன செய்யறதுன்னே தெரியலை?'

'அட, இதை ஒரு பெரிய விஷயமா நினைச்சுக் கவலைப்படுவாங்களா?' என்கிறார் நண்பர். சட்டென்று அந்தப் பிரச்னைக்கு ஒரு தீர்வைச் சொல்கிறார்.

உடனே, இவருக்கு வியப்பான வியப்பு. 'இவ்ளோ நேரமா யோசிக்கறேன், எனக்கு இது தோணலையே' என்று மகிழ்கிறார், 'நீ பெரிய புத்திசாலிய்யா' என்று நண்பரைப் பாராட்டுகிறார்.

'நான் புத்திசாலியுமில்லை, நீ மக்குமில்லை' என்கிறார் அந்த நண்பர், 'இவ்ளோ நேரமா யோசிச்சும் உனக்கு இந்தத் தீர்வு

தெரியலைன்னா, நீ அந்தப் பிரச்னைக்குள்ள ரொம்ப உள்ளே போயிட்டேன்னு அர்த்தம்; நான் வெளியே இருந்து அதே பிரச்னையைப் பார்க்கறேன், அதனால, உனக்குத் தெரியாத சில விஷயங்கள் என் கண்ணுல படுது, அவ்ளோதான், நாளைக்கே நான் ஒரு பிரச்னையில மூழ்கியிருக்கும்போது, நீ வெளியே இருந்து அந்தப் பிரச்னையைப் பார்க்கலாம், உனக்குச் சில புதிய விஷயங்கள், தீர்வுகள் தெரியலாம்!'

அன்றாட வாழ்க்கையில் நாம் எத்தனையோ பிரச்னைகளைச் சந்திக்கிறோம்; அவற்றுடன் உணர்வுரீதியில் ஒன்றிவிட்டால் தீர்வுகளே இல்லாததுபோல் தெரியும்; கொஞ்சம் விலகிவந்து பார்க்கத் தெரிந்துகொண்டால், அதுவரை தெரியாத தீர்வுகள் தெரியத்தொடங்கும்.

ஆங்கிலத்தில் இதனை *Helicopter View* என்கிறார்கள்; ஒரு ஹெலிகாப்டர் தரையில் இருக்கும்வரை அதில் உள்ளவர்களால் சில காட்சிகளைதான் பார்க்கமுடியும்; ஒட்டுமொத்தப் பார்வை தெரியாது; அதே ஹெலிகாப்டரைக் கிளப்பி மேலெழுந்தால், கொஞ்சம்கொஞ்சமாக ஒட்டுமொத்தப் பார்வையும் தெரியத்தொடங்கும். அதைப்போல, உணர்ச்சிகளில் மயங்கிவிடாமல் சற்று விலகிவந்து ஹெலிகாப்டர் பார்வையுடன் அதனை அணுகினால் நல்ல தீர்வுகள் கிடைக்கும்.

ஆனால், இந்தப் பார்வையை எப்படிப் பழகிக்கொள்வது?

முதலில், சூழ்நிலையைக் கண்டு நேரடியாக எதிர்வினையாற்றுவதைக் கட்டுப்படுத்திக்கொள்ளவேண்டும். நம்மை நாமே சில கேள்விகளைக் கேட்டுக்கொள்ளவேண்டும். எடுத்துக்காட்டாக:

★ என்ன நடந்தது? ஏன் நடந்தது? எப்படி நடந்தது? எதனால் நடந்தது?

★ நான் இதற்கு எப்படி எதிர்வினையாற்ற விரும்புகிறேன்? ஏன்?

★ இதில் சம்பந்தப்பட்ட மற்றவர்கள் யார்? அவர்களுடைய உணர்வுகள் எப்படியிருக்கின்றன?

★ *இதில் சம்பந்தப்படாத ஒருவர் இதனை எப்படிப் பார்ப்பார்? எப்படி நடந்துகொள்வார்? ஏன்?*

★ *இந்தச் சூழ்நிலையில் நான் செய்யக்கூடிய மிகச்சிறந்த செயல் என்ன? எதைச் செய்தால் அதிகபட்ச நன்மை விளையும்?*

இப்படி இன்னும் பல கேள்விகளைச் சொல்லலாம். இவை அனைத்தின் நோக்கம்: பிரச்னைக்குள் மூழ்கிவிடாமல், உணர்ச்சிவயப்படாமல் வெளியிலிருந்து அதைக் கவனிப்பது, ஆராய்வது, இதயத்தால்மட்டுமின்றி மூளையாலும் சிந்தித்துத் தீர்மானமெடுப்பது.

(அக்டோபர் 2018)

22. துண்டுகளும் நினைவாற்றலும்

உங்களுடைய மொபைல் எண்ணை யாராவது கேட்டால் எப்படிச் சொல்வீர்கள்?

படபடவென்று பத்து இலக்கங்களையும் சொல்வீர்களா? அல்லது, ஒவ்வோர் இலக்கமாக நிறுத்தி நிதானித்துச் சொல்வீர்களா? பெரும்பாலானோர் இந்த இரண்டையும் செய்வதில்லை. மூன்று அல்லது நான்கு இலக்கங்கள் கொண்ட சில தொகுப்புகளாகப் பிரித்துதான் தங்களுடைய மொபைல் எண்ணைச் சொல்கிறார்கள்.

எடுத்துக்காட்டாக, ஒருவருடைய தொலைபேசி எண் 7124214125 என்று வைத்துக்கொள்வோம். அவர் இந்த எண்ணை 712-421-4125 என மூன்று துண்டுகளாகச் சொல்லக்கூடும்; அல்லது, 7124-214-125 என்று பிரிக்கக்கூடும்; அல்லது, 71242-14125 என்று சொல்லக்கூடும்.

அடுத்த சில நாட்களுக்கு உங்கள் காதில் விழும் மொபைல் எண்களையெல்லாம் கவனித்துப்பாருங்கள்; இந்தியாவில் எல்லா மொபைல் எண்களிலும் பத்து இலக்கங்கள் இருந்தாலும், பெரும்பாலானோர் அவற்றை மொத்தமாகச் சொல்வதில்லை, தனித்தனியேயும் சொல்வதில்லை, மூன்று,

நான்கு இலக்கங்களைச் சேர்த்துச் சேர்த்துதான் சொல்கிறார்கள். இதற்கு என்ன காரணம்?

இந்தக் கட்டுரையை நீங்கள் எப்படிப் படிக்கிறீர்கள்? ஒவ்வோர் எழுத்தாகவா? அல்லது, ஒவ்வொரு சொல்லாகவா?

தமிழைப் புதிதாக வாசிக்கப் பழகும் ஒரு குழந்தை ஒவ்வோர் எழுத்தாகதான் படிக்கும், அது நன்றாகப் பழகியபின் சொற்களை மொத்தமாக வாசிக்கத்தொடங்கும். அதாவது, 'மரம்' என்ற சொல்லை அது ஒரே துண்டாகப் பார்க்கிறது, 'ம-ர-ம்' என்ற மூன்று எழுத்துகளாக(அதாவது, மூன்று துண்டுகளாக) ப் பார்ப்பதில்லை. இதனால், 'மரம் உயரமாக, பசுமையாக இருந்தது' என்ற சொற்றொடரை அந்தக் குழந்தை நான்கு துண்டுகளாகப் படிக்கிறது, ஆகவே, இரண்டே விநாடிகளில் அதைப் படித்துவிடுகிறது.

சில மாதங்களுக்குமுன் இதே சொற்றொடரை அந்தக் குழந்தையிடம் கொடுத்திருந்தால் ம-ர-ம் உ-ய-ர-மா-க... என்று பதினெட்டுத் துண்டுகளாக எழுத்துக்கூட்டிப் படித்திருக்கும். அதற்கு அதிக நேரமாகியிருக்கும்.

வெவ்வேறு விஷயங்களை நம்முடைய மூளை நினைவில் வைத்துக்கொள்வதும்கூட கிட்டத்தட்ட இதேமுறையில்தான் என்கிறார்கள் நிபுணர்கள். அதாவது, எந்தவொரு விஷயத்தையும் வெவ்வேறு அளவுள்ள துண்டுகளாகப் பகுத்துதான் மனிதர்கள் நினைவில் வைக்கிறார்களாம். அந்தத் துண்டின் அளவு மனிதனுக்கு மனிதன் மாறலாம், ஆனால், அது நினைவில் தங்கும் விதம் மாறுவதில்லை.

இங்கு 'துண்டு' என்பதன் வரையறை விஷயத்தைப் பொறுத்து மாறுபடும். எடுத்துக்காட்டாக, ஒருவர் தன்னுடைய மொபைல் எண்ணை '7124214125' என ஒரே துண்டாக நினைவில் வைத்துக்கொள்ளலாம், அல்லது 7-1-2... எனப் பத்துத் துண்டுகளாக நினைவில் வைத்துக்கொள்ளலாம், இந்த இரண்டுக்கும் நடுவில் 712-421-4125 என மூன்று துண்டுகளாகவும் நினைவில் வைத்துக்கொள்ளலாம்.

இன்னொருவர் மளிகைக்கடைக்குச் செல்கிறார். அங்கு என்னென்ன வாங்கவேண்டும் என்று மனைவியிடம் கேட்கிறார், இப்படிப் பதில் வருகிறது: பால், மஞ்சள்தூள், வாழைப்பழம், தயிர், கத்தரிக்காய், அரிசி.

இந்த ஆறு பொருட்களையும் அவர் தனித்தனியே (ஆறு துண்டுகளாக) நினைவில் வைத்துக்கொள்ளலாம்; அல்லது, 'பால், தயிர்' இரண்டையும் ஒரே துண்டாக, 'மஞ்சள்தூள், அரிசி' இரண்டையும் இன்னொரு துண்டாக, 'வாழைப்பழம், கத்தரிக்காய்' இரண்டையும் இன்னொரு துண்டாக... மொத்தம் மூன்று துண்டுகளாக நினைவில் வைத்துக்கொள்ளலாம்.

ஏன் இப்படிச் செய்யவேண்டும்? தனித்தனியே அவற்றை ஆறு துண்டுகளாக நினைவில் வைத்துக்கொண்டால் என்ன பிரச்னை?

மனித மூளையால் ஒரு நேரத்தில் இத்தனைத் துண்டுகளைதான் நினைவில் வைத்திருக்க இயலும் என வரம்பு இருக்கிறது. இந்த வரம்பு மனிதனுக்கு மனிதன் மாறினாலும், பெரும்பாலானோர் நான்கைந்து துண்டுகளைதான் நினைவில் வைத்துக்கொள்கிறார்கள், அதற்குமேல் துண்டுகளைச் சேர்த்தால் எதையாவது மறந்துவிடுகிறார்கள்.

அதனால்தான், மொபைல் எண்ணைப் பத்துத் தனித்தனி இலக்கங்களாக நினைவில் கொள்ளாமல் மூன்று துண்டுகளாகப் பிரித்துச் சொல்வதும் அப்படியே நினைவில் இருத்துவதும் எளிதாக இருக்கிறது. ஏனெனில், பத்துத் துண்டுகளை நினைவில் வைத்துக்கொள்வதைவிட, மூன்று துண்டுகளை நினைவில் வைத்துக்கொள்வது எளிது.

'Chunking' எனப்படும் இந்தச் சுவையான உத்தி, எல்லா நினைவாற்றல் பிரச்னைகளையும் தீர்த்துவிடாது. ஆனால், எதையும் மொத்தமாக மூளைக்குள் திணிக்காமல், தனித்தனியேயும் பிரிக்காமல், ஏதோ ஒருவிதத்தில் சிறு துண்டுகளாகப் பகுத்து நினைவில் வைத்துக்கொள்வது பல அன்றாடச் சூழ்நிலைகளில் உதவும்.

(அக்டோபர் 2018)

23. நம்பிக்கை 100%

உங்களுடைய நண்பர்கள் எத்தனை பேர்? உங்களுடன் பழகுபவர்கள் எத்தனை பேர்? அவர்களில் எத்தனை பேரை நீங்கள் உண்மையாக நம்புகிறீர்கள்?

'உண்மையாக நம்புதல்' என்றால், உங்கள் மனத்தில் இருக்கும் ஒரு கவலையைப்பற்றி அவர்களிடம் வெளிப்படையாகப் பேச இயலவேண்டும், 'அவர் என்ன நினைப்பாரோ?' என்கிற கவலையோ, 'மற்றவர்களிடம் போட்டுக்கொடுத்துவிடுவாரோ?' என்ற பதற்றமோ வரக்கூடாது.

அதேபோல், அவர்களிடம் ஒரு வேலையை ஒப்படைத்தால் 'நிச்சயம் சிறப்பாகச் செய்துவிடுவார்கள்' என்ற நிம்மதியுணர்வு உங்களுக்குள் வரவேண்டும். 'ஒழுங்காகச் செய்வாரா? அல்லது, சொதப்பிவிடுவாரா?' என்று அவ்வப்போது எட்டிப்பார்த்துக்கொண்டிருந்தால் உங்களுக்கும் நிம்மதியில்லை, அவர்களுக்கும் நிம்மதியில்லை.

இப்போது சொல்லுங்கள், இந்த வரையறையின்படி நீங்கள் உண்மையாக நம்புகிறவர்கள் எத்தனை பேர்?

நாள்தோறும் நாம் எத்தனையோ பேரிடம் பழகுகிறோம். உறவினர்கள், நண்பர்கள், அலுவலகத் தோழர்கள், தொழில்முறை

நண்பர்கள்... இவர்கள் எல்லார்மீதும் நமக்கு உண்மையான, முழுமையான நம்பிக்கை வருவதில்லை. சிலரை அதிகம் நம்புகிறோம், சிலரை அந்த அளவுக்கு நம்புவதில்லை.

அதேசமயம், நம்பிக்கை, நம்பிக்கையின்மை என்ற இரு முனைகளில் நாம் அவர்களை உட்காரவைத்துவிடுவதில்லை, அந்த இரண்டுக்கும் மத்தியில் ஊசலாடுகிறோம். அதாவது, ஒருவரை முழுக்க நம்புவதில்லை, சிறிதும் நம்பாமலிருப்பதும் இல்லை. அந்த இரண்டுக்கும் இடையில் அங்குமிங்கும் போய்வருகிறோம். சில நேரங்களில், நம்பிக்கையானவர்கள்மீது நம்பிக்கை இழக்கிறோம், அல்லது, நம்பிக்கை இல்லாதவர்கள்மீது நம்பிக்கையை வளர்த்துக்கொள்கிறோம். அதாவது, அவர்களை ஒரு முனையிலிருந்து இன்னொரு முனையை நோக்கி நகர்த்திக்கொண்டே இருக்கிறோம்.

முக்கியமான விஷயம், மற்றவர்களும் நம்மை இப்படிதான் நடத்துவார்கள். அவர்கள் நம்மை அதிகம் நம்புவார்கள், அல்லது, குறைவாக நம்புவார்கள். ஒருவர் நம்மை அதிகம் நம்புகிறார் என்றால், அந்த நம்பிக்கையைத் தக்கவைத்துக்கொள்ளவேண்டும், அதிகப்படுத்தவேண்டும், அவருக்கு நம்மீது அதிக நம்பிக்கை இல்லை என்றால், அந்த நம்பிக்கையைப் பெறுவதற்கு நாம் என்ன செய்யவேண்டும் என்று யோசிக்கவேண்டும். அதாவது, நாம் எப்போதும் 'நம்பிக்கை' முனையில் இருக்கும்படி பார்த்துக்கொள்ளவேண்டும்.

Shopify என்ற புகழ்பெற்ற நிறுவனத்தைத் தொடங்கி நடத்திவரும் டோபியஸ் லுட்கெ, 'நம்பிக்கை என்பது ஒரு பேட்டரியைப்போல' என்கிறார்.

நம்முடைய செல்ஃபோனில் அல்லது மற்ற எலக்ட்ரானிக் கருவிகளில் உள்ள பேட்டரி (மின்கலம்) முழுக்கத் தீர்ந்துபோயிருக்கலாம் (0%) அல்லது, முழுத் திறனுடன் இருக்கலாம் (100%), இந்த இரண்டுக்கும் நடுவிலும் (30%, 50%, 68% இப்படி) இருக்கலாம்.

இந்த பேட்டரி குறைவாக உள்ளபோது, நாம் அதில் மின்சாரத்தைச் செலுத்துகிறோம், பேட்டரியின் திறனை அதிகரிக்கிறோம்; அதன்பிறகு, நாம் அந்தக் கருவியைப் பயன்படுத்தப் பயன்படுத்த பேட்டரியின் திறன் குறைகிறது, மீண்டும் மின்சாரத்தைச் செலுத்துகிறோம், இது ஒரு சுழல்.

அதைப்போல, மனிதர்கள் ஒருவரோடொருவர் பழகும்போது அவர்களுக்கிடையில் ஒரு *Trust Battery* ஏறி, இறங்குகிறது என்கிறார் டோபியஸ் லுட்கெ. நாம் ஒருவரை முதன்முறையாகச் சந்திக்கும்போது இந்த பேட்டரி 50%ல் இருக்கிறதாம் (நம்பிக்கையும் இல்லை, நம்பிக்கை இல்லாமலும் இல்லை), அதன்பிறகு அவர்களுடன் பேசப்பேச, அவர்களுடைய நடவடிக்கைகளைப் பார்க்கப்பார்க்க இதன் அளவு ஏறுகிறதாம், அல்லது, இறங்குகிறதாம்.

ஆக, ஒருவருடன் நம்முடைய *Trust Battery* அதிகமாக (70%, 80% இப்படி) இருந்தால், அவரை நாம் அதிகம் நம்புவோம், குறைவாக (20%, 30% இப்படி) இருந்தால், நம்பமாட்டோம். அதன்பிறகு, பழக்கத்தில் இந்த எண் அதிகமாகலாம், குறையலாம்.

நம்முடைய உறவினர், நண்பர், மேலாளர், சக ஊழியர், நமக்குக்கீழே வேலை செய்பவர், நம் குழந்தைகள், நாம் எழுதுவதைப் படிக்கும் வாசகர்கள் என எல்லாருடனும் நமக்கு வெவ்வேறு *Trust Battery*கள் உள்ளன. ஒவ்வொரு நாளும், நாம் செய்கிற ஒவ்வொரு வேலையின்மூலமும் அந்த பேட்டரிகளின் திறனை (நம்பிக்கையின் அளவை) நாம் அதிகரிக்கிறோம், அல்லது, குறைக்கிறோம். இந்தப் புரிந்துகொள்ளலுடன் பிறருடன் பழகினால், நம்பிக்கைசார்ந்த பல பிரச்னைகளுக்குச் சுமுகமானமுறையில் தீர்வுகாணலாம்.

(செப்டம்பர் 2018)

24. அனுபவம் புதுமை

ஒரு பழக்கம் எப்படி உருவாகிறது? எப்படி வலுப்பெறுகிறது?

'சத்தான உணவுகளைச் சாப்பிடு' என்று சொன்னால் யாரும் சுலபத்தில் கேட்பதில்லை. ஆனால், குப்பை உணவுப்பழக்கம் சட்டென்று நம்மை ஆக்கிரமித்துவிடுகிறது. யாரும் சொல்லாமலே அவற்றை அள்ளியள்ளி விழுங்குகிறோம்.

அதேபோல், படிப்பில், வேலையில் ஈடுபடும்போது மனம் எங்கெங்கோ அலைபாய்கிறது. ஆனால், விளையாட்டு, திரைப்படம், பொழுதுபோக்கு என்றால் முழுக்கவனத்துடன் அதில் ஈடுபடுகிறது.

இதற்கெல்லாம் என்ன காரணம் என்று உளவியலாளர்கள் பலவிதமான ஆய்வுகளைச் செய்துவருகிறார்கள். பயனற்ற பழக்கங்கள் நம்மை எளிதில் ஆக்கிரமிப்பதற்கும், பயனுள்ள பழக்கங்களை நாம் அத்தனை எளிதில் ஏற்றுக்கொள்ளாமலிருப்பதற்கும் அடிப்படை என்ன என்று தெரிந்துவிட்டால், அதை வைத்து உலகத்தைத் திருத்திவிடலாம் என்று முனைகிறார்கள்.

எடுத்துக்காட்டாக, பர்ஹஸ் ஃப்ரெடரிக் ஸ்கின்னர் என்ற உளவியலாளர், 1950களில் புறாக்களை வைத்து ஓர்

ஆராய்ச்சியைச் செய்தார். அந்த ஆராய்ச்சியின்மூலம் அவர் கண்டறிந்த விஷயங்கள் மிகுந்த பரபரப்பை ஏற்படுத்தின.

ஸ்கின்னர் செய்த ஆராய்ச்சி இதுதான்: ஒவ்வொரு புறாவுக்கும் பக்கத்தில் ஒரு சிறிய பொத்தான் இருக்கும், அந்தப் பொத்தானைக் கொத்தினால், புறாவுக்கு உணவு கிடைக்கும்.

பசி என்பது எல்லா உயிரினங்களுக்கும் பொதுவான ஓர் உணர்வு. ஸ்கின்னரின் புறாக்களும் அதை விரைவில் புரிந்துகொண்டன. பொத்தானைக் கொத்திக்கொத்தி உணவைப் பெற்றுச் சாப்பிட்டன.

இதன் பொருள், ஒரு விஷயத்தால் பலன் உண்டு என்பது தெரிந்தால், நாம் அந்த விஷயத்தைத் தொடர்ந்து செய்கிறோம்: பசியுள்ள புறாக்கள் பொத்தானைக் கொத்தும் பழக்கத்தை எளிதில் ஏற்றுக்கொண்டன.

இப்போது, ஸ்கின்னர் தன்னுடைய பரிசோதனையில் ஒரு சிறிய மாற்றத்தைச் செய்தார். புறாக்கள் பொத்தானைக் கொத்தியபோதெல்லாம் உணவை வழங்குவது என்பதை மாற்றி, சில நேரங்களில் உணவு கிடைக்கும், சில நேரங்களில் கிடைக்காது என்று ஆக்கினார்.

அதாவது, புறாக்கள் முன்புபோலவே பொத்தானைத் தொடர்ந்து கொத்தலாம்; ஆனால், ஒவ்வொருமுறையும் நிச்சயமாக உணவு கிடைக்காது. ஐந்தாறுமுறை கொத்தினால் ஒருமுறையோ இரண்டுமுறையோ உணவு கிடைக்கும், அவ்வளவுதான்.

இந்தச் சிறிய மாற்றம், புறாக்களிடம் ஒரு மிகப்பெரிய மாறுதலைக் கொண்டுவந்தது. அவை தொடர்ந்து பொத்தானைக் கொத்த ஆரம்பித்தன. ஒருமுறை, இரண்டுமுறை இல்லை, நூறுமுறை, ஆயிரம்முறை என்று கொத்திக்கொண்டே இருந்தன. முதல் பரிசோதனையுடன் ஒப்பிடும்போது, அவற்றின் கொத்தும் விகிதம் பலமடங்கு அதிகரித்தது.

ஸ்கின்னரின் இரு பரிசோதனைகளையும் ஒப்பிட்டுப்பார்த்தால், ஒரு விஷயம் தெளிவாகப் புரிகிறது: புறாக்களுக்கு வியப்பும் புதுமையும் பிடித்திருக்கிறது, கொத்தினால் உணவு வரலாம்,

வராமலும் போகலாம் என்ற நிச்சயமற்ற சூழ்நிலையால் அவை தொடர்ந்து கொத்திக்கொண்டே இருக்கின்றன, சில நேரங்களில் உணவு கிடைக்கிறது, சில நேரங்களில் கிடைப்பதில்லை என்ற வேறுபாட்டை அவை விரும்புகின்றன.

மனிதர்களும் இப்படிதான்; இதைச் செய்தால் இதுதான் நடக்கும் என்கிற நிச்சயமான சூழ்நிலைகளைவிட, இதைச் செய்தால் எதுவும் நடக்கலாம் என்கிற நிச்சயமற்ற, புதுமையான சூழ்நிலைகளை அவர்கள் விரும்புகிறார்கள்: இந்தத் திட்டத்தில் பத்து ரூபாய் முதலீடு செய்தால் எட்டு வருடம் கழித்து இருபது ரூபாய் திரும்பக் கிடைக்கும் என்பதைவிட, இந்தத் திட்டத்தில் முதலீடு செய்தால் அடுத்த மாதமே இருபது ரூபாய் கிடைக்கலாம், அல்லது ஐந்து ரூபாய்மட்டும் கிடைக்கலாம் என்கிற எண்ணம் அவர்களுக்குக் குறுகுறுப்பை உண்டாக்குகிறது, அதில் ஆர்வத்துடன் ஈடுபடச்செய்கிறது. லாட்டரிச்சீட்டு வாங்குகிறவர்கள் அதற்கு அடிமையாவது இப்படிதானாம்.

அட, அவ்வளவு ஏன், ஃபேஸ்புக், ட்விட்டர், இன்ஸ்டாக்ராம், வாட்ஸாப் என்று நாள்முழுக்கப் பார்த்துக்கொண்டே இருக்கிறோமே, அதற்கும் இந்த மனநிலைதான் காரணம் என்கிறார்கள்; இதற்கடுத்து இதுதான் வரும் என்ற நிச்சயமில்லாமல் அடுத்தடுத்து ஏதேதோ கலவையாக வந்துகொண்டிருப்பது நமக்குப் பிடிக்கிறது; அடுத்து என்ன வரப்போகிறது என்பதைத் தெரிந்துகொள்ளும் ஆர்வத்துடன் தொடர்ந்து பார்த்துக்கொண்டே இருக்கிறோம், தொடர்ந்து பொத்தானைக் கொத்திக்கொண்டே இருந்த அந்தப் புறாக்களைப்போல!

கேட்பதற்கு எதிர்மறையாகத் தோன்றும் இந்த விஷயத்தை, நாம் நமக்குச் சாதகமாகவும் பயன்படுத்திக்கொள்ளலாம்: பிறருடன் பழகும்போது, அல்லது, வாடிக்கையாளர்களுக்கு உங்களுடைய பொருட்களை, சேவைகளை வழங்கும்போது, 'அடுத்து இதுதான்' என்று நிச்சயமாகத் தெரிகிற சலிப்பான

சூழ்நிலைகளை உருவாக்காதீர்கள், அவ்வப்போது வியப்பைக் கலந்து அசத்திக்கொண்டே இருங்கள், அவர்கள் தொடர்ந்து உங்களிடம் வருவார்கள்.

சில நவீன உணவகங்களில், நீங்கள் சாப்பிட்டுக் கொண்டிருக்கும்போதே திடீரென்று ஓர் இனிப்புப்பண்டம் உங்கள் மேசைக்கு வரும். ‘நான் இதை ஆர்டர் செய்யலையே?’ என்றால், ‘இது எங்களோட பரிசு, இப்பதான் புதுசாச் செஞ்சோம், சாப்பிட்டுப்பாருங்க’ என்று புன்னகைப்பார்கள்.

அந்த இனிப்புப்பண்டத்தின் விலை அதிகமில்லை, அதன் சுவைகூட மிக நன்றாக இருக்கவேண்டியதில்லை, வழக்கமான உண்ணும் அனுபவத்தின் நடுவில் ஒரு புதுமை ஏற்பட்டதல்லவா? அதுதான் முக்கியம். அந்தப் புதுமை, உங்களை அதே கடைக்கு மீண்டும் வரவழைக்கும்.

(செப்டம்பர் 2018)

25. படிச்சுட்டியா? படிச்சுட்டேன்!

ரமணிக்கு நாளை பள்ளியில் ஒரு தேர்வு. அதற்கு ஐந்து பாடங்களைப் படிக்கவேண்டும்.

அன்று மாலை, ரமணியின் தாய் கமலா தன்னுடைய மகனிடம் கேட்கிறார், 'அஞ்சு பாடத்தையும் படிச்சுட்டியா?'

'ஓ, படிச்சுட்டேனே!' என்கிறான் ரமணி.

'சரி வா, கேள்வி கேட்கறேன்' என்று புத்தகத்தைக் கையில் எடுத்துக்கொள்கிறார் கமலா. ஒவ்வொரு பாடத்திலிருந்தும் முக்கியமான சில கேள்விகளைக் கேட்கிறார், ரமணி பதில் சொல்கிறான். சிறிது நேரத்துக்குப் பிறகு, கமலா அந்தப் புத்தகத்தை ரமணியிடமே திருப்பித்தந்துவிடுகிறார், 'நீ இன்னும் ஒழுங்காப் படிக்கலை, பாதிக் கேள்விக்குச் சரியாப் பதில் சொல்லாம சொதப்பறே, ஒழுங்காப் படிச்சுட்டு வா!' என்று கோபப்படுகிறார். அப்படியானால், சிறிதுநேரத்துக்குமுன் 'அஞ்சு பாடமும் படிச்சுட்டேன்' என்று ரமணி சொன்னது பொய்யா?

இல்லை, அவன் உண்மையைதான் சொல்லியிருக்கிறான்; நிஜமாகவே அவன் ஐந்து பாடங்களையும் ஒருமுறை படித்துவிட்டான். ஆனால், அவனுடைய தாயின் எதிர்பார்ப்பு வேறு. அவரைப்பொறுத்தவரை 'படித்துவிட்டேன்' என்று

சொன்னால், ஐந்து பாடங்களையும் பலமுறை படித்துப் புரிந்துகொண்டிருக்கவேண்டும், கேள்விகளுக்குப் பதில் சொல்லிப் பயிற்சியெடுத்திருக்கவேண்டும், பழைய தேர்வு வினாத்தாள் ஒன்றை எழுதிப்பார்த்துத் தன்னுடைய திறமையை மதிப்பிட்டிருக்கவேண்டும்.

ஒரே பிரச்னை, இதையெல்லாம் அவர் ரமணியிடம் சொல்லவில்லை. 'என்னைப்பொறுத்தவரைக்கும் படிச்சுட்டேன்னு சொன்னா இதுதான் அர்த்தம்' என்று அவர் விளக்காததால், ரமணி தனக்குத் தெரிந்தபடி படிக்கிறான், அதாவது, 'படிச்சுட்டேன்' என்ற சொல்லுக்கு அவனே ஒரு விளக்கத்தை உருவாக்கிக்கொண்டுவிடுகிறான், அதன்படி அன்றுமுழுக்கப் படிக்கிறான்.

மாலையில், 'படிச்சுட்டியா?' என்று ரமணியைக் கேட்கிறார் கமலா. அதாவது, 'நான் எதிர்பார்க்கறமாதிரி அஞ்சு பாடத்தையும் படிச்சுட்டியா?' என்று கேட்காமல் கேட்கிறார். அதற்குப் 'படிச்சுட்டேன்' என்று பதில் சொல்கிறான் ரமணி. அதாவது, 'நான் எதிர்பார்த்தபடி அஞ்சு பாடத்தையும் படிச்சுட்டேன்' என்று சொல்லாமல் சொல்கிறான்.

'படிச்சுட்டேன்' என்ற சொல் ஒன்றுதான், ஆனால் அதற்கு ரமணி வைத்திருக்கிற பொருள் வேறு, கமலா வைத்திருக்கிற பொருள் வேறு, அவை இரண்டும் பொருந்தாததால்தான் பிரச்னை வருகிறது.

இங்கு ரமணிக்கும் கமலாவுக்கும் இடையில் வரும் பிரச்னை ஓர் அலுவலகத்தில் மேலாளருக்கும் ஊழியருக்கும் இடையில் வரலாம், ஒரு குடும்பத்தில் கணவனுக்கும், மனைவிக்கும் இடையில் வரலாம், ஒரு கட்சித்தலைவருக்கும், தொண்டருக்கும் இடையில் வரலாம், ஒரு வேலையைச் 'செஞ்சாச்சு' என்று ஒருவர் உண்மையாகச் சொல்லலாம், ஆனால் இன்னொருவரைப் பொறுத்தவரை அது 'செய்யலை'யாக இருக்கலாம்.

இந்தப் பிரச்னையை எப்படித் தீர்ப்பது?

'செஞ்சாச்சு' என்பதன் பொருள் என்ன என்பதை வரையறுத்தால்

பிரச்னை தீர்ந்துவிடும். ஆங்கிலத்தில் இதனை *'Definition of Done'* என்கிறார்கள். ஒரு வேலையை இன்னொருவரிடம் சொல்லும்போதே, *'Done'* என்பதன் வரையறையையும் சொல்லிவிட்டால் குழப்பமே இல்லை. 'இதையெல்லாம் செய்தபிறகுதான் இந்த வேலை முடிந்ததாக அர்த்தம்' என்பதை இருவரும் புரிந்துகொண்டுவிட்டால் தகவல்தொடர்பில் இடைவெளிகள் இருக்காது.

எடுத்துக்காட்டாக, வீடு மாறும் ஒருவர் தன்னுடைய ஒப்பந்ததாரரிடம், 'இந்த வீட்டில் இருக்கிற இத்தனைப் பொருட்களைப் பத்திரமாகப் பெட்டியில் அடைக்கவேண்டும், அவற்றை அந்த வீட்டுக்குக் கொண்டுசெல்லவேண்டும், அங்கு பெட்டிகளைப் பிரித்து எல்லாப் பொருட்களையும் அதனதன் இடத்தில் அடுக்கவேண்டும், அப்போதுதான் உங்களுடைய வேலை முடிந்ததாக அர்த்தம்' என்று சொல்கிறார். ஒப்பந்ததாரரும் அதன்படி செய்கிறார். இருவருக்கும் மகிழ்ச்சி. ஏனெனில், *'Definition of Done'* தெளிவாக இருக்கிறது.

இன்னொருவரும் வீடு மாறுகிறார். அவருக்கும் இதே தேவைதான். ஆனால், அவர் தன்னுடைய ஒப்பந்ததாரரிடம் இதைப்பற்றி எதுவும் பேசவில்லை. ஆகவே, அந்த ஒப்பந்ததாரர் எல்லாப் பொருட்களையும் புதிய வீட்டின் வாசலில் போட்டுவிட்டுச் சென்றுவிடுகிறார். ஒப்பந்ததாரரைப் பொறுத்தவரை 'வேலை முடிந்தது', ஆனால் வீட்டுக்காரரைப் பொறுத்தவரை 'வேலை இன்னும் முடியவில்லை.'

இந்தக் குழப்பத்தைத் தவிர்க்கவேண்டுமென்றால், ஒரு வேலையைச் சொல்லும்போதே அதன் முழுமைநிலையை, அதாவது, *'Done'*, 'வேலையைச் செஞ்சாச்சு' என்பதைத் தெளிவாக வரையறுத்து அதை இருவரும் புரிந்துகொள்ளவேண்டும். 'அதெல்லாம் எல்லாருக்கும் தெரியும்' என்று ஊகித்துக்கொண்டு சும்மா இருந்துவிடவேண்டாம், அனைத்தையும் முன்கூட்டியே தெளிவாகப் பேசிக்கொண்டால் குழப்பமில்லை, எல்லாம் ஒழுங்காக நடக்கும்!

(செப்டம்பர் 2018)

26. தடுமாற்றம் தொடங்கித் தங்கப் பதக்கம் வரை

அந்தச் சிறுமியின் குழந்தைப்பருவம் மிகக் கொடுமையானதாக இருந்தது. நிமோனியா, செங்காய்ச்சல் எனப்படும் *Scarlet Fever*, போலியோ வைரஸால் வருகிற இளம்பிள்ளைவாதம் எனப் பல பிரச்னைகளைச் சந்தித்தார் அவர். அவற்றிலிருந்து எப்படியோ மீண்டார்.

ஆனால், இளம்பிள்ளைவாதம் அவருடைய இடக்காலை வெகுவாகப் பாதித்துவிட்டது. அவரால் இயல்பாக நடக்க இயலவில்லை.

அந்நாட்களில் (1940கள்) அவர்கள் வாழ்ந்த பகுதியில் சரியான மருத்துவ வசதிகள் இல்லை. சுமார் 80கிலோமீட்டர் தள்ளியிருந்த இன்னோர் இடத்திற்குச் சென்றுதான் சிகிச்சைபெறவேண்டியிருந்தது.

அச்சிறுமியின் பெற்றோர் அதை ஒரு பெரிய சிரமமாக நினைக்கவில்லை. அடுத்த இரண்டாண்டுகளுக்கு வாரந்தோறும் அவரைப் பேருந்தில் அழைத்துச்சென்று சிகிச்சைபெறச்செய்தார்கள். அத்துடன், வீட்டிலும் அவருடைய

கால்களை நீவுதல் போன்ற பயிற்சிகளைத் தொடர்ந்து செய்தார்கள். இந்தப் பிரச்னை கொண்டோருக்காக வடிவமைக்கப்பட்ட ஒரு சிறப்புக் காலணியையும் அவர் அணியவேண்டியிருந்தது.

இப்படிப் பல ஆண்டுகள் உழைத்தபிறகு, அவருடைய கால் வலுப்பெற்றது. எல்லாரையும்போல் அவரால் இயல்பாக நடக்க இயன்றது.

அன்றைய உலகச்சூழலின் பின்னணியில் பார்க்கும்போது, இது ஒரு பெரிய சாதனைதான். கருப்பினத்தைச் சேர்ந்தோரின் வாழ்க்கைச்சூழல் சிறப்பாகவோ சுகாதாரமாகவோ இல்லாததால், அதனை மேம்படுத்திக்கொள்வதற்கான வாய்ப்புகளும் அவர்களுக்கு வழங்கப்படாததால், பல குழந்தைகள் இப்படிப்பட்ட நோய்களைச் சந்தித்தார்கள், அதற்குச் சரியான சிகிச்சை இல்லாததால் பலரும் வாழ்நாள்முழுக்கத் துன்பப்பட்டார்கள், இச்சிறுமியின் நல்லநேரம், இவருடைய பெற்றோர், உறவினர்கள் நம்பிக்கையிழக்காமல் சிகிச்சைதந்து இவரை நடக்கவைத்தார்கள்.

அச்சிறுமி நடந்தார், ஓடினார், விளையாடினார், தீவிரமாகப் பயிற்சிபெற்றார், தன்னுடைய நாட்டின் பிரதிநிதியாக ஒலிம்பிக்ஸ்வரை சென்றார். 1956ல் தொடரோட்டத்தில் வெண்கலப்பதக்கம் வென்றார், நான்காண்டுகளுக்குப்பிறகு 1960ல் அதே தொடரோட்டத்தில் தங்கம் வென்றார், அத்துடன் 100மீட்டர், 200மீட்டர் ஓட்டங்களிலும் தங்கம் வென்றார்.

போலியோவால் பாதிக்கப்பட்ட ஒரு குழந்தை உலகின் மிகப்பெரிய தடகளப்போட்டியான ஒலிம்பிக்ஸில், உலகிலேயே அதிவேக ஓட்டம் என்று கருதப்படும் நூறுமீட்டர் போட்டியில் தங்கப்பதக்கம் வெல்வது சாதாரணச் சாதனையா? அவரை உலகமே கொண்டாடியது. மிகச்சாதாரணமான சூழலில் வளர்ந்த பலரும் அவரைப்பார்த்து ஊக்கம்பெற்றார்கள். புதிய நம்பிக்கையுடன் விளையாடவந்தார்கள். ஓட்டக்களத்தில் 'சூறாவளி' என்று பெயர்பெற்ற வில்மா ருடால்ஃபின் கதை, சரியான ஆதரவும் மன உறுதியும் இருந்தால் உடல்சார்ந்த

கட்டுப்பாடுகளைக்கூட வெல்லலாம் என்பதற்கான சான்று.

இதுபோன்ற சிரமங்கள் எல்லாத்துறைகளிலும் உண்டு, அவரவர் சந்திக்கும் சிரமத்தின் அளவுகள்தான் மாறுபடும், அவற்றைக்கண்டு முடங்கிப்போவதிலோ, 'ஏன் இப்படி நடக்கிறது?' என்று புலம்புவதிலோ பொருளில்லை என்று வில்மாவைப்போன்றோர் சொல்லித்தந்திருக்கிறார்கள். இதை வெல்லும் வழி என்ன என்ற திசையில்மட்டும் நம் சிந்தனை இருந்தால், இதை வெல்லமுடியும் என்ற உறுதி மனத்தில் இருந்தால் எதையும் சாதிக்கலாம் என்று சான்றோடு உணர்த்துகிறார்கள்.

(செப்டம்பர் 2018)

27. உயர்ந்தவர் நீங்கள்

பால் மெக்-கீ என்றோர் எழுத்தாளர். *SUMO* என்ற புகழ்பெற்ற நூலொன்றை எழுதியுள்ளார்.

சுமோ என்றதும் ஏதோ சண்டைக்கதை என்று நினைத்துவிடவேண்டாம்; அது ஒரு சுயமுன்னேற்ற நூல். *"Shut Up, Move On"* என்பதன் சுருக்கம்தான் *SUMO*.

ஆங்கிலத்தில் சுயமுன்னேற்ற நூல்கள் பெரும்பாலும் நீண்ட ஆராய்ச்சியின் அடிப்படையில் எழுதப்படுகின்றன. அவற்றிலிருந்து பல வாழ்வியல் உத்திகளை, பிரச்னைகளைத் தீர்க்கும் வழிகளை நுணுக்கமாகத் தெரிந்துகொள்ளலாம்.

*2006*ல் *SUMO* நூல் வெளியானதும், வாசகர்களிடையே நல்ல வரவேற்பைப் பெற்றது. நன்கு விற்றது. அதை அடிப்படையாகக் கொண்டு இன்னும் சில நூல்கள், பயிற்சி வகுப்புகளை உருவாக்கினார் பால் மெக்-கீ. புகழ்பெற்ற பேச்சாளராக, பயிற்சியாளராக முன்னேறினார்.

ஆனால், எத்தனைதான் சுயமுன்னேற்றம் பேசினாலும், அவருக்குள் தன்னைப்பற்றிச் சில அடிப்படைக் கேள்விகள் இருந்தனவாம், 'உண்மையிலேயே நான் திறமைசாலிதானா?

என்னுடைய நூல்கள் சிறந்தவைதானா' என்கிற ஐயத்துடனே இருந்தாராம். இதை அவரே சமீபத்தில் ஒரு கட்டுரையில் குறிப்பிட்டுள்ளார்.

ஆங்கிலத்தில் இதனை *Self-doubt* என்பார்கள். தன்னைப்பற்றியே ஐயப்படுவது, தன் திறமைகளைக் குறைத்து மதிப்பிடுவது, தன்னைக் கடுமையாக விமர்சித்துக்கொள்வது, தான் இன்னும் முன்னேறவேண்டும் என்ற எண்ணத்துடன் இருப்பது.

மேலோட்டமாகப் பார்க்கும்போது இது ஒரு தவறான விஷயமாகத் தோன்றலாம். ஆனால் உண்மையில், இது ஒரு மிகச்சிறந்த வளர்ச்சி உத்தி, சாதித்துவிட்டோம் என்ற நிறைவு வரும்போது, நாம் அங்கேயே நின்றுவிடுவோம், இன்னும் பெரிதாகச் சாதிக்கவில்லையோ என்ற ஐயம் இருக்கும்போது, தொடர்ந்து ஊக்கத்துடன் முன்னேறுவோம். பிறருடைய பாராட்டுகள் நமக்குத் தலைக்கனத்தை உண்டாக்காது, விமர்சனங்களும் பெரிய காயத்தைத் தராது, ஏனென்றால், நம்முடைய மனம் நம்மைப்பற்றி என்ன சொல்கிறது என்பது நமக்குத் தெரியும், அதன்பிறகு பிறருடைய எடைபோடல் எதற்கு?

2015ம் ஆண்டில், SUMO புத்தகம் புகழ்பெற்ற "சன்டே டைம்ஸ் டாப் 10 பிஸினஸ் புக்ஸ்" என்ற புகழ்பெற்ற நூற்பட்டியலில் இடம்பெற்றது. அதாவது, தொழில்சார்ந்த நூல்களுள் மிகச்சிறப்பாக விற்பனையாகும் 10 நூல்களில் ஒன்றாகப் பாராட்டப்பட்டது.

இது ஒரு மிகப்பெரிய கௌரவம். ஆனால், இதை யாரும் பால் மெக்-கீயிடம் சொல்லவில்லை. மூன்றாண்டுகள்கழித்து, 2018ல்தான் அவர் இதை எதேச்சையாகத் தெரிந்துகொண்டாராம்.

ஆக, மூன்றாண்டுகளாக அவர் *'Sunday Times Bestselling Author'* என்ற கௌரவத்துடன் இருந்திருக்கிறார்; அது அவருக்கே தெரியவில்லை. அவருக்குத் தெரியவில்லை என்பதால் அந்தக் கௌரவம் பொய்யாகிவிடுமா? இப்படி இன்னும் எத்தனை எத்தனை கௌரவங்கள் அவருக்கே தெரியாமல் உள்ளனவோ!

இதை எண்ணிப்பார்த்த பால் மெக்-கீ நமக்கொரு பயனுள்ள அறிவுரையைச் சொல்கிறார், *'நீங்கள் எந்தத் துறையில் இருந்தாலும் சரி, உங்கள் பணி உயர்வானது, தனித்துவமானது, சிறப்பானது, எங்கோ யாராலோ பாராட்டப்பட்டுக்கொண்டிருக்கிறது, பலர் அதனால் பயன் பெற்றுக்கொண்டிருக்கிறார்கள், அவர்கள் அதை உங்களிடம் வந்து சொல்லாமலிருக்கலாம், அதனால் உங்களுடைய சிறப்பு எந்தவிதத்திலும் குறைந்துவிடாது. அந்த நம்பிக்கையோடு தொடர்ந்து சிறப்பாக உழையுங்கள்!'*

(செப்டம்பர் 2018)

28. மென்மை வேண்டும்!

மேடையில் அமெரிக்க அதிபர் ரூஸ்வெல்ட். பள்ளி மாணவர்களுக்கு வெற்றிப் பதக்கங்களை வழங்கிக் கொண்டிருக்கிறார்.

சிறுவர்களுக்குப் பதக்கம் வழங்க அமெரிக்க அதிபர் எதற்கு?

காரணம் இருக்கிறது; இது அவர்களுடைய தனிப்பட்ட வெற்றியில்லை; நாட்டின் வெற்றி: அமெரிக்காவின் போர்ச்செலவுகளுக்காக அந்தப் பள்ளியிலிருக்கும் மாணவர்கள் நிதி திரட்டினார்கள்; அவர்களில் மிக அதிக அளவு நிதி திரட்டிய பத்துப் பேருக்கு அதிபரே பதக்கம் கொடுத்துக் கௌரவித்தார். இதைப்பார்த்து இன்னும் பலர் ஆர்வத்துடன் நிதி திரட்டினால் நல்லதுதானே?

அந்தப் பத்து மாணவர்களில் ஒருவன் தியோடர். சிறுவயதுமுதல் புறக்கணிப்பையும் அலட்சியத்தையும் சந்தித்துக்கொண்டிருந்தவன். தன்னுடைய திறமையை நிரூபிக்க ஒரு வாய்ப்புக் கிடைக்காதா, அதைப்பார்த்துத் தனக்குச் சில நண்பர்கள் கிடைக்கமாட்டார்களா என்று ஏங்கிக்கொண்டிருந்தவன்.

ஆகவே, இந்த மேடை அவனுக்கு மிகவும் முக்கியம். அதிபர் கையால் விருது வாங்கப்போகிறோம் என்று பெருமகிழ்ச்சியுடன் இருந்தான்.

பட்டியலில் அவனுடைய பெயர் பத்தாவது இடத்தில் இருந்தது. அதனால் என்ன? இத்தனை வருடங்கள் காத்திருந்தவனுக்கு இன்னும் சில நிமிடங்கள் காத்திருக்கமுடியாதா? அவன் பொறுமையுடன் நின்றான்.

ஒவ்வொரு மாணவராகப் பெயர் வாசிக்கப்பட்டது. அவர்கள் மேடையேறிப் பதக்கம் பெற்றார்கள்.

ஐந்து, ஆறு, ஏழு, எட்டு, ஒன்பது... அதிபர் ஒன்பதாவது பதக்கத்தை வழங்கிவிட்டுப் புன்னகைத்தார். அவர் கையில் வேறு பதக்கங்கள் இல்லை.

தியோடர் அதிர்ந்துபோனான். 'என்னுடைய பதக்கம் எங்கே?'

மேடையின் ஓரத்தில் திகைப்போடு நின்றிருந்த அவனை அதிபர் கவனித்தார், 'யாருப்பா நீ? எதுக்கு இங்கே நிக்கறே?'

தியோடரும் பதக்கம் வாங்க வந்தவன்தான் என்பது அதிபருக்குத் தெரியவில்லை. அவர் எல்லாப் பதக்கங்களையும் வழங்கிவிட்டதாக நினைத்தார்.

அப்போதுதான் தியோடருடைய ஆசிரியருக்குப் பிரச்னை புரிந்தது. பத்துப் பதக்கங்களுக்குப்பதில் யாரோ அதிபரிடம் ஒன்பது பதக்கங்களை வழங்கிவிட்டார்கள். இப்போது தியோடருக்குப் பதக்கம் இல்லை.

நியாயப்படி பார்த்தால், அவர் அதிபரிடம் உண்மையைச் சொல்லியிருக்கவேண்டும். 'இந்தப் பையனும் பதக்கம் வாங்க வந்தவன்தான், அவனுடைய பதக்கம் எங்கோ காணவில்லை' என்று அவர் சொல்லியிருந்தால், அதிபர் தியோடரைக் கௌரவத்துடன் பார்த்திருப்பார், பதக்கம் இல்லாவிட்டாலும் முதுகில் தட்டிப் பாராட்டியிருப்பார். ஆனால், அந்த ஆசிரியர் அப்படிச் செய்யவில்லை, தியோடரைப் பார்த்து, 'ம்ம், மேடையிலிருந்து கீழே இறங்கு' என்று சொல்லிவிட்டார்.

தியோடராவது உண்மையைச் சொல்லியிருக்கலாமே.

எப்படிச் சொல்வான்? அதுவரை அவமானத்தையும் கேலியையுமே சந்தித்த ஒருவன், தாழ்வு மனப்பான்மையில் மூழ்கியிருந்த ஒருவன் அமெரிக்க அதிபரிடம் சென்று, ‘என்னுடைய பதக்கம் எங்கே?’ என்று கேட்பானா?

அவன் மௌனமாக மேடையிலிருந்து கீழே இறங்கிவிட்டான். அந்த அதிர்ச்சியை அவனால் தாங்கமுடியவில்லை. அதன்பிறகு, வாழ்நாள்முழுக்க அவன் கூட்டத்தைக்கண்டு அஞ்சுகிறவனாக, மேடையேறத் தயங்குகிறவனாகவே இருந்தான்.

நல்லவேளையாக, தியோடரின் இன்னொரு திறமை அவரை உலகப்புகழ் பெறவைத்தது. ‘*Dr Seuss*’ என்ற பெயரில் அவர் எழுதிய சிறுவர் நூல்களை லட்சக்கணக்கான பிள்ளைகள் வாசித்து மகிழ்ந்தார்கள், இப்போதும் வாசிக்கிறார்கள்.

அமெரிக்க அதிபராகவே இருந்தாலும் என்ன? சிறுவர்களோடு பேசும்போது கொஞ்சம் கூடுதல் மென்மை தேவைதான்!

(செப்டம்பர் 2018)

29. மாஸ்கோ மந்திரம்

அந்த அடுக்ககத்தின் மாடியில் ஓர் அதிநவீன உடற்பயிற்சிக்கூடம். ட்ரெட்மில்லில் வியர்க்க விறுவிறுக்க ஓடிக்கொண்டிருந்தார் ராகேஷ். கதவைத் திறந்துகொண்டு உள்ளே வந்தார் சரவணன்.

'வாங்க சரவணன், சௌக்கியமா?' என்றபடி ட்ரெட்மில்லை நிறுத்தினார் ராகேஷ். சிறு துண்டால் வியர்வையைத் துடைத்தபடி இறங்கிவந்தார்.

'எனக்கென்ன? நல்லாயிருக்கேன்!' என்றார் சரவணன். ஆனால், அவருடைய முகத்தில் துளி மகிழ்ச்சியில்லை.

'என்னாச்சு சரவணன்? வீட்ல ஏதாவது பிரச்னையா?' விடாமல் விசாரித்தார் ராகேஷ், 'நேத்திக்குதானே ஆஃபீஸ்ல நாப்பதாயிரம் ரூபாய் போனஸ் போட்டிருக்காங்கன்னு சொன்னீங்க? அந்தச் சந்தோஷத்தைக்கூட முகத்துல காணோமே!'

'பிரச்னையே அதுதான்!' என்றார் சரவணன். 'போனஸ் வந்த சந்தோஷத்தைவிட, அதை எப்படிச் செலவுபண்றதுங்கற கவலைதான் அதிகமா இருக்கு!'

ராகேஷ் புரிந்துகொண்டதுபோல் சிரித்தார், 'நாப்பதாயிரம் ரூபாய் போனஸ் வந்திருக்குன்னு தெரிஞ்சதும் வீட்ல எல்லாருமாச் சேர்ந்து எனக்கு அது வேணும், இது வேணும்ன்னு லட்ச ரூபாய்க்குப் பட்டியல் போட்டுட்டாங்களா?'

'ஆமாங்க, என்ன பண்றதுன்னே புரியலை!'

'கவலைப்படாதீங்க, இந்தப் பிரச்னையைத் தீர்க்கறதுக்கு ஒரு நல்ல வழி இருக்கு!'

'அப்படியா? அது என்ன வழி? கொஞ்சம் விளக்கமாச் சொல்லுங்களேன்' ஆவலுடன் கேட்டார் சரவணன்.

'அந்த வழியோட பேரு, மாஸ்கோ' என்றார் ராகேஷ்.

'மாஸ்கோவா? என்னங்க இது? இந்தப் பிரச்னையைத் தீர்க்கறதுக்கு நான் ரஷ்யாவுக்குப் போகணுமா?'

'இது ரஷ்யத் தலைநகரம் மாஸ்கோ இல்லைங்க' என்றபடி தன்னுடைய மொபைலில் இப்படி எழுதிக்காட்டினார் ராகேஷ்: '*MoSCoW*'.

'இங்க *M, S, C, W*ங்கற நாலு எழுத்துகளும்தான் முக்கியம், இதுல ஒவ்வோர் எழுத்துக்கும் ஒரு பொருள் இருக்கு!'

'*M*ன்னா *Must-have*, அதாவது, உங்களுக்கு இப்போ உடனடியாத் தேவைப்படற விஷயங்கள்.'

'*S*ன்னா *Should-have*, அதாவது, இந்த விஷயங்களும் உங்களுக்கு அவசியமாத் தேவை, ஆனா, அவை உடனடியாக் கிடைக்காட்டியும் பரவாயில்லை, கொஞ்சநாள் காத்திருக்கலாம்.'

'*C*ன்னா *Could-have*, அதாவது, கிடைச்சாலும் பரவாயில்லை, கிடைக்காட்டியும் பரவாயில்லைங்கற மாதிரி விஷயங்கள்.'

'நிறைவா, *W*ன்னா *Won't-have*, அதாவது, இப்போதைக்கு உங்களுக்குத் தேவைப்படாத விஷயங்கள்.'

'கொஞ்சம் நிதானமா இந்த நாலு எழுத்தையும் யோசிச்சுப் பாருங்க; உங்க விருப்பப்பட்டியல்ல ஏகப்பட்ட விஷயங்கள்

இருந்தாலும், அவை எல்லாமே உங்களுக்கு ஒரே அளவு முக்கியமில்லைன்னு புரியும், அவை ஒவ்வொண்ணையும் இப்படி *M, S, C, W*ன்னு பிரிச்சுப்பாருங்க, எது அவசியத் தேவை, எதை அப்புறமா கவனிக்கலாம்ன்னு ஒரு தெளிவு கிடைக்கும், அதுக்கப்புறம், முதல்ல *M*ல இருக்கிற விஷயங்களுக்கு எவ்வளவு செலவாகும்ன்னு பாருங்க, அதையெல்லாம் வாங்கினப்புறமும் உங்க போனஸ்ல எவ்ளோ தொகை மீதமிருக்குன்னு பாருங்க, அடுத்து *S*, அதுக்கப்புறம் *C*ன்னு ஒவ்வொண்ணாக் கவனிங்க.'

'பட்ஜெட் குறைவு, ஆனா நிறைய விஷயங்களை வாங்கணும்ங்கற தேவை வரும்போதெல்லாம் நீங்க இந்த மாஸ்கோ முறையைப் பயன்படுத்தலாம்' என்றார் ராகேஷ், 'இங்கே பட்ஜெட்-ன்னா பணத்தைமட்டும் நினைக்கவேண்டாம், பல விஷயங்கள் உங்களுடைய நேரத்துக்காகப் போட்டிபோடும்போது, எதுக்கு அதிக முக்கியத்துவம் தர்றதுன்னு தீர்மானிக்கறதுக்குக்கூட இந்த முறை பயன்படும்!'

(செப்டம்பர் 2018)

३०. இருநூற்றோராவது கேக்

ஒரு நவீன அடுமனை(பேக்கரி). கல்லாப்பெட்டியின் அருகே பளபளப்பாக ஒரு புகைப்பட ஆல்பம் வைத்திருக்கிறார்கள். இது எதற்கு இங்கே என்று யோசித்துக்கொண்டிருக்கும்போதே, பெற்றோர் சகிதம் ஒரு குழந்தை அங்கு வருகிறது. 'பிறந்தநாள் கேக்' வேண்டும் என்று கேட்கிறது. கல்லாப்பெட்டிக்காரர் அந்த ஆல்பத்தை எடுத்துத் தருகிறார். 'எது வேணும்ன்னு பாரு, பாப்பா' என்கிறார்.

குழந்தை மேசைமீது ஆல்பத்தை வைத்துப் பிரிக்கிறது. அதற்குள் விதவிதமான பிறந்தநாள் கேக்குகளின் புகைப்படங்கள். பல வடிவங்கள், வண்ணங்கள், உருவங்கள் என்று சுமார் இருநூறு புகைப்படங்களாவது இருக்கும்.

அனைத்தையும் பொறுமையுடன் பார்க்கிறது குழந்தை. பின்னர் மறுபடியும் எதிர்த்திசையில் (சற்று விரைவாகப்) பார்க்கிறது, மூன்றாவதுமுறையும் (இன்னும் விரைவாகப்) பார்த்துவிட்டு உதட்டைப் பிதுக்குகிறது. அதன் மனத்தில் இருக்கும் கேக் அங்கு இல்லை.

'எதுவுமே பிடிக்கலையா?' என்கிறார் குழந்தையின் தந்தை.

'ம்ஹ¬ம்' என்று தலையசைக்கிற குழந்தை, 'எனக்கு எப்படிப்பட்ட பிறந்தநாள் கேக் வேணும்ன்னு அந்த டிஷ்யூ பேப்பர்ல வரைஞ்சுகாட்டட்டுமா?' என்கிறது ஆவலுடன்.

உங்களை அந்தக் கேக் கடைக்காரராகக் கற்பனை செய்துகொள்ளுங்கள்; இந்த இடத்தில் உங்களுடைய எதிர்வினை எப்படியிருக்கும்?

'விதவிதமாச் செஞ்சுவெச்ச இருநூறு கேக்குமா இந்தப் பிள்ளைக்குப் பிடிக்கலை?' என்று முகம் சுருங்கினால், நீங்கள் திறமையுள்ள உழைப்பாளி; சட்டென்று முகம் மலர்ந்து, 'இந்தப் பொண்ணு என்ன வரையுதுன்னு பார்த்துடலாம்' என்று 201வது படைப்பை எதிர்நோக்கத்தொடங்கினால், நீங்கள் உண்மையான கலைஞர்.

இதையே தொழில்நிறுவனங்களின் பார்வையிலிருந்து நோக்கினால், *Customization/Personalization* எனப் பலவிதமான பெயர்களில் அழைக்கப்படும் தனிப்பயனாக்கல் இன்றைக்கு எல்லாத் துறைகளிலும் அவசியத்தேவை. கொடுப்பதை வாங்கிக்கொண்டுபோன வாடிக்கையாளர்கள் இப்போது இல்லை. கேட்பதைக் கொடுக்காவிட்டால் போட்டியாளரிடம் சென்றுநிற்கப்போகிறவர்கள் இவர்கள்; தங்கள் உரிமையைக் கோரிப்பெறுகிறவர்கள்.

ஆகவே, *Catalog/Menu Card* என்ற பொருள்/சேவைப் பட்டியல் உங்களிடம் இருப்பினும், 'இவ்ளோதான் கிடைக்கும்' என்று முரண்டுபிடித்தால் சிரமம்தான். நெகிழ்வுத்தன்மை தேவை; 'உங்களுக்கு எப்படி வேணும்ன்னு சொல்லுங்க, யோசிக்கிறோம்' என்றாவது சொல்லவேண்டும், அவர்கள் சொல்வதைச் செய்துதர முனையவேண்டும், எல்லாவற்றையும் கேட்டுவிட்டுச் 'சார்க்கு ஒரு ஊத்தப்பம்' என்கிற கதை நடக்காது.

சொல்லப்போனால், கேக் ஆல்பத்தைத் தள்ளிவைத்துவிட்டு வருகிறவர்களிடம் முதலில் டிஷ்யூ பேப்பரை, பேனாவை நீட்டுகிற நிறுவனங்கள் அதிகமாகிக்கொண்டிருக்கிறார்கள். அதாவது, வாடிக்கையாளருக்கு முழுச் சுதந்திரம்; அவர்

எதையும் கோரலாம், அதைச் செய்துதர நிறுவனம் தன்னால் இயன்றதைச் செய்யும். *Short Catalog, Long Catalog*போய் இப்போது *Infinite Catalog.*

எடுத்துக்காட்டாக, தோசை என்கிற எளிய உணவுப்பண்டத்தை எடுத்துக்கொண்டால், முன்பெல்லாம் சாதா தோசை, மசாலா தோசை, ரவா தோசை, வெங்காய தோசை என்று ஏழெட்டு வகைகள்தான் இருந்தன; இப்போது, வழக்கமான உணவகங்களிலேயே இருபத்தைந்துக்கும் மேற்பட்ட தோசை வகைகள் பட்டியலிடப்படுகின்றன; '99வகை தோசைகள் கிடைக்கும்' எனப் பலகை மாட்டிக்கொண்டு தெருவோரக்கடைகள் முளைத்திருக்கின்றன; அதற்குமேற்பட்ட எண்களையும் யாரேனும் அறிவித்திருக்கக்கூடும்.

இத்தனை வகையான தோசைகள் எங்கிருந்து வந்தன என்று யோசிப்பதைவிட, வாடிக்கையாளர்கள் புதுமையை விரும்பத் தொடங்கிவிட்டார்கள் என்பதைப் புரிந்துகொள்ளலாம். தோசைக்கு எப்படிப்பட்ட மாவு வேண்டும், அதில் எண்ணெய் எவ்வளவு ஊற்றப்படவேண்டும், எந்த வடிவத்தில் தோசை வேண்டும், எந்தத் தடிமனில் வேண்டும், அதன்மீது என்னென்ன போடவேண்டும், தோசையை எப்படி மடித்துத் தரவேண்டும், தோசையின்மீது என்ன வைத்துப் பரிமாறவேண்டும் எனப் பலப்பல காரணிகள், இவை ஒவ்வொன்றுக்கும் ஐந்தாறு தெரிவுகள் என்று வைத்துக்கொண்டால் நூற்றுக்கணக்கான தோசைவகைகளைப் பட்டியலிட்டுவிடலாம்.

இவை அனைத்தையும் பட்டியலிட்டுவிட்டு நிமிர்ந்தால், புதிதாக ஒரு வாடிக்கையாளர் வந்து, 'தோசைக்குள்ள வெனிலா ஐஸ்க்ரீம் வெச்சுத் தருவீங்கதானே?' என்று கேட்டுக்கொண்டு வருவார். திகைத்துப்போய்ப் பார்க்கக்கூடாது, 'கண்டிப்பாத் தர்றோம், வாங்க' என்று உள்ளே இழுத்துவிடவேண்டும்.

தனிப்பயனாக்கத்தில் இரு வகைகள்: கட்டற்ற சுதந்திரம், ஓரளவு சுதந்திரம். கட்டற்ற சுதந்திரம் என்றால், பொருள் அல்லது சேவைகுறித்த அனைத்து அம்சங்களையும் அவர்கள் தீர்மானிக்கலாம். வெறும் டிஷ்யூ பேப்பர் தரப்படும், எதை

வேண்டுமானாலும் வரைந்து தரலாம், அதன்படி கேக் தயாரிப்பது நிறுவனத்தின் பொறுப்பு.

ஓரளவு சுதந்தரம் என்றால், ஒவ்வோர் அம்சத்துக்கும் சில தெரிவுகள் இருக்கும், அல்லது, இதை எடுத்தால் அதை எடுக்கவேண்டும் என்பதுபோன்ற கட்டுப்பாடுகள் இருக்கும்; அவற்றைக் கவனத்தில் கொண்டு நம்முடைய பொருளையோ சேவையையோ வடிவமைக்கவேண்டும்.

எடுத்துக்காட்டாக, வெளியூர் செல்லும் திட்டமொன்றைத் தயாரிக்கிறீர்கள் என்றால், நம் விருப்பப்படி விமான நேரத்தைத் தீர்மானிக்கமுடியாது, நாம் செல்லும் ஊர்களுக்கிடையில் எந்தெந்த நேரங்களில் விமானங்கள் உள்ளன என்கிற பட்டியல் இருக்கும், அதிலிருந்து ஒன்றைத்தான் தேர்ந்தெடுக்கவேண்டும், ஒருவேளை அந்த நேரத்தில் எந்த விமானத்திலும் இருக்கை இல்லாவிட்டால், வேறொரு நேரத்தைத் தேர்ந்தெடுக்கவேண்டியிருக்கும்.

கட்டற்ற சுதந்திரத்துடன் ஒப்பிடும்போது இது கொஞ்சம் கட்டுப்பாடான விஷயம்தான். ஆனால், தனிமயமாக்கல் என்கிற உரிமையையே தராத நிறுவனச் சூழ்நிலைகளோடு ஒப்பிடும்போது, இது எவ்வளவோ பரவாயில்லை.

எடுத்துக்காட்டாக, கடைக்குச் சென்று அங்குள்ள கணினிகளில் ஏதோ ஒன்றை வாங்கிவருவதற்கும், நம் விருப்பப்படி கணினியின் வசதிகளை (திரையின் அளவு, கணினியின் செயல்திறன், வேகம் போன்றவை) நாமே தேர்ந்தெடுத்துப் பெறுவதற்கும் வேறுபாடு உள்ளதல்லவா?

இந்த எடுத்துக்காட்டிலிருந்தே இன்னொரு விஷயமும் புரியவரும்: கணினியைக் கடையில் உள்ளபடி வாங்கினால் உடனே கிடைக்கும், ஆனால் நம் விருப்பப்படி வேண்டும் என்றால் சிலமணிநேரமோ சில நாட்களோ காத்திருக்கவேண்டும். அதற்கான செலவும் அதிகமாகலாம். ஆனால், கிடைக்கும் பொருள் சரியாக நம் தேவைக்கேற்ப, விருப்பத்துக்கேற்ப இருக்கும்.

இது நமக்குப் பழகிய விஷயம்தான்: ஆயத்த (ரெடிமேட்) ஆடை உடனே கிடைக்கும், துணி வாங்கி நம் விருப்பப்படி தைப்பதென்றால் நாளாகும், செலவுகூட அதிகமாகும், ஆனால், நாம் எதிர்பார்த்தபடி கச்சிதமாகக் கிடைக்கும்.

இப்படி வாடிக்கையாளர் எதிர்பார்க்கும் எந்தவிதமான மாற்றத்தையும் செய்துதருவதென்றால், ஒரு பொருளுக்கோ சேவைக்கோ எப்படி விலை நிர்ணயிப்பது?

கடையில் தயாராகக் கிடைக்கும் ஆயத்த ஆடைகளுக்கு ஏற்கெனவே விலை நிர்ணயிக்கப்பட்டிருக்கும். அதை எப்படி நிர்ணயித்தார்கள்?

அந்த ஆடையைத் தயாரிக்க ஆன துணிச்செலவு, தையற்செலவு, பொட்டலங்கட்டும் செலவு, விளம்பரச்செலவு, அதை விற்கும் விநியோகஸ்தரின் லாபம், கடையின் லாபம் என்று பல அம்சங்களைக் கூட்டிப்பார்த்துதான் ஆடையின் விலை தீர்மானிக்கப்பட்டிருக்கிறது. இதில் மாற்றங்கள் ஏற்படுவதைப்பொறுத்து ஆடையின் விலை அதிகரிக்கலாம், குறையலாம்.

அதுபோல, பொருள், தயாரிப்புக்கும் ஓர் அடிப்படை விலை வைத்துக்கொள்ளலாம்; அதற்குமேல் அல்லது கீழ் வாடிக்கையாளர் தேர்ந்தெடுக்கும் அம்சங்களைப்பொறுத்து அதன் விலையை மாற்றலாம்.

எடுத்துக்காட்டாக, கணினியின் விலை முப்பதாயிரம்ரூபாய்; அத்துடன் ஒலிபெருக்கியும் வேண்டுமென்றால் ஆயிரம்ரூபாய் கூடும்; அந்த ஒலிபெருக்கி உயர்தரத்தில் வேண்டுமென்றால் இரண்டாயிரம்ரூபாய் கூடும், கணினியில் குறுந்தகடைப் பொருத்தும் வசதி வேண்டாமென்றால், ஆயிரத்தைந்நூறுரூபாய் குறையும்... இப்படிப் பலப்பல அம்சங்களைப் பொறுத்து விலையை ஏற்றி, இறக்கிக் கணக்கிடலாம்.

கொஞ்சம் சிக்கலான விஷயம்தான். ஆனால், இதுபோன்ற சுதந்திரத்தை எதிர்பார்க்கும் வாடிக்கையாளர்கள் இதற்குத்

தயாராக இருப்பார்கள். மற்றவர்கள் 'இருக்கிறதைக் கொடுங்க' என்று விலையைக்கொடுத்து வாங்கிக்கொள்வார்கள்.

எந்தவிதமான சுதந்திரத்தையும் அனுமதிக்காமல், தான் வழங்கும் பொருட்கள், சேவைகளைமட்டும் வாடிக்கையாளர் பயன்படுத்திக்கொள்ளவேண்டும் என்று நினைக்கிற நிறுவனங்கள் இருந்தால், ஒன்று அவை மெல்ல மதிப்பிழக்கும்; அல்லது, அவற்றைப் பின்புலமாக வைத்துக்கொண்டு வேறு நிறுவனங்கள் இப்படிப்பட்ட சுதந்திரத்தை வழங்கத்தொடங்கும்.

எடுத்துக்காட்டாக, ஒரு குறிப்பிட்ட கார் நிறுவனம் தன்னுடைய கார்கள் இரண்டே வண்ணங்களில்தான் கிடைக்கும் என்று பிடிவாதம் பிடிப்பதாக வைத்துக்கொள்வோம்; மற்ற வண்ணங்களை விரும்பும் வாடிக்கையாளர்கள் வேறொரு கார்த் தயாரிப்பு நிறுவனத்துக்குச் செல்லலாம்; அல்லது, 'நீங்க அவங்ககிட்ட காரை வாங்கிட்டு வாங்க, உங்களுக்கு விருப்பமுள்ள வண்ணத்தை நாங்க பூசித்தர்றோம்' என்று சொல்கிற ஒருவரிடம் செல்லலாம். எப்படியோ, அவருடைய விருப்பம் நிறைவேறிவிடுகிறது.

சில மிகப்பெரிய நிறுவனங்கள் வேண்டுமென்றே இந்தத் தனிமயமாக்கலில் கவனம் செலுத்தாமலிருக்கலாம்; அதற்காக அவை வாடிக்கையாளர்களின் விருப்பத்தை அலட்சியப்படுத்துகின்றன என்று பொருளில்லை, அந்தப் பணியைப் பிறர் செய்யட்டும் என்று அனுமதித்துவிடுகிறார்கள்; அத்தகைய நெகிழ்வுத்திறனைத் தங்கள் தயாரிப்புக்குத் தந்துவிடுகிறார்கள். இனி அது வெறும் பொருள் *(Product)* இல்லை, தளம் *(Platform)*.

பொருளுக்கும் தளத்துக்கும் என்ன வேறுபாடு?

ஆயிரத்தைந்நூறு சதுர அடியில் ஒரு வீட்டைக்கட்டி அதற்குள் சுவர்கள், கதவுகள், பூஜையறை, சமையலறை, கழிப்பறை என அனைத்தையும் அமைத்துத்தருவது பொருள் விற்பனை. அனைத்தையும் உற்பத்தியாளர்கள் (அதாவது, கட்டுமான நிறுவனத்தைச் சேர்ந்தவர்கள்) பார்த்துக்கொள்கிறார்கள்; அதை

வாடிக்கையாளர் வாங்கிப் பயன்படுத்துகிறார்.

அதே ஆயிரத்தைந்நூறு சதுர அடியில் ஒரு வீட்டைக்கட்டி, 'உள்ளே நீங்க எதை வேணும்ன்னாலும் செஞ்சுக்கோங்க' என்று அனுமதித்துவிடுவது தள விற்பனை. இதை வாங்குபவர் எளிதில் இரு பெரிய அறைகளாகவோ, மூன்று சிறிய அறைகளாகவோ, ஏன், ஒரு மிகப்பெரிய கூடமாகவோகூட மாற்றியமைத்துக்கொள்ளலாம். அதற்கான வசதிகள் அத்தளத்தினுள் செய்யப்பட்டிருக்கும்; அவற்றை மாற்றியமைத்துத்தரும் நிபுணர்களும் இருப்பார்கள்.

பொருள்கள், சேவைகள் வழங்கப்படுகிற தன்மை நாளுக்கு நாள் மாறிக்கொண்டிருக்கிறது; அவற்றில் வாடிக்கையாளருடைய உரிமைகளும் தெரிவுகளும் சுதந்திரமும் அதிகமாகிக்கொண்டிருக்கிறது; நாளைய தொழில்கள் இந்த அடிப்படைச் சிந்தனையுடன்தான் அமையும்.

உங்கள் தொழிலில் நீங்கள் உங்கள் வாடிக்கையாளருக்கு எவ்வளவு சுதந்திரம் கொடுக்கிறீர்கள்? அதை இன்னும் மேம்படுத்திக் 'கட்டற்ற சுதந்திரத்தை' நோக்கிச் செல்ல இயலுமா? அது உங்கள் வாடிக்கையாளர்களுக்கு எப்படி உதவும்? உங்கள் விற்பனையை எப்படிப் பெருக்கும்? சிந்திக்கவேண்டிய நேரம் இது!

(ஜூலை 2018)

31. யோயோவும் உடல்நலமும்

டேவிட் பூன் என்றொரு ஆஸ்திரேலியக் கிரிக்கெட் வீரர் இருந்தார். பார்ப்பதற்குச் சிறு யானைக்கன்றைப்போல் தோன்றுவார். ஆனால் அவர் மட்டைசுழற்றும் அழகும் லாகவமும் அத்துணை எழிலோடிருக்கும். தொடர்த் தாக்குதலின்மூலம் எதிரணியைத் துவளச்செய்து ரன்களைக் குவிப்பார். அதற்காகவே அவருக்கு உலகெங்கும் ரசிகர்கள் உண்டு.

அவர்மட்டுமல்ல, இன்சமாம்-உல்-ஹக், அர்ஜுனா ரணதுங்கா, ஷேன் வார்னே என்று இன்னும் பல திறமைமிகுந்த வீரர்கள் கொழுக்மொழுக் தோற்றத்துடன் அருமையான கிரிக்கெட் விளையாடியிருக்கிறார்கள். அவர்களுடைய சாதனைகளுக்குத் தொப்பை ஒரு தடையாக இருந்ததில்லை.

ஆனால் இன்றைக்கு இவர்கள் இளைஞர்களாக இருந்தால், இப்போதைய கிரிக்கெட் அணிகளில் இடம்பிடிப்பார்களா என்பது சற்று ஐயத்துக்குரியதுதான். இன்றைய கிரிக்கெட்டின் தேவைகள் மாறிவிட்டன, ஆகவே, திறமைக்கு இணையாக, ஃபிட்னஸ் எனப்படும் உடல்தகுதியும் கட்டாயத் தேவையாகிவிட்டது.

காரணம், முன்புபோல் கிரிக்கெட் அவ்வப்போது விளையாடப்படும் ஆட்டமில்லை. டெஸ்ட், ஒருநாள், டி20 என மூன்று வடிவங்களில் சர்வதேசப்போட்டிகளும், ஐபிஎல்போன்ற தனிப்பட்ட போட்டித்தொடர்களும் நடைபெற்றுக்கொண்டிருப்பதால், வீரர்கள் ஆண்டுமுழுக்கத் தொடர்ந்து விளையாடவேண்டியிருக்கிறது.

மாறியது எண்ணிக்கைமட்டுமில்லை; வீரர்களிடம் எதிர்பார்க்கப்படும் விஷயங்களும்தான். இருபது ஓவர்களில் இருநூறு ரன்கள், ஐம்பது ஓவர்களில் முந்நூறு போன்றவை இப்போது சர்வசாதாரணமாகிவிட்டன; ஆகவே, எல்லாரும் ரன் எடுக்கவேண்டும், தாவிப் பந்தைத் தடுக்கவேண்டும், நன்கு ஓடவேண்டும், ஒருவர் சொதப்பினாலும் ஒட்டுமொத்த அணியும் பாதிப்புக்குள்ளாகும், ரசிகர்கள் ஏமாற்றமடைவார்கள், அது ஆட்டத்துக்கு ஆபத்து.

இதனால், கிரிக்கெட் வாரியங்கள் தங்களுடைய அணியில் விளையாடும் வீரர்களுடைய உடல்தகுதியை முக்கியத்தகுதியாகக் கருதத்தொடங்கியிருக்கிறார்கள். எப்பேர்ப்பட்ட வீரராக இருந்தாலும் உடல்தகுதித்தேர்வில் வெற்றிபெற்றால்தான் அணியில் இடம்பெறமுடியும் என்று கண்டிப்பாகச் சொல்லிவிடுகிறார்கள்.

உடல்தகுதி முக்கியம் என்பதில் ஐயமில்லை; ஆனால், அதைமட்டும் அளவுகோலாகக்கொண்டு திறமையுள்ள வீரர்களை நிராகரிப்பது சரிதானா? சமீபத்தில் கிரிக்கெட் உலகைத் தாக்கியுள்ள புதிய சர்ச்சை இது.

எடுத்துக்காட்டாக, சமீபத்தில் மொஹம்மது சாமி, அம்பாடி ராய்டு ஆகிய இரு வீரர்கள் 'யோயோ பரிசோதனை'யில் தோல்வியடைந்து இந்திய அணியில் விளையாடும் வாய்ப்பை இழந்தார்கள். 'உடல்தகுதியை மேம்படுத்திகிட்டுத் திரும்ப வாங்க' என்று அவர்களை அனுப்பிவைத்துவிட்டது இந்திய அணி.

இது அந்த வீரர்களுக்கு இழப்புதான்; அவர்கள் தங்கள் உடல்தகுதியை முன்னேற்றிக்கொள்ள இது ஒரு நல்ல

தூண்டுதலாக அமையும்; அதேசமயம், இதனால் அணிக்கு நன்மையா, தீமையா?

'நாங்கள் எல்லாரையும் ஒரேமாதிரிதான் பார்க்கிறோம்' என்கிறது அணி நிர்வாகம். 'அணித்தலைவர் கோலிகூட யோயோ பரிசோதனையில் வென்றுதான் அணியில் நுழைகிறார்.'

'அது சரி, ஒருவேளை கோலி யோயோ பரிசோதனையில் தோற்றுவிட்டால் அவரை நீக்கிவிடுவீர்களா?' என்று எதிர்க்கேள்வி கேட்கிறார் இந்திய அணியின் முன்னாள் வீரர் ஆகாஷ் சோப்ரா. இவரைப்போல் இன்னும் பல வீரர்கள், நிபுணர்கள் இதுபற்றிய ஐயங்களை எழுப்பியுள்ளார்கள்.

குறிப்பாக, அணிக்கு வீரர்களைத் தேர்வுசெய்தபிறகு 'யோயோ பரிசோதனை' நிகழ்த்துவது பெரும் சர்ச்சைக்குள்ளாகியிருக்கிறது. யோயோ பரிசோதனையில் வெல்கிறவர்களைமட்டும் அணியில் சேர்த்துக்கொண்டிருக்கலாமே, ஏன் கூப்பிட்டுவைத்து அவமானப்படுத்தவேண்டும்?

எந்தவொரு விஷயமும் புதிதாக அறிமுகப்படுத்தப்படும்போது ஆரம்பச் சங்கடங்கள் இருக்கும்; எதிர்ப்புகள் கிளம்பும்; அதற்காக அந்த விஷயம் தவறானது என்று பொருளில்லை; இந்தக் கருத்துகளைக் கவனித்து யோயோ பரிசோதனையை மேம்படுத்துவதும், அதன் பலன்களைக் கவனித்து, தேவைப்பட்டால் வேண்டிய மாற்றங்களைச் செய்வதும்தான் புத்திசாலித்தனம்.

அது சரி, யோயோ பரிசோதனை என்பது என்ன?

யோயோ என்பது ஒரு பிரபலமான பொம்மை. அதில் ஒரு நூலும் உருளையும் இருக்கும், நூலைக் கையில் பிடித்துக்கொண்டு உருளையைக் கீழே தள்ளினால் அது மீண்டும் சுருண்டு மேலெழுந்து நம்மிடமே வரும், மீண்டும் கீழே செல்லும், மேலே வரும், இப்படி முன்னும் பின்னும் செல்வதால்தான் அதை 'யோயோ' என்றழைக்கிறார்கள்.

இந்த உருளையைப்போலவே ஒருவர் முன்னும் பின்னும் ஓடும் அமைப்பைக்கொண்டிருக்கிற உடல்தகுதிப்

பரிசோதனையை 'யோயோ பரிசோதனை' என்கிறார்கள். 1990களில் டென்மார்க்கைச்சேர்ந்த அறிவியலாளர், கால்பந்துப் பயிற்சியாளரான டாக்டர் ஜென்ஸ் பாங்ஸ்போ கண்டறிந்த பரிசோதனை இது.

ஒரு மைதானத்தில் 20 மீட்டர் இடைவெளியில் இரண்டு கோடுகளை வரைந்திருப்பார்கள். பரிசோதனையில் பங்கேற்கும் வீரர்கள் ஒரு கோட்டருகில் நிற்கவேண்டும், ஊதலொலி (விசில் சத்தம்) கேட்டதும் அடுத்த கோட்டை நோக்கி ஓடவேண்டும், அடுத்த ஊதலுக்குள் அந்தக் கோட்டைத் தொட்டுவிட்டுத் திரும்பி ஓடவேண்டும், மூன்றாவது ஊதலுக்குள் முதல் கோட்டுக்குத் திரும்பிவிடவேண்டும்.

கேட்பதற்கு எளிமையாகதான் இருக்கிறது; ஆனால், இந்தப்பக்கம் வந்ததும் மறுபடி ஊதல் ஒலிக்கும், மீண்டும் ஓடித் திரும்பவேண்டும், ஊதலொலிகளுக்கிடையிலான நேரம் குறைந்துகொண்டேயிருக்கும், படிப்படியாக வீரர்களுடைய வேகம் அதிகரிக்கவேண்டும், களைத்துப்போகாமல் தொடர்ந்து ஓடவேண்டும். இப்படி எவ்வளவு நேரம் தாக்குப் பிடிக்கிறார்கள் என்பதைப்பொறுத்து வீரர்களுடைய உடல்தகுதி தீர்மானிக்கப்படும்.

உலகெங்கும் கால்பந்து, ஹாக்கி விளையாடுவோருடைய உடல்தகுதியைக் கண்டறிய இந்தப் பரிசோதனை பயன்படுத்தப்படுகிறது. இப்போது கிரிக்கெட் அணிகளும் இதனைப் பயன்படுத்தத் தொடங்கியிருக்கிறார்கள்.

இதற்குமுன்பும் இந்தியாவில் கிரிக்கெட் வீரர்களுக்கான உடல்தகுதிப் பரிசோதனைகள் இருந்தன; ஆனால், அவற்றில் வெற்றிபெற்றால்தான் அணியில் இடம்பிடிக்க இயலும் என்கிற கட்டாயம் இல்லை; வீரர்கள் பொதுவாக நல்ல உடல்தகுதியைப் பராமரிக்கவேண்டும் என எதிர்பார்க்கப்பட்டது; மற்றபடி திறமைதான் அணியில் அவர்களுடைய இடத்தைத் தீர்மானித்தது.

யோயோ பரிசோதனை கிரிக்கெட்டுக்கு உகந்ததுதானா என்கிற சர்ச்சை ஒருபுறமிருக்க, இதன்மூலம் பொதுமக்களிடையில்

உடல்தகுதிபற்றிய விழிப்புணர்வு பரவியிருப்பது ஒரு முக்கியமான மாற்றம். பொதுமக்கள் யோயோ பரிசோதனையில் கலந்துகொண்டு வெற்றியடையவேண்டிய அவசியமில்லைதான். ஆனால், நாம் நம் உடலை நன்கு கவனித்துக்கொள்கிறோமா என்று அவர்கள் தங்களைத்தாங்களே கேட்டுக்கொள்ளத்தொடங்குவது நல்லது.

அதிகம் வேண்டாம், ஓரிரு மாடிகள் படியேறும்போது மூச்சுவாங்குகிறதா என்பதே ஒரு சிறிய அளவுகோல்தான். சிறிய தூரங்களுக்கும் நடக்கமுடியாமல் வண்டி தேவைப்படுகிறது என்றால் அது ஓர் எச்சரிக்கை. நாளின் தொடக்கத்திலேயே மிகுந்த சோர்வுடன் காணப்படுகிறோமென்றால் இன்னும் பெரிய எச்சரிக்கை.

கிரிக்கெட் வீரர்கள் போட்டிகளில் வெல்வதற்கு உடல்தகுதி தேவைப்படுவதுபோல, நாம் நம்முடைய நடவடிக்கைகளைச் சிறப்பாகச் செய்து முன்னேறுவதற்கு உடல்தகுதி அவசியமாகிறது. 'சுவரிருந்தால்தான் சித்திரம்' என்று நம் முன்னோர் இதனை மிக எளிமையாகச் சொன்னார்கள். உடலாகிய சுவரை நன்கு கவனித்துக்கொண்டால் சிறந்த சித்திரங்கள் எழுதலாம்.

இன்னொரு விஷயம், உடல்நலமும் மனநலமும் ஒன்றோடொன்று தொடர்புடையவை என்கிறார்கள் நிபுணர்கள். உடலில் இருக்கும் பிரச்னைகள் மனத்தைப் பாதிக்கின்றன, மாறாக, உடல்தகுதியோடிருக்கிறவர்களுடைய மனத்திலும் மகிழ்ச்சி நிறைகிறது.

இதனால், பொதுமக்களான நாமும் அவ்வப்போது நம்மைப் பரிசோதித்துக்கொள்வது நல்லது. யோயோ பரிசோதனை அளவுக்குச் செல்லவேண்டியதில்லை, வேறு எளிய வழிகள் இருக்கின்றன.

புகழ்பெற்ற 'மாயோ க்ளினிக்' அமைப்பு, பொதுமக்களுடைய உடல்தகுதியைப் பரிசோதிக்கும் சில எளிய பரிசோதனைகளைப் பட்டியலிட்டிருக்கிறது. அந்தப் பரிசோதனைகளும் எண்களும் எல்லாருக்கும் அப்படியே 100% பொருந்தும் என்று சொல்ல இயலாது. ஆனாலும், அவற்றை ஓர் எடுத்துக்காட்டாகப்

பார்க்கலாம். நம்முடைய மருத்துவர், ஊட்டச்சத்து வல்லுனர், உடற்பயிற்சி ஆசிரியர் போன்றோர் உதவியுடன் நமக்கு ஏற்ற பரிசோதனைகளை உருவாக்கிக்கொள்ள இது ஒரு நல்ல தொடக்கமாக அமையும்:

★ ஓய்வாக இருக்கும் நேரத்தில் மணிக்கட்டில் நாடிபிடித்துப்பார்த்து நம்முடைய இதயத்துடிப்பின் அளவைக் கணக்கிடலாம்; இது 60முதல் 100க்குள் இருந்தால் நல்லது. நாடித்துடிப்பை அளக்கத் தெரியாது என்றால், இப்போது சந்தையில் பல Fitness Bandகள் கிடைக்கின்றன, இந்த உடல்தகுதிப் பட்டைகளைக் கையில் கட்டிக்கொண்டால், நாள்தோறும் நீங்கள் நடக்கிற அளவைக் கணக்கிடும், இதயத்துடிப்பை அவ்வப்போது அளந்து குறித்துக்கொள்ளும்

★ இதேபோல், 10 நிமிடம் விறுவிறுவென்று நடந்துவிட்டு இதயத்துடிப்பைக் கணக்கிடலாம், உடற்பயிற்சியின்போது இதயத்துடிப்பைக் கணக்கிடலாம், இதுபோன்ற நேரங்களில் இதயத்துடிப்பு எவ்வளவு அதிகரிக்கிறது என்பதைக் கவனிக்கவேண்டும், அது உங்களுடைய வயதைப்பொறுத்து மாறுபடும், எடுத்துக்காட்டாக, 35 வயதுள்ள ஒருவருடைய இதயத்துடிப்பு இதுபோன்ற நேரங்களில் 185வரை அதிகரிக்கக்கூடும் என்கிறது மாயோ க்ளினிக், அதற்குமேல் சென்றால் ஆபத்து

★ 1.5மைல் (2.4கிமீ) ஓடுவதற்கு உங்களுக்கு எவ்வளவு நேரமாகிறது என்பதும் ஒரு நல்ல உடல்தகுதி அளவுகோல். இதுவும் வயதைப்பொறுத்து மாறுபடும்

★ தசைவலிமையை அளவிட ‘புஷ்-அப்’ பயன்படும், ஒருவரால் தொடர்ந்து எத்தனைமுறை ‘புஷ்-அப்’களைச் செய்யமுடிகிறது என்பதைப்பொறுத்து அவருடைய உடல்தகுதியை அறியலாம்

இத்துடன், ஒருவருடைய வயதைப்பொறுத்துச் சில ஆண்டுகளுக்கொருமுறை முழு உடற்பரிசோதனை செய்துகொள்வதும் பரிந்துரைக்கப்படுகிறது. இதில் உடல்தகுதியைமட்டுமின்றி,

எளிதில் கண்டறிய இயலாத உள்பிரச்னைகளையும் அறியலாம், தேவைப்பட்டால் சிகிச்சையெடுத்துக்கொள்ளலாம்.

உடல்தகுதியை மேம்படுத்திக்கொள்வது எப்படி?

இதற்குப் பல வழிகள் உள்ளன: ஆரோக்கியமான, சரிவிகித உணவு உட்கொள்ளலாம்; இயன்ற அளவு நடப்பது, படியேறி இறங்குவது போன்ற சுறுசுறுப்பான வாழ்க்கைமுறை மாற்றங்கள்; வீட்டைச் சுத்தப்படுத்துவது, பாத்திரம் தேய்ப்பதுபோன்ற உடலுழைப்பைக் கோரும் வேலைகளைச் செய்யலாம்; இயன்றால், நாள்தோறும் உடற்பயிற்சி அல்லது நீச்சல் அல்லது யோகாசனத்தில் ஈடுபடலாம்; குழந்தைகளுடன் ஓடியாடி விளையாடுவதுகூட ஓர் உடற்பயிற்சிதான்.

முக்கியமாக, மனத்தை அழுத்தமின்றி வைத்துக்கொள்ளலாம்; அது உடலையும் நலமாக்கும்!

(ஜூலை 2018)

32. டிஜிட்டல் தோற்றம்

ஒருவருடைய வெற்றியில் ஆளுமை முக்கியப் பங்குவகிக்கிறது. குறிப்பாக, அவருடைய தோற்றம்: ஆள் வெள்ளையா, கருப்பா என்பதில் தொடங்கி, அவர் எப்படி உடுத்துகிறார், எப்படிப் பேசுகிறார், பிறரிடம் எப்படிப் பழகுகிறார், எப்படிச் சாப்பிடுகிறார், எப்படி நடக்கிறார், எப்படிக் கைகுலுக்குகிறார் என்று சகலத்தையும் உலகம் கூர்ந்து கவனிக்கிறது, அதன் அடிப்படையில் அவரைப்பற்றிய நல்ல, மோசமான கருத்துகளை உருவாக்கிக்கொள்கிறது.

நியாயமாகப் பார்த்தால், இது மிக மோசமான அணுகுமுறை. ஒருவர் எந்த நிறமானால் என்ன, எப்படிப் பேசினால் என்ன, அவருடைய திறமைகள், செயல்திறனைப் பொறுத்துதான் வெற்றி அமையவேண்டும்.

ஆனால், இங்கே எல்லாம் நியாயப்படியா நடக்கிறது? நாம் விரும்பினாலும் விரும்பாவிட்டாலும் பிறர் நம் தோற்றத்தைக் கவனிக்கிறார்கள், அதன் அடிப்படையில் நம்மை மதிப்பிடுகிறார்கள், அதை நம்மால் கட்டுப்படுத்த இயலாது.

ஆகவே, வெற்றிபெற விரும்புகிறவர்கள் தங்களுடைய தோற்றத்திலும் கவனம் செலுத்தவேண்டியிருக்கிறது. நல்ல

ஆடைகள், முக அலங்காரம், பேச்சு, நடை, பாவனைகள் என அனைத்தையும் கவனித்துச் செயல்படவேண்டியிருக்கிறது.

இவை அனைத்தும், ஒருவரைப்பற்றிய உடனடித் தோற்றத்தை உருவாக்குபவை. நல்லதோ, கெட்டதோ, அது அன்றைய பொழுதுக்குதான், அடுத்த நாள் பெரும்பாலானோருக்கு நினைவிருக்காது.

ஆனால், அவருடைய 'டிஜிட்டல் தோற்றம்', நிரந்தரமானது. இன்னும் பல வாரங்கள், பல மாதங்கள், பல வருடங்கள் கழித்துப் பார்த்தாலும் தோன்றக்கூடியது, அவரைப்பற்றிப் பிறர் என்ன நினைக்கிறார்கள் என்பதைத் தீர்மானிக்கக்கூடியது.

அதென்ன 'டிஜிட்டல் தோற்றம்'?

நீங்கள் ஒரு வேலைக்கு விண்ணப்பிக்கிறீர்கள். நேர்முகத்தேர்வெல்லாம் நல்லபடியாக நடக்கிறது. உங்கள் திறமைகள், அனுபவம் அவர்களுக்குப் பிடித்திருக்கிறது. இனி வேலை உறுதிப்படுத்தல் கடிதம் வழங்கவேண்டியதுதான்.

அப்போது, அந்நிறுவனத்தைச் சேர்ந்த சில மேலதிகாரிகள் உங்கள் பெயரை இணையத்தில் தட்டித் தேடுகிறார்கள். கடந்த சில ஆண்டுகளாக நீங்கள் இணையத்தில் என்னவெல்லாம் எழுதிவந்திருக்கிறீர்கள், எந்தக் குழுக்களில் இருக்கிறீர்கள், பிறர் உங்களைப்பற்றி என்ன பேசுகிறார்கள் என்று தேடுகிறார்கள். அதன் அடிப்படையில் உங்களுக்கு அந்த வேலை உறுதிப்படுத்தப்படுகிறது.

'இதென்ன நியாயம்?' என்று கொதிக்கவேண்டாம். வேலை விண்ணப்பம்மட்டுமில்லை, புதிய தொழில் முயற்சிகளுக்குக் கூட்டாளிகளைச் சேர்ப்பது, திருமணத்துக்கு மாப்பிள்ளை, பெண் பார்ப்பது என்று பலவற்றுக்கும் இந்த 'டிஜிட்டல் தேடல்' ஓர் அவசியமான விஷயமாகிவிட்டது. சிலர் இதை வெளிப்படையாகச் சொல்கிறார்கள், பலர் ரகசியமாகச் செய்கிறார்கள், ஆனால், நீங்கள் யார் என்று டிஜிட்டல் உலகில், குறிப்பாக ஃபேஸ்புக், ட்விட்டர் போன்ற சமூக வலைத்தளங்களில் தேடுவது சர்வசாதாரணமாகிவிட்டது,

அந்த டிஜிட்டல் தோற்றத்தின் அடிப்படையில் உங்களை மதிப்பிடுவதும் நடந்துகொண்டிருக்கிறது.

இதில் சட்டவிரோதமாக எதுவும் இல்லை; நீங்கள் பொதுவில் வெளியிட்டுள்ள விஷயங்களைத்தான் அவர்கள் பார்க்கிறார்கள், அதன் அடிப்படையில் உங்களைப் புரிந்துகொள்கிறார்கள். இதை உங்களால் தடுக்க இயலாது.

இதன் பொருள், என்றைக்காவது ஜாலியாகத் தண்ணியடித்துவிட்டு அதன் புகைப்படத்தை ஃபேஸ்புக்கில் பதிவுசெய்துவைத்தீர்கள் என்றால், பின்னர் அது திரும்பிவந்து உங்களைப் பாதிக்கக்கூடும். பெண்களைப்பற்றி ஆபாசமாகவோ பிற்போக்குத்தனமாகவோ ஒரு கருத்தைப் பதிவுசெய்கிறீர்கள், அரசியல்ரீதியில் தீவிரமாக யாருடனோ உரையாடுகிறீர்கள் என்றால், அவையெல்லாம் உங்களைப்பற்றிய தோற்றத்தை மாற்றக்கூடும்.

என்ன செய்யலாம்?

முதலில், உங்கள் பெயரை கூகுளில் தட்டச்சு செய்து என்னவெல்லாம் வருகிறது என்று நிதானமாகப் பாருங்கள். முக்கியமாக, உங்கள் பெயரைத் தட்டச்சு செய்ததும் வருகிற முதல் பக்கம் எது என்று கவனியுங்கள், அதைத்தான் பெரும்பாலானோர் க்ளிக் செய்வார்கள், அந்தப் பக்கம் உங்களுடைய அதிகாரபூர்வமான தோற்றமாக இருக்கவேண்டும்.

எடுத்துக்காட்டாக, லிங்க்ட்இன் இணையத்தளத்தில் ஒவ்வொருவரும் தங்களுடைய தொழில்முறை விவரங்களை வெளியிடுகிற வசதி இருக்கிறது. உங்களைப்பற்றி யாரேனும் தேடும்போது அது முதலாவதாக வந்தால் நன்றாக இருக்கும், அவர்களுக்கு உங்களைப்பற்றிய முதல் தோற்றம் நன்றாக அமையும்.

ஒருவேளை, அப்படி உங்களுக்கென்று அதிகாரப்பூர்வமான பக்கம் எதுவும் இல்லையென்றால், அதை உருவாக்கலாம். நீங்கள் யார், என்னவெல்லாம் சாதித்திருக்கிறீர்கள் என்பதையெல்லாம் அங்கே பதிவுசெய்துவைக்கலாம்.

அதேபோல் ஃபேஸ்புக், ட்விட்டர், லிங்க்ட்இன் போன்ற தளங்களிலும் தேடுங்கள், பிறருடைய பார்வையில் உங்கள் டிஜிட்டல் தோற்றம் எப்படி இருக்கிறது என்று புரிந்துகொள்ளுங்கள்.

இந்தப் பக்கங்களில், நீங்கள் விளையாட்டாக என்றைக்கோ எழுதிய, உங்களுடைய உண்மையான ஆளுமையை வெளிப்படுத்தாத விஷயங்கள் இருக்கலாம், அவற்றை என்ன செய்யலாம் என்று யோசியுங்கள்: அழித்துவிடலாமா, அல்லது, நண்பர்களுக்குமட்டும் தெரியும்படி மாற்றலாமா, அல்லது, வேறுவிதமாக மாற்றி எழுதலாமா?

இது ஒரு நாளில் மாற்றிவிடுகிற விஷயமில்லை; சமூக வலைத்தளங்களில் எழுதும்போது எப்போதும் கவனத்துடன் இருக்கவேண்டும். நாம் பயன்படுத்துகிற ஒவ்வொரு சொல்லும், ஒவ்வொரு புகைப்படமும் நம்மைப்பற்றிய தோற்றத்தை மேம்படுத்துகிறது அல்லது மோசமாக்குகிறது என்பதை உணர்ந்து பேசவேண்டும்.

அதற்காக எந்நேரமும் சீரியஸ் விஷயங்களைப் பேசிக்கொண்டு போரடிக்கவேண்டும் என்று அவசியமில்லை; நிஜவாழ்க்கையில் நீங்கள் எதையெல்லாம் செய்யத் தயங்குவீர்களோ அதைமட்டும் ஆன்லைனில் தவிர்த்தால் போதும்.

ஏனெனில், இணையத்தில் பதிவுசெய்யப்படுகிற விஷயங்கள் எப்போதும் காணாமல் போவதே இல்லை. பல வருடங்கள் கழித்து ஏதேனும் ஒரு தேடலில் அவை தென்படக்கூடும், உங்களுடைய தோற்றத்தை நிரந்தரமாக மாற்றிவிடக்கூடும்.

பெரும்பாலான சமூக வலைதளங்களில் நீங்கள் எழுதும் விஷயங்களை Public/Private என்று வகைபிரிக்கிற வசதி இருக்கிறது. எல்லாரும் பார்க்கலாம் என்று நீங்கள் நினைக்கிற விஷயங்களைமட்டும் பொதுவில் வெளியிடலாம், மற்றவற்றை நண்பர்கள்மட்டும் காணும்படி தனிப்பட்டமுறையில் தரலாம்.

இந்த வம்பே வேண்டாம் என்று ஃபேஸ்புக் கணக்கை இழுத்து மூடிவிடாதீர்கள். அதுவும் ஆபத்துதான். டிஜிட்டல்

தோற்றம் அவசியம், அது எல்லாரும் மதிக்கும்படியான தோற்றமாக இருப்பதும் அவசியம். இந்தப் பொறுப்பை உணர்ந்து செயல்பட்டால் உங்களை இணையத்தில் தேடுகிற எல்லாருக்கும் உங்கள்மீது மரியாதை வரும், அது உங்கள் வெற்றியை உறுதிப்படுத்தும்.

(மே 2018)

33. ‘பீட்டா’வில் தொடங்கலாம்

‘Beta’

சில இணையதளங்களில் ஓரமாக இந்தச் சொல்லைக் கவனித்திருப்பீர்கள். ஏன் அப்படி எழுதியிருக்கிறார்கள் என்று யோசித்ததுண்டா?

கிரேக்கமொழியின் முதல் இரண்டு எழுத்துகள், ஆல்ஃபா, பீட்டா. இவற்றை மென்பொருளாளர்கள் கடன்வாங்கிக்கொண்டு, இவற்றுக்கு முற்றிலும் மாறுபட்ட ஒரு பொருளைக் கொண்டுவந்துவிட்டார்கள்.

ஒரு மென்பொருள் ‘ஆல்ஃபா’ நிலையில் இருக்கிறதென்றால், ‘சாஃப்ட்வேர் எழுதிவிட்டோம்; ஆனால் இது நினைத்தபடி வேலைசெய்யும் என்பது நிச்சயமில்லை. ஆங்காங்கே பல பிரச்னைகள் இருக்கும்’ என்று பொருள்.

இதனால், ‘ஆல்ஃபா’ மென்பொருள்களை வெளியாட்களுக்குக் காட்டமாட்டார்கள். தங்கள் நிறுவனத்துக்குள்ளேயே வைத்துப் பலவிதமாகப் பரிசோதித்து, பிழைகளைத் திருத்தி, அதன்பிறகு அவற்றை ‘பீட்டா’ நிலைக்கு உயர்த்துவார்கள்.

‘பீட்டா’ என்பது, ‘ஆல்ஃபா’வைவிடச் சிறந்தது. இதில் ஏற்கெனவே அடையாளம் காணப்பட்ட பெரும்பாலான

பிழைகள் நீக்கப்பட்டிருக்கும். மென்பொருள் பெருமளவு நன்றாகவே வேலைசெய்யும். ஆகவே, இதனை வெளிநபர்களுக்கு அறிமுகப்படுத்தலாம்.

அதேசமயம், 'பீட்டா' மென்பொருளிலும் பிழைகள் நிச்சயமாக இருக்கும். சொல்லப்போனால் அந்தப் பிழைகளைக் கண்டுபிடிப்பதற்காகத்தான் அதனை வெளிநபர்களிடம் காண்பிப்பார்கள். அப்போது, மென்பொருளின் பெயருக்கருகே '*Beta*' என்று எழுதித்தந்துவிடுவார்கள்.

இதன் பொருள், 'எங்க சாஃப்ட்வேர் கிட்டத்தட்ட தயாராகிடுச்சு; ஆனா அதுல சில பிழைகள் இருக்கலாம்; கோவப்படாதீங்க; கொஞ்சம் சிரமம்பார்க்காம என்னென்ன பிழைகள் வருதுன்னு எங்களுக்குச் சொன்னீங்கன்னா கவனிச்சுச் சரிசெஞ்சுடுவோம்.'

ஆரம்பத்திலேயே இப்படிச் சொல்லிவிட்டால், வாடிக்கையாளர்களிடம் ஒரு பெரிய எதிர்பார்ப்பு இருக்காது. 'பீட்டா சாஃப்ட்வேர்தானே' என்று அந்த மென்பொருளைப் பரிவோடு அணுகுவார்கள். ஏதாவது பிழைகள் வந்தாலும் எரிச்சலாகமாட்டார்கள்.

ஒரு விழாவுக்குச் செல்கிறோம்; அங்கே எல்லாரையும் பாடச்சொல்கிறார்கள்; அத்தனை பேர் மத்தியில் பாடுவதற்கு நமக்குத் தயக்கமாக இருக்கிறது. யார் என்ன நினைப்பார்களோ என்று யோசிக்கிறோம். ஆகவே, பாடத் தொடங்குமுன், 'என் குரல் சுமாராதான் இருக்கும்' என்று சொல்லிவிடுகிறோம்.

இதனால், நாம் நிஜமாகவே சுமாராகப் பாடினாலும் யாரும் கோபப்படமாட்டார்கள். 'பரவாயில்லை, நல்லாதான் பாடறீங்க' என்று பாராட்டிவிடுவார்கள்.

மாறாக, 'நானெல்லாம் பெரிய மேடைகள்ல பாடவேண்டிய ஆளு; இந்தச் சின்ன பார்ட்டியில பாடறது எனக்கு அசிங்கம்தான்; ஆனாலும் பரவாயில்லை, உங்களுக்காகப் பாடறேன்' என்று சொல்லிவிட்டுப் பாடத்தொடங்கினால்? நாம் நிஜமாகவே நன்றாகப் பாடினாலும் நம்மை எரிச்சலோடுதான் பார்ப்பார்கள்.

இந்த உளவியலைத்தான் மென்பொருள் நிறுவனங்கள் பயன்படுத்திக்கொள்கின்றன. 'நாங்க பெரிய சாஃப்ட்வேர் எழுதியிருக்கோமாக்கும்' என்று பந்தா செய்யாமல், 'இது பீட்டா சாஃப்ட்வேர்தான். கொஞ்சம் அட்ஜஸ்ட் பண்ணிக்கோங்க' என்று பணிந்துவிடுகிறார்கள். பயனாளர்களும் அதை ஏற்றுக்கொண்டு அங்கீகரித்துவிடுகிறார்கள்.

இப்படி ஒரே நேரத்தில் பல பயனாளர்கள் ஒரு பீட்டா மென்பொருளைப் பரிவோடு அணுகும்போது, அதிலிருக்கும் பிழைகளை எரிச்சலில்லாமல் சுட்டிக்காட்டுகிறார்கள். அந்த மென்பொருள் நிறுவனம் அவற்றைக் கவனித்துச் சரிசெய்வது எளிதாகிறது. இப்படிக் கொஞ்சம்கொஞ்சமாகப் பிழைகளைக் குறைத்தபிறகு, மெல்ல அந்த '*Beta*' என்ற சொல்லை நீக்கிவிட்டு, மென்பொருளை அதிகாரப்பூர்வமாக வெளியிடுவார்கள்.

சில மென்பொருள் நிறுவனங்கள் அதையும் விரும்புவதில்லை, 'நாங்க எப்பவும் பீட்டா-வாக்கும்' என்று அறிவித்து விடுகிறார்கள். அதாவது, 'வாழ்நாள்முழுக்க மாணவன்' என்பதுபோல, அவர்களுடைய மென்பொருள் தொடர்ந்து முன்னேறிக்கொண்டிருக்கும்.

பீட்டா வசதி மென்பொருள்களுக்குமட்டுமல்ல; புதிய தொழில் முயற்சிகளில் ஈடுபட விரும்புகிற எவரும் இதனைப் பயன்படுத்திக்கொண்டு பலனடையலாம்.

எடுத்துக்காட்டாக, மளிகைக்கடை வைத்திருக்கிற ஒருவர் அங்கேயே பச்சைப்பசேல் காய்கறிகள், பழங்களை வரவழைத்து விற்கவேண்டும் என்று நினைக்கிறார். அவர் அதனை இரண்டு வழிகளில் முயன்றுபார்க்கலாம்:

முதல் வழி, தன்னுடைய கடையின் ஒரு பகுதியைக் காய்கறி, பழ விற்பனைக்கென்று பிரித்து, அங்கே உரிய அலமாரிகள், பிற பொருள்களை அமைத்து, இவற்றை விற்கும் அனுபவம் கொண்டவர்களை வேலைக்குச் சேர்த்து உள்ளூர்ப் பெரிய மனிதர் ஒருவரை அழைத்து ரிப்பன் வெட்டி விற்பனையைத் தொடங்கலாம்.

இது கேட்பதற்கு நன்றாக இருந்தாலும், இதில் ஆபத்து அதிகம். காய்கறிகளை எங்கிருந்து வாங்கவேண்டும், தினமும் எந்தக் காய்கறியை எந்த அளவில் வாங்கவேண்டும், அவற்றை எப்படிக் காட்சிப்படுத்தவேண்டும், அவை கெடாமல் பார்த்துக்கொள்வது எப்படி, என்ன விலைக்கு அவற்றை விற்கலாம் என்று பல விஷயங்களில் அவருக்கு அனுபவமில்லை. தட்டுத்தடுமாறி அவர் இவற்றைக் கற்றுக்கொள்ளும்வரை வாடிக்கையாளர்கள் காத்திருப்பார்களா? 'இந்தக் கடை சரியில்லை' என்று சொல்லிவிடமாட்டார்களா?

இங்கேதான் இரண்டாவது வழி அவருக்கு நல்ல பலன் தரும். அதாவது, 'பீட்டா' வழி:

அவர் தன்னிடம் தொடர்ந்து பொருட்களை வாங்குகிற ஐந்துபேரைத் தேர்ந்தெடுக்கிறார். அவர்களிடம் சென்று, 'அடுத்த ஒருவாரத்துக்கு உங்க வீட்டுக்குத் தேவையான காய்கறிகள், பழங்கள் என்னென்னன்னு ஒரு பட்டியல் கொடுங்க; நான் தினமும் அதையெல்லாம் வாங்கிவந்து உங்க வீட்டுலயே கொடுக்கறேன்' என்கிறார்.

அதன்படி, அடுத்த ஒருவாரத்துக்குத் தினமும் அந்த ஐந்துபேருக்கும் தேவையான காய்கறிகள், பழங்களை வாங்கிவந்து தருகிறார். மறுநாள் அவர்களைச் சந்தித்து, 'நேத்து கொடுத்த காய்கறியெல்லாம் எப்படியிருந்தது? ஏதாவது பிரச்னை உண்டா? விலை நியாயமா இருந்ததா?' என்றெல்லாம் விசாரிக்கிறார். அதன் அடிப்படையில் தன்னுடைய சேவையில் மாற்றம் செய்கிறார்.

ஒருவாரம் கழித்து, அவர் அந்த ஐந்து பேரை இருபதுபேராக்கலாம், இன்னும் அதிகப்பேருக்குக் காய்கறி, பழம் வாங்கித்தந்து இந்தத் தொழிலைப் புரிந்துகொள்ளலாம்.

இந்தப் 'பீட்டா' காலகட்டத்தில் அவர் பல தவறுகளைச் செய்யக்கூடும். ஆனால், வாடிக்கையாளர்கள் அதைப் பொருட்படுத்தமாட்டார்கள், 'முதன்முதலா இந்தத் தொழில்ல ஈடுபடறார்; சில பிரச்னைகள் இருக்கத்தான் செய்யும்'

என்றுதான் பேசுவார்கள். அவர் தன்னை மேம்படுத்திக்கொள்ள உதவுவார்கள்.

அதன்பிறகு, அவர் தன்னுடைய விருப்பப்படி தனியே காய்கறி, பழக்கடையை அமைக்கலாம். அப்போது இந்த 'பீட்டா' தொழில் முழுமையான தொழிலாக மாறிவிடும்.

இப்படி எந்தப் புதிய முயற்சியையும் ஆர்ப்பாட்டமாகத் தொடங்காமல், 'பீட்டா' நிலையில் மக்களுக்கு அறிமுகப்படுத்தலாம்; அவர்களுடைய ஆதரவுடன் படிப்படியாக முழுமைநிலைக்கு நகரலாம். அது ஓர் இயற்கையான, வலுவான வளர்ச்சியாக அமையும்.

(செப்டம்பர் 2017)

34. நாள்தோறும் திருவிழா

பெங்களூரின் பிரபலமான உணவகச்சங்கிலி அது. ‘அடிகாஸ்’ என்று பெயர். தென்னிந்திய/கர்நாடக உணவுவகைகளுக்குப் பெயர்பெற்றது. மற்ற உணவுவகைகளும் கிடைக்கும்.

அந்தக்கடையின் சிறப்பு, பதினைந்து நாளுக்கு ஒருமுறை ஏதாவது ஒரு ‘திருவிழா’ கொண்டாடுவார்கள். கடை வாசலில் பெரிய விளம்பரப்பலகைகள் வைத்துக் கவர்ந்திழுப்பார்கள், உள்ளே நுழைந்தவுடன், அந்தத் திருவிழாவில் இடம்பெறும் உணவுவகைகளை மேசைமீது காட்சிப்படுத்தி ஆர்வத்தைத் தூண்டுவார்கள், தோரணங்கள், மேசைமேல் அறிவிப்புகள் என்று பிரமாதப்படுத்துவார்கள்.

ஒவ்வொரு திருவிழாவும், ஏதேனும் ஓர் உணவுவகையைக் கொண்டாடும். எடுத்துக்காட்டாக, ‘தோசைத்திருவிழா’ என்றால் ஐந்துவகையான புத்தம்புதுத் தோசைகளை அறிமுகப்படுத்துவார்கள், இதேபோல் இட்லித்திருவிழா, பிரியாணித்திருவிழா, தெருவோர உணவுகள், லஸ்ஸித் திருவிழா என்று அசத்துவார்கள்.

இதனால், எப்போதாவது ஒருமுறை உணவகத்துக்கு வருகிறவர்கள்கூட, ‘புதுசா ஏதாவது கிடைக்குமே’ என்று இங்கே

அடிக்கடி வருகிறார்கள். ஒவ்வொருவரும் திருவிழாப் பட்டியலில் உள்ள எல்லாப் புதிய உணவுகளையும் முயன்றுபார்க்கிறார்கள். ‘இது பிடிச்சிருக்கு, அது பிடிக்கலை’ என்று சுவாரஸ்யமாகப் பேசிக்கொள்கிறார்கள். இந்த அனுபவம் அவர்களுக்குப் பிடித்துப்போய்விடுவதால், அடுத்த திருவிழாவுக்கு மறுபடியும் வருகிறார்கள். இதனால், ஒட்டுமொத்த விற்பனை அதிகரிக்கிறது.

ஆனால், இப்படி வாராவாரம் புதிய விஷயங்களை அறிமுகப்படுத்திக்கொண்டே போனால், அவர்களுடைய மெனுகார்ட் ஒரு பெரிய டெலிஃபோன் டைரக்டரிபோல் வளர்ந்துவிடுமே. அத்தனையையும் நினைவில் வைத்திருந்து சமைப்பது எப்படி?

அங்கேதான் அந்த உணவகத்தின் புத்திசாலித்தனம் வெளிப்படுகிறது. ‘திருவிழா’க் கொண்டாட்டத்தின்போது கிடைக்கும் எல்லா உணவுகளும் அவர்களுடைய வழக்கமான மெனுகார்டில் இடம்பிடிப்பதில்லை. அதிலிருந்து ஒன்றிரண்டைமட்டும் வைத்துக்கொண்டு மற்றவற்றைக் கழற்றிவிட்டுவிடுகிறார்கள்.

எடுத்துக்காட்டாக, இட்லித்திருவிழாவின்போது அவர்கள் கருவேப்பிலை இட்லி, கேழ்வரகு இட்லி, மஞ்சூரியன் இட்லி, பொடி இட்லி, சதுர இட்லி ஆகியவற்றை அறிமுகப்படுத்துகிறார்கள் என்று வைத்துக்கொள்வோம். இந்த ஐந்து வகை இட்லிகளும் ‘இட்லித்திருவிழா’வின்போது கிடைக்கும். திருவிழா முடிந்தபின், இவற்றுள் பொடி இட்லிமட்டும் மெனுகார்டில் இடம்பெறும். மற்ற நான்கும் காணாமல் போய்விடும்.

பொடி இட்லியைமட்டும் வைத்துக்கொள்ளலாம், மற்றவற்றை நிறுத்திவிடலாம் என்று எப்படித் தீர்மானிக்கிறார்கள்?

திருவிழாவின்போது, கடைகளில் உள்ள மேலாளர்கள், உணவு பரிமாறுகிறவர்கள் வாடிக்கையாளர்களுடன் தொடர்ந்து பேசுகிறார்கள். ‘இந்த இட்லி புதுசா அறிமுகப்படுத்தியிருக்கோம்ங்க. இது உங்களுக்குப் பிடிச்சிருக்கா? ஏதாவது மாத்தணுமா?’ என்று விசாரிக்கிறார்கள். அவர்கள்

சொல்லும் கருத்துகளைத் தொகுத்து மக்களுடைய ஒட்டுமொத்த விருப்பத்தைப் புரிந்துகொள்கிறார்கள்.

இந்த நேரடி விமர்சனம் ஒருபக்கமிருக்க, மறைமுகமாக இன்னொரு விமர்சனமும் அவர்களுக்குக் கிடைக்கிறது: விற்பனை எண்ணிக்கை.

பெங்களூரில் அவர்களுக்கு இருபது உணவகங்கள் இருக்கின்றன என்று வைத்துக்கொள்வோம்; இருபதிலும் இட்லித்திருவிழா நடைபெற்றிருக்கிறது. அப்போது இந்த ஐந்து வகை இட்லிகளும் ஒட்டுமொத்தமாக எவ்வளவு விற்றன என்கிற கணக்கு அவர்களிடம் இருக்கும். அவற்றில் எது ஹிட், எது சொதப்பல் என்று கணினி சொல்லிவிடும். இதன் அடிப்படையில், வெற்றிபெற்ற இட்லிகளை, தோசைகளை, லஸ்ஸிகளை, கேசரிகளை மெனுகார்டில் சேர்க்கிறார்கள், சொதப்பியவற்றை நிறுத்திவிடுகிறார்கள்.

இந்தத் திருவிழா யோசனையால் அந்தக் கடைக்கு என்னென்ன லாபங்கள் என்று யோசியுங்கள்:

1. மற்ற கடைகளில் கிடைக்காத புதுமையான உணவுப்பொருட்கள் இவர்களுடைய கடையில் வருடம்முழுக்கக் கிடைத்துக்கொண்டே இருக்கும்; ஆகவே, போட்டியாளர்களைவிட இவர்கள் முன்னே நிற்கிறார்கள்

2. பொதுவாக ஹோட்டலுக்குச் சாப்பிடப்போகிறவர்கள் வீட்டில் கிடைக்கும் அதே இட்லி, தோசையைச் சாப்பிட விரும்பமாட்டார்கள். குறிப்பாக, இளைஞர்கள் எதையேனும் புதிதாக முயன்றுபார்க்கவேண்டும் என்று நினைப்பார்கள். அந்த விருப்பத்தை இந்தத் திருவிழாக்கள் நிறைவேற்றுகின்றன

3. திருவிழாக்களின்போது அறிமுகப்படுத்துகிற உணவுகளைப் பொறுத்து, சில குறிப்பிட்ட தானியங்கள், மளிகை சாமான்கள் அதிகம் செலவாகும் என்பதால், அவற்றை மொத்த விலையில் வாங்கலாம்; செலவைக் கட்டுப்படுத்தலாம்; விலையைக் குறைக்கலாம்; அதன்மூலம் இன்னும் அதிகப்பேரை அந்த உணவுப்பொருட்களை உண்ணவைக்கலாம்

4. எந்தெந்த உணவுப்பொருட்களை மக்கள் விரும்பி உண்ணுகிறார்கள் என்பதைத் தெரிந்துகொண்டு, அவற்றைத் தொடர்ந்து வருடம்முழுக்க வழங்கலாம். அதன்மூலம், அவர்களுடைய மெனுகார்டில் உண்மையிலேயே நன்கு விற்கிற பொருட்கள் நிறைந்திருக்கும்

5. இவர்களுடைய கடைக்கு ஒவ்வொருமுறை வரும்போதும் ஒவ்வொருவிதமான அனுபவம் கிடைக்கும் என்பதால், வாடிக்கையாளர்கள் விரும்பித் திரும்பத்திரும்ப வருவார்கள்

6. கடையில் வேலைசெய்கிறவர்களுக்கும் புதுப்புது உணவுகளைச் சமைக்கிற அனுபவம் கிடைக்கும்; அவர்களும் சுறுசுறுப்பாக வேலை பார்ப்பார்கள்

இத்தனை லாபங்களுக்கும் அடிப்படை, புதுமைச்சிந்தனைதான். எதையேனும் புதிதாகச் செய்யவேண்டும், அரைத்தமாவையே அரைத்துக்கொண்டிருக்கக்கூடாது என்ற எண்ணம்தான்.

இதே பெங்களூரில் வெறும் இட்லி, வடை, தோசை, பூரி, காஃபியைமட்டும் வைத்துப் பல ஆண்டுகளாக வெற்றிகரமாக நடைபெற்றுவரும் உணவகங்கள் இருக்கின்றன. ஆனால், அவர்களால் ஓரளவுக்குமேல் வளர இயலாது. இன்னும் இன்னும் பெரிதாகவேண்டுமென்றால், சந்தையைத் தொடர்ந்து கவனித்துவரவேண்டும், அதன் எதிர்பார்ப்புக்கேற்பப் புதிய விஷயங்களைச் செய்யவேண்டும்.

இந்த விஷயம் உணவகங்களுக்குமட்டுமில்லை; எல்லாத் தொழில்களுக்கும் பொருந்தும்:

★ நம்முடைய தயாரிப்பு அல்லது சேவையில் என்ன புதுமைகளைச் செய்யமுடியும் என்று தொடர்ந்து சிந்தித்தபடியிருக்கவேண்டும். அந்தப் புதுமைகள் நம்முடைய வாடிக்கையாளர்களுக்கு உண்மையிலேயே பலன் தருகிறவையாகவும் இருக்கவேண்டும்

★ என்னென்ன புதுமைகளைச் செய்வது என்பதை அறிந்துகொள்வதற்கு, சந்தையைத் தொடர்ந்து

கவனிக்கவேண்டும். அங்கே உண்டாகும் புதிய தேவைகளை நம்மால் பூர்த்திசெய்ய இயலுமா என்று யோசிக்கவேண்டும். எடுத்துக்காட்டாக, காலணிகளைத் தயாரிக்கிற ஒரு நிறுவனம், மக்களிடையே உடற்பயிற்சி, ஓட்டம்பற்றிய விழிப்புணர்வு அதிகரித்திருப்பதை உணர்கிறது. அதற்கேற்ற காலணிகளை உருவாக்கிச் சந்தைப்படுத்துகிறது

★ இப்படிச் செய்யும் புதுமைகள் எல்லாமே வெற்றிபெறும் என்று நிச்சயமில்லை. விற்பனையைத் தொடர்ந்து கவனிக்கவேண்டும், வாடிக்கையாளர்களின் கருத்துகளைக் கேட்கவேண்டும், அதன் அடிப்படையில் புதிய தயாரிப்புகளை உருவாக்கலாம், ஏற்கெனவே உள்ள தயாரிப்புகளை மேம்படுத்தலாம், அல்லது, நிறுத்திவைக்கலாம்

சுருக்கமாகச் சொன்னால், ஆழமாக இறங்கிவிடாமல் புதிய விஷயங்களைத் தொடர்ந்து முயன்றுபார்க்கவேண்டும், அதில் எவையெல்லாம் க்ளிக் ஆகின்றனவோ, அவற்றைத் தொடரவேண்டும்.

மிகப்பெரிய நிறுவனங்கள்கூட, 'நாங்கள் நினைத்ததைச் சாதித்துவிட்டோம்' என்று ஓய்வெடுக்க இயலாது. அவர்களும் தங்களைத் தொடர்ந்து புதுப்பித்துக்கொண்டிருக்கவேண்டு ம். அப்படியானால், சிறிய, நடுத்தர நிறுவனங்களுக்கு இந்தச் சவால் இன்னும் பெரியது.

ஆகவே, புதுமைச்சிந்தனை என்பது போட்டியில் வெல்வதற்கான ஆயுதமில்லை. தொழில்வளர்ச்சிக்கான அவசிய அடித்தளம்.

(ஆகஸ்ட் 2017)

35. என் தொழில், 'தனி'த் தொழில்

பொதுவாக, சம்பளத்துக்கு இன்னொருவரிடம் கையைக்கட்டி வேலை பார்க்க விரும்பாதோர், உலகத்தை மாற்றக்கூடிய ஒரு பொருள் (அல்லது சேவை) எனக்குள் இருக்கிறது என்கிற நம்பிக்கை கொண்டோர் தொழில்முனைவோர் ஆவார்கள். *Startup* எனப்படும் நிறுவனங்களைத் தொடங்குவார்கள்.

அப்போது அவர்கள் சந்திக்கக்கூடிய ஒரு தடை: முதலீடு.

பெரிதாக இல்லாவிட்டாலும், தொழில்முனைதலுக்கு ஒரு குறைந்தபட்ச முதலீடேனும் தேவைப்படுகிறது. ஓரிரு நபர்களுக்கான சம்பளம், வாடகைக்கு ஒரு சிறு அலுவலகம், (பொருந்தினால்) சில இயந்திரங்கள், மூலப்பொருட்கள், தயாராகும் பொருட்களை வாடிக்கையாளரிடம் கொண்டுசெல்வதற்கான விளம்பரங்கள்/சந்தைப்படுத்தல் என இந்தப் பட்டியல் நீளும். இதில் சில செலவுகளைக் குறைக்க, தவிர்க்க வழியுண்டு, தொழில்நுட்பமும் இதனை எளிமையாக்குகிறது. எனினும், பூஜ்ஜியம் ரூபாய் முதலீடு செய்து (அதாவது, பண முதலீடே இல்லாமல்) *Startup* தொடங்குவது சற்றே சிரமம்தான்.

பணமுதலீடு என்றால்தானே இந்தப் பிரச்னை? நேரத்தை முதலீடு செய்து *Startup* தொடங்கினால் என்ன?

இப்படியொரு புதிய கேள்வியோடு கடந்த பத்தாண்டுகளில் ஒரு பெரும் இளைஞர் படையே கிளம்பிவந்திருக்கிறது. நடுத்தர வயதுக்காரர்கள், முதியவர்களும்கூட இப்போது இதில் இணையத்தொடங்கியிருக்கிறார்கள்.

அதாவது, ஒரு குறிப்பிட்ட திறமையைக்கொண்ட ஒருவர், தன்னுடைய நேரத்தையே முதலீடு செய்து ஒரு 'தனிநபர் *Startup*' தொடங்குகிறார், 'என்னுடைய திறமையை நீங்கள் பயன்படுத்திக்கொள்ளுங்கள், எவ்வளவு நேரம் பயன்படுத்திக்கொள்கிறீர்களோ அதற்கேற்ப ஒரு கட்டணத்தைத் தீர்மானித்துக்கொள்ளலாம்' என்கிறார்.

எடுத்துக்காட்டாக, என்னுடைய நண்பர் ஒருவர், நூல்களை அருமையாக வடிவமைப்பார். நல்ல படைப்புத்திறன் மிகுந்த மனிதர்.

பல ஆண்டுகளாக அவர் ஒரு பதிப்பகத்தில் வேலை செய்துகொண்டிருந்தார். அவர்கள் வெளியிடும் நூல்கள், அவற்றின் அட்டைப்படங்களை விதவிதமாக வடிவமைத்துத் தந்தார்.

பின்னர் ஒருநாள் அவரைச் சந்தித்தபோது, 'இப்போ நான் *Freelancer*' என்றார். 'முன்பைப்போல் ஒரு பதிப்பகத்தில் வேலை செய்வதில்லை. பல பதிப்பகங்கள் என்னை அணுகுகின்றன. புத்தகத்தின் நீளம், அதை வடிவமைக்க ஆகும் நேரத்தைப் பொறுத்து என்னுடைய ஊதியத்தைப் பெற்றுக்கொள்கிறேன்' என்றார்.

'இதனால் உங்கள் வருமானம் அதிகரித்திருக்கிறதா?' என்று ஆவலுடன் கேட்டேன்.

'கண்டிப்பாக!' என்றார் அவர். 'முன்பு, நான் மாதத்துக்கு ஐந்து புத்தகம் வடிவமைத்தாலும், இருபது புத்தகங்களை வடிவமைத்தாலும் ஒரே சம்பளம்தான். ஆனால் இப்போது

எந்த அளவு வேலை செய்கிறோமோ அந்த அளவு நல்ல வருமானம் வருகிறது. அதோடு, எந்த வேலையை எப்போது செய்யவேண்டும் என்கிற சுதந்தரமும் இருக்கிறது.'

அவர் பேச்சில் இருக்கும் 'சுதந்திரம்' என்ற சொல்லைக் கவனியுங்கள், '*Freelancer*' என்கிற சொல்லில் உள்ள '*Free*'யின் பொருள் அதுதான். ஒரு நிறுவனத்தின்கீழ் கட்டுப்பட்டு வேலை செய்யாமல், ஒருவர் தன்னுடைய திறமையைத் தானே சுதந்தரமாகப் பலருக்குத் தருகிறார். அதற்கேற்ப ஊதியம் பெறுகிறார்.

இப்படிப் புத்தக வடிவமைப்பாளர்கள், ஓவியர்கள், புகைப்படக்கலைஞர்கள், எழுத்தாளர்கள், நிருபர்கள், மொழிபெயர்ப்பாளர்கள், சந்தை ஆய்வாளர்கள், மென்பொருள் எழுதுவோர், தரக் கட்டுப்பாட்டு நிபுணர்கள், கணக்குத் தணிக்கையாளர்கள், ஆசிரியர்கள் என்று பலரும் *Freelancers* ஆகிக்கொண்டிருக்கிறார்கள், அதாவது, தங்களுடைய நேரத்தையே முதலீடு செய்து தொழில் தொடங்குகிறார்கள்.

இன்றைய இணையத் தொழில்நுட்பம் இதுபோன்ற *Freelancers*க்கு நல்ல ஆதரவளிக்கிறது. *Upwork, Fiverr* போன்ற இணையத்தளங்களில் நுழைந்து நம்முடைய திறமையைப் பதிவுசெய்துகொண்டுவிட்டால், உலகெங்கிலுமிருந்து வாடிக்கையாளர்கள் நம்மைத் தேடி வருகிறார்கள். நன்கு பணிபுரிந்து அவர்களிடம் நல்ல மதிப்பெண் (அதாவது, *Customer Satisfaction Rating*) பெற்றால், அடுத்தடுத்த வாடிக்கையாளர்கள் தானே வருவார்கள்.

ஆனால், இவர்களெல்லாம் பணத்தை ஒழுங்காகக் கொடுத்துவிடுவார்களா?

அதை இந்த இணையத்தளங்கள் கவனித்துக்கொள்கின்றன. அதாவது, வேலை தொடங்குவதற்குமுன்பே வாடிக்கையாளரிடமிருந்து பணத்தை வாங்கிவிடுகிறார்கள். 'பணம் வந்துடுச்சு' என்று அவர்கள் பச்சைக்கொடி காட்டியபிறகு நாம் வேலையைத் தொடங்கினால் போதும்.

பின்னர், நாம் வேலையைச் செய்து முடித்து அதனை வாடிக்கையாளர் ஏற்றுக்கொண்டதும், முன்பு அவரிடமிருந்து பெற்ற பணத்தில் ஒரு கமிஷன் தொகையைக் கழித்துக்கொண்டு மீதத்தை நமக்கு வழங்கிவிடுகிறார்கள்.

எடுத்துக்காட்டாக, என் நண்பர் ஒரு புத்தகத்தை வடிவமைக்க ஐந்தாயிரம் ரூபாய் கேட்கிறார் என்று வைத்துக்கொள்வோம். அதனை ஒரு வாடிக்கையாளர் ஏற்றுக்கொண்டதும் அவரிடமிருந்து ஐந்தாயிரம் ரூபாய் இந்த இணையத்தளத்துக்குச் சென்றுவிடும். அதன்பிறகுதான் என் நண்பர் முதல் பக்கத்தையே வடிவமைப்பார்.

சில நாட்களில், புத்தகம் தயாராகிவிடுகிறது. அவர் அதனை வாடிக்கையாளருக்கு அனுப்பிவைக்கிறார். வாடிக்கையாளர் அதைப் பார்த்துவிட்டு, 'அருமை' என்று சான்றிதழ் தருகிறார். உடனே, அந்த ஐயாயிரத்தில் 4500 ரூபாய் என் நண்பருக்கு வந்துவிடுகிறது. மீதமுள்ள 500 ரூபாய் இந்த ஏற்பாட்டைக் கவனித்த இணையத்தளத்துக்கு.

இதுபோன்ற ஏற்பாட்டினால், வாடிக்கையாளருக்கும் பாதுகாப்பு, வேலைசெய்கிறவருக்கும் பாதுகாப்பு.

ஒருவேளை இந்த இணையத்தளங்களை நாம் பயன்படுத்த விரும்பாவிட்டால், நம்முடைய சேவையை நாமே சந்தைப்படுத்தவேண்டும். அதாவது, 'என்னுடைய திறமை இது' என்று ஊருக்குச் சொல்லவேண்டும்.

இதற்கும் இணையத்தைப் பயன்படுத்திக்கொள்ளலாம். *Digital Marketing* எனப்படும் நவீன சந்தைப்படுத்தல் நுட்பங்களின்மூலம் நம்முடைய திறமைகளை எளிதில் வாடிக்கையாளர்களுக்குக் கொண்டுசேர்க்கலாம். மின்னஞ்சல், வலைத்தளம், சமூக ஊடகங்கள், மொபைல் என்று இதற்குப் பல வழிகள் இருக்கின்றன.

இவைதவிர, நிஜவாழ்க்கையில், அதாவது, நாம் தினசரி சந்திக்கும் மனிதர்களிடம் நல்லுறவை வளர்த்துக்கொள்வதும் ஒரு முக்கியமான நுட்பம். அவர்கள் தங்களுக்குத்

தெரிந்தவர்களிடம் நம்மைப்பற்றிச் சொல்ல, அது இன்னும் சிலருக்குச் செல்ல... இப்படி ஒரு வலுவான வலைப்பின்னலை உருவாக்கிக்கொண்டுவிட்டால் தொடர்ந்து வேலையும் வரும், வருமானமும் பெருகும்.

ஆனால் ஒன்று, இப்படி வேலை நிறைய வருகிற நேரத்தில்தான் நாம் மிகவும் கவனமாக இருக்கவேண்டும். அதாவது:

★ யாருக்கு என்ன வேலை தேவை? எப்போது தேவை? அதைச் செய்ய எவ்வளவு நேரமாகும்? அதற்கு நான் எதிர்பார்க்கும் ஊதியம் என்ன?

★ இவருடன் நான் ஏற்கெனவே பணிபுரிந்திருக்கிறேனா? சொன்னபடி பணத்தைத் தந்துவிடுவாரா? இல்லையென்றால், பணி தொடங்குமுன்பே முழுப்பணத்தையும், அல்லது, அதில் ஒரு பகுதியை முன்பணமாகத் தருவாரா?

★ இவருக்கு நான் இந்த வேலையைச் செய்யவேண்டிய நேரத்தில் நான் ஏற்கெனவே வேறு வேலைகளை ஒப்புக்கொண்டிருக்கிறேனா? இந்த வேலையைச் சரியானபடி என்னால் செய்துதர இயலுமா? ஏதேனும் பிரச்னை வந்தால் எப்படிச் சமாளிப்பது?

Freelancer தொழிலைப் பொறுத்தவரை, சொன்ன நேரத்தில் சொன்னதைச் சொன்ன தரத்தில் வழங்குவது மிகவும் முக்கியம். அதைச் சரியாகச் செய்துவிட்டால் வாய்ப்புகள் குவியும்.

அதேசமயம், இங்கே ஏமாற்றுகிறவர்களும் அதிகம். ஒழுங்காகப் பேசத்தெரியவேண்டும் (குறிப்பாக, பேரம்பேசத் தெரிந்துகொள்ளவேண்டும்). செய்த வேலைக்குப் பணத்தை ஒழுங்காக வாங்கவேண்டும். ஏமாற்றுகிறவர்களைக் கண்டறிந்து விலகிவரவேண்டும். தேவைப்பட்டால், காசு விஷயங்களை இன்னொருவரிடம் ஒப்படைத்துவிட்டு, நம்முடைய வேலையில்மட்டும் கவனம் செலுத்தலாம்.

Gig Economy என்று செல்லமாக அழைக்கப்படும் இந்த முறையை நோக்கிதான் எல்லாத் துறைகளும் சென்றுகொண்டிருக்கின்றன.

இதுதான் எதிர்காலத்தில் மிக விரும்பப்படும் பணி/ தொழில்முறையாக இருக்கப்போகிறது. இன்றைக்குப் பள்ளிகள், கல்லூரிகளில் படித்துக்கொண்டிருக்கும் மாணவர்களில் பலர் வருங்காலத்தில் சம்பளத்துக்கு வேலை செய்யமாட்டார்கள், இப்படிச் சுதந்திரமாகச் செயல்பட்டுச் சம்பாதிப்பார்கள் என்று ஊகிக்கலாம்.

நிறுவனங்களும் இதையே விரும்புகின்றன. முழுச் சம்பளம் கொடுத்து ஒருவரை வேலைக்குச் சேர்ப்பதைவிட, தேவை உள்ளபோதுமட்டும் பயன்படுத்திக்கொள்வது அவர்களுக்குப் பலவிதங்களில் வசதி, சிக்கனம்.

உங்களுடைய இப்போதைய வேலையை ஒரு *Freelance* தொழிலாக மாற்றமுடியுமா? உங்கள் நிறுவனத்தின் பணிகளை நம்பிக்கையான *Freelancer*களிடம் ஒப்படைக்கமுடியுமா? யோசிக்கத் தொடங்குங்கள்!

(ஜூலை 2017)

36. திட்டமிட்டு உருவாக்கப்படும் ஆளுமைகள்

'கல்யாணக்களை' என்ற சொல்லைக் கேள்விப்பட்டதுண்டா?

ஆணோ, பெண்ணோ, தங்கள் வயதுக்குரிய இயல்பான தோற்றத்துடன் இருப்பார்கள். ஆனால், அவர்களுக்குத் திருமணம் நிச்சயமானதும், திடீரென்று அவர்களிடம் ஒரு மாற்றம் தெரியும். ஒரு புதிய அழகு, புதுப்பொறுப்புகளுக்குத் தயாராகிவிட்டதுபோன்ற கம்பீரம் தோன்றத்தொடங்கும்.

கல்யாணம் என்றில்லை, முதன்முறையாக வேலைக்குச்செல்கிறவர்கள், சொந்தத்தொழில் தொடங்குகிறவர்கள், சிறிய ஊர்களிலிருந்து பெரிய நகரங்களுக்குக் குடியேறியவர்கள் போன்றோரிடமும் இதுபோன்ற மாற்றத்தைப் பார்க்கலாம். சில நாள் முன்புவரை சுட்டித்தனமாகத் திரிந்துகொண்டிருந்த பெண், திடீரென்று குடும்பப் பொறுப்புகளைத் தாங்குவதையும், குழந்தைமீது அன்பைக்கொட்டிக் கவனமாக வளர்ப்பதையும் பார்த்துப் பூரிக்கிற தாய்மார்கள் உண்டு. 'இனிமே நான் வேலைக்குப் போய்க் கஷ்டப்படக்கூடாது, எல்லாத்தையும் நான் பார்த்துக்கறேன்னு சொல்லிட்டான் என் மவன்' என்று

பெருமிதத்தோடு ராஜினாமாக் கடிதம் தரும் தந்தைமார்கள் உண்டு.

இப்படி ஆணுக்குள்ளும் பெண்ணுக்குள்ளும் வயது, அனுபவம், முதிர்ச்சி, தேவை காரணமாக இயல்பாக நடக்கும் ஆளுமை *(Personality)* மாற்றங்களைக் கச்சிதமாகத் திட்டமிட்டுக் கொண்டுவந்தால் எப்படியிருக்கும்?

இது கற்பனைக் கேள்வியல்ல. நிஜமாகவே ஒருவருடைய ஆளுமையைத் திட்டமிட்டு மாற்றும் திறமைகொண்ட நிபுணர்கள் இருக்கிறார்கள். அவர்களை *Personality Consultants/ Image Consultants* என்கிறார்கள்.

எடுத்துக்காட்டாக, அமிதாப் பச்சனை எடுத்துக்கொள்ளுங்கள். ஒருகாலத்தில் ஹிந்தியில் கொடிகட்டிப் பறந்த நாயகர். ஆனால், மற்ற மொழிகளில் அவரை யாருக்கும் தெரியாது.

ஆனால் இன்றைக்கு, அமிதாப் பச்சனை ஒட்டுமொத்த இந்தியாவுக்கும் தெரியும். அவர் சொன்னால் பற்பசையில் ஆரம்பித்து ஆயுள் காப்பீடுவரை எதுவானாலும் மக்கள் வாங்கத் தயாராக இருக்கிறார்கள். தொலைக்காட்சி, வானொலி, செய்தித்தாள், சுவரொட்டிகள் என அனைத்திலும் அவருடைய முகம்தான்.

இந்த மாற்றம், ஒரு நாளில் நடந்ததல்ல. தனக்கு வயதாகிறது, இனிமேலும் கதாநாயகிகளைத் துரத்திக்கொண்டு வில்லன்களை உதைத்துக்கொண்டிருக்கமுடியாது என்று புரிந்துகொண்ட அவர், கொஞ்சம்கொஞ்சமாகத் தன்னுடைய வயதுக்கேற்ற பாத்திரங்களைத் தேர்ந்தெடுத்து நடிக்கத்தொடங்கினார், சினிமாவுக்கு வெளியே தொலைக்காட்சி, பொது நிகழ்ச்சிகளில் தோன்றும்போது அணியவேண்டிய உடைகள், பேசவேண்டிய விதம் என அனைத்தையும் கவனமாக மாற்றினார். அவ்வளவு ஏன், அவருடைய குரல்கூடப் பொறுமையாகவும் நிதானமாகவும் மாறியது. இப்படிக் கொஞ்சம்கொஞ்சமாகப் பல ஆண்டுகளில் உருவாக்கிய ஆளுமை இது.

அமிதாப் பச்சன் இதை விரும்பிச்செய்யவில்லை. அவருக்கு இது

கட்டாயமாகிவிட்டது. ஆனால் வேறு பலர், சில குறிப்பிட்ட நோக்கங்களுக்காக இதனைத் திட்டமிட்டுக் கவனமாகச் செய்கிறார்கள். இதற்குதான் ஆளுமை ஆலோசகர்களின் உதவி தேவைப்படுகிறது.

எடுத்துக்காட்டாக, ஒரு பெரிய தொழிலதிபர்; அவருக்கு ஒரு மகன்; அவனைத் தன்னுடைய நிறுவனத்தின் உயர்பதவிக்குக் கொண்டுவரவேண்டுமென்று விரும்புகிறார்.

என்னதான் அவருடைய சொந்த நிறுவனமாக இருந்தாலும், திடீரென்று ஓர் இளைஞனை அந்தப் பொறுப்புக்குக் கொண்டுவந்தால் மக்கள் ஏற்பார்களா என்று அவருக்குத் தயக்கம் இருக்கலாம். குறிப்பாக, ஊடகங்களின்மூலம் அவனைப்பற்றிய ஒரு தவறான பிம்பம் மக்களுக்குச் சென்றுவிடக்கூடாது என்று நினைக்கலாம்.

ஆகவே, அவர் ஆளுமை ஆலோசகர்களை அழைக்கிறார். 'இவன்தான் என் மகன்; இவனை ஒரு திறமையுள்ள நிர்வாகியாகத் தொழில் உலகமும் ஊடகங்களும் மக்களும் ஏற்றுக்கொள்ளவேண்டும்; உங்களுக்கு 2 வருடம் நேரம் தருகிறேன்; அதற்குள் இதைச் செய்தாகவேண்டும்' என்கிறார்.

அவர் பேசிய இந்த வாக்கியங்களுக்குள், ஒருவருடைய ஆளுமையை மாற்றியமைப்பதற்கான இலக்குகள் தெளிவாக அமைந்திருக்கின்றன:

1. யாருடைய ஆளுமையை மாற்றவேண்டும்? (தொழிலதிபரின் மகனுடைய ஆளுமையை)
2. அவருடைய இப்போதைய ஆளுமை என்ன? (இளைஞர், பெரிய பணக்காரரின் மகன்)
3. அவர் எத்தகைய ஆளுமையைப் பெறவேண்டும்? (திறமையான நிர்வாகி)
4. யாரெல்லாம் இந்த ஆளுமையைக் காணவேண்டும்? (தொழில் உலகம், ஊடகங்கள், மக்கள்)
5. அதற்கு எவ்வளவு நேரம் இருக்கிறது? (2 வருடம்)

இந்த அம்சங்களை மனத்தில் வைத்து ஆளுமை ஆலோசகர்கள் உழைக்கத்தொடங்குகிறார்கள். முதலில், அந்த நபரின் ஆளுமையில் உள்ள எதிர்மறை விஷயங்களை ஆராய்கிறார்கள். அவற்றை அகற்றி, அந்த இடத்தில் நேர்விதமான விஷயங்களைப் பதிவுசெய்வதற்கு என்ன செய்யவேண்டும் என்று யோசிக்கிறார்கள். அதனை உரியவர்கள் மத்தியில் எப்படிக் கொண்டுசெல்வது என்று திட்டமிடுகிறார்கள். இவற்றையெல்லாம் அந்த இளைஞருக்குச் சொல்லித்தருகிறார்கள்.

எடுத்துக்காட்டாக, அந்த நிறுவனத்தின் சிறிய பிரிவொன்று நஷ்டத்திலிருந்து விடுபட்டு வெளியே வந்துகொண்டிருக்கிறது. சத்தமில்லாமல் அந்தப் பிரிவுக்கு அந்த இளைஞரைத் தலைவராக்குகிறார்கள். இன்னும் பல திறமைசாலிகளை அவருடைய குழுவில் சேர்த்துவிட்டுக் கஷ்டப்பட்டு உழைக்கச்செய்கிறார்கள். கொஞ்சம்கொஞ்சமாக அந்தப் பிரிவு பிரச்னையிலிருந்து வெளியே வந்ததும், வெற்றியைப் பெரிய அளவில் கொண்டாடுகிறார்கள், விளம்பரப்படுத்துகிறார்கள்; அந்தச் செய்திகளில் அந்த இளைஞரின் முகம் தனித்துத்தெரியும்படி பார்த்துக்கொள்கிறார்கள். ‘அடுத்த தலைமுறைத் தலைவர் உருவாகிறார்’ என்று மக்கள் மனத்தில் பதியவைக்கிறார்கள்.

இதே காலகட்டத்தில், அவருடைய நடை, உடை, பாவனை என அனைத்தையும் இவர்கள் மாற்றிவிடுகிறார்கள். ஜீன்ஸ், டி-ஷர்ட் என்று திரிந்துகொண்டிருந்தவர் இப்போது கோட்டும் சூட்டுமாக நிகழ்ச்சிகளில் தோன்றுகிறார். நுனிநாக்கில் ஆங்கிலம் பேசுகிறார். சமூகசேவை நிகழ்ச்சிகளில் கலந்துகொண்டு ஏழைகளுக்கு உதவுகிறார்... அனைத்தும் ஆளுமை ஆலோசகர்கள் சொல்லித்தந்த வழியில்.

முக்கியமான விஷயம், அவர்கள் ஊரை ஏமாற்றவில்லை. யாரோ செய்ததை அந்த இளைஞர் செய்ததாகச் சொல்லவில்லை. அவர் நிச்சயமாக ஜெயிக்கக்கூடிய ஒரு சூழலில் அவரை உட்காரவைத்து ஜெயிக்கச்செய்கிறார்கள். பிறகு அந்த வெற்றியைப் பயன்படுத்தி, அதைப் பிரபலப்படுத்தி, அவருடைய ஆளுமையை உருவாக்குகிறார்கள்.

தொழில்துறையில்மட்டுமில்லை, அரசியல், திரைப்படம், விளையாட்டு எனப் பல துறைகளிலும் இதுபோன்ற ஆளுமை ஆலோசகர்கள் இயங்கிக்கொண்டிருக்கிறார்கள். இன்றைக்கு நாம் பார்க்கும் பல பிம்பங்கள் இப்படிக் கவனமாக உருவாக்கப்பட்டவைதான்.

இதற்கு இன்னொரு பிரபலமான எடுத்துக்காட்டு, பிரபல தொழிலதிபர் முகேஷ் அம்பானியின் மனைவி நீதா அம்பானி. சில ஆண்டுகளுக்கு முன்புவரை அவரை 'முகேஷின் மனைவி' என்றுதான் பிறருக்குத் தெரியும். ஆனால் இப்போது, நீதாவும் ஒரு தனித்துவமான ஆளுமை. குறிப்பாக, 'மும்பை இந்தியன்ஸ்' ஐபிஎல் கிரிக்கெட் அணியின் வெற்றிச் செய்திகளிலெல்லாம் அவருடைய முகம் தனித்துத்தெரிவதைப் பார்க்கலாம்.

மனிதர்களுக்குமட்டுமல்ல, அஃறிணைப் பொருட்களுக்கும் (அதாவது, வணிக பிராண்ட்களுக்கும்) ஆளுமை மேம்பாட்டு நுட்பங்கள் பொருந்தும். ஒரு சிறிய பேனா, பென்சிலில் ஆரம்பித்துப் பெரிய விமானம்வரை அத்தனை பிராண்ட்களும் பலப்பல ஆலோசர்களின் மூளைகளால் கட்டமைக்கப்படுகிறவைதான்.

எடுத்துக்காட்டாக, பெப்ஸி, கோக் குடிப்பது உடலுக்குக் கெடுதல் என்று செய்தி வந்தபோது அந்த நிறுவனங்கள் என்ன செய்தன என்று கொஞ்சம் யோசியுங்கள். சமீபத்தில்கூட, ராதிகா நடிக்க கோக் விளம்பரமொன்று வெளியானதே, முன்பு இதுபோன்ற எதிர்மறைச் செய்திகள் இல்லாமலிருந்தபோது இளம் கதாநாயகர்கள், கிரிக்கெட் வீரர்களை வைத்து விளம்பரப்படுத்திய அவர்கள், இந்த நேரத்தில் தங்கள் விளம்பரத்தில் ராதிகாவைப் பேசச்செய்தது ஏன்? அதன்மூலம் மக்கள் மத்தியில் அவர்கள் தங்களுடைய பிராண்டின் நம்பகத்தன்மையை மேம்படுத்திக்கொண்டது புரிகிறதல்லவா?

அதேபோல், மேகிக்குத் தடை என்று சொன்னார்களே, அப்போது அதை அவர்கள் எப்படிக் கையாண்டார்கள் என்று சிந்தித்துப்பாருங்கள், பின்னர் மேகி பழையபடி திரும்ப வந்ததே, அது எப்படி? இத்தனை எதிர்மறைச் செய்திகளுக்குப்பிறகும்,

இன்றைக்குப் பெப்ஸி, கோக், மேகி விற்பனை மறுபடி ஏறுமுகத்தில் உள்ளது என்கிறார்களே, இது எவ்வாறு சாத்தியம்?

ஆனால், ஆளுமையைத் தூக்கி நிறுத்தும் திட்டங்கள் எல்லாமே எப்போதும் வெல்லும் என்று சொல்ல இயலாது. நாம் முன்பு பார்த்த அதே அமிதாப் பச்சனின் மகன் அபிஷேக் பச்சனால் இன்றுவரை ஒரு முன்னணி நடிகராகத் தன்னை முன்னிறுத்திக்கொள்ள இயலவில்லை. இன்னும் பல பிரபலங்களின் வாரிசுகள் தங்களுடைய பெற்றோரின் ஆளுமையின் ஒரு துளியைக்கூட எட்ட இயலாமல் திணறுவதைப் பார்க்கிறோம்.

இவர்களெல்லாம் ஆளுமை ஆலோசகர்களை நாடித் தோற்றுப்போனார்களா; அல்லது, அதற்கான முயற்சிகளிலேயே ஈடுபடவில்லையா என்பது நமக்குத் தெரியாது. அதேசமயம், ஆளுமையை மாற்றத் திட்டமிட்டு வென்றவர்கள், எதேச்சையாக நிகழ்ந்த மாற்றங்களைப் பயன்படுத்திக்கொண்டு கவனமாக முன்னேறி ஆளுமையை மாற்றிக்கொண்டவர்களைத் தொடர்ந்து பார்க்கிறோம்.

இதெல்லாம் பிரபலங்களுக்குதானா? நம்மைப்போன்ற பொதுமக்களெல்லாம் ஆளுமையை மாற்றிக்கொள்ள இயலாதா?

ஆளுமை ஆலோசகர்களை நியமிக்குமளவும் நம்மிடம் பட்ஜெட் இல்லாமலிருக்கலாம். ஆனால், அப்படிச் செலவுசெய்யத் தயாராக இருக்கிறவர்களுக்கு இவர்கள் எப்படிப்பட்ட ஆலோசனைகளைத் தருகிறார்கள் என்று கவனித்து நாமே ஓர் ஆளுமை மாற்றத் திட்டத்தை உருவாக்கிச் செயல்படுத்துவது சாத்தியமே.

எடுத்துக்காட்டாக, 'அலுவலகத்தில் என்னை யாரும் மதிக்கமாட்டேங்கறாங்க; உப்புப்பெறாத வேலைகளைதான் என் தலையில கட்டறாங்க' என்று புலம்புகிற ஒருவர், தன்னுடைய இப்போதைய ஆளுமையைக் கூர்ந்து கவனிக்கலாம், அதைத் தான் எப்படி மாற்ற விரும்புகிறோம் என்று புரிந்துகொண்டு, அதற்கேற்பத் திட்டமிட்டுச் செயல்படலாம்.

‘இதையெல்லாம் நாமதான் செய்யணுமா? அவங்களா நம்ம திறமையைப் பார்த்து மதிக்கமாட்டாங்களா?’ என்று ஆதங்கப்பட்டீர்களானால், உங்களுக்கு ஆளுமை மேம்பாட்டின் அடிப்படையே புரியவில்லை என்று பொருள். ஆளுமை என்பது, இல்லாததை இருப்பதுபோல் காட்டுவதல்ல, இருப்பதை எல்லாரும் பார்க்கும்படி வெளிச்சம்போட்டுக்காட்டுவது. அந்த வெளிச்சத்தை நாமேதான் உருவாக்கவேண்டும்!

(ஜூன் 2017)

37. குடும்பமும் தொழிலும்

'இதென்ன குடும்பத்தொழிலா?'

கார்ப்பரேட் உலகில் ஒரு மேலாளரைப்பார்த்து யாரேனும் இப்படிக் கேட்டுவிட்டால், மிகப்பெரிய அவமானமாகக் கருதப்படும்.

குடும்பத்தொழில் என்றால் அத்துணைக் கேவலமா? உலக அளவில் ஆயிரக்கணக்கான பெரிய, நடுத்தர நிறுவனங்களும், லட்சக்கணக்கான சிறு நிறுவனங்களும் குடும்பங்களால் நிர்வகிக்கப்படுகின்றன. அதாவது, ஒரே குடும்பத்தைச் சேர்ந்த தந்தை/தாய்/மகன்/மகள்/சகோதரர்கள் போன்றோர் இந்நிறுவனங்களை வழிநடத்துகிறார்கள். இப்படிப் பல தலைமுறைகளாக லாபகரமாக நடந்துவரும் நிறுவனங்களும் உண்டு.

ஆனாலும், 'இதென்ன குடும்பத்தொழிலா?' என்பது ஓர் அவமதிக்கும் வாக்கியமாகவே எண்ணப்படுகிறது. ஏன்?

பல நேரங்களில் ஒரு வாக்கியம் பாராட்டா அல்லது அவமதிப்பா என்பதைத் தீர்மானிப்பது, அதிலுள்ள சொற்கள்மட்டுமில்லை. அவற்றின் கலாசாரப்பின்னணியும்தான்.

எடுத்துக்காட்டாக, ஓர் இல்லத்தரசியைக் குறிப்பிட்டு, 'அவங்க வீட்ல எல்லாத்துக்கும் வேலைக்காரங்க உண்டு' என்று சொன்னால், சில கலாசாரங்களில் அது அவமதிப்பு: அவர் தன்னுடைய கடமையைச் செய்வதில்லை, அதற்காகப் பிறரை நம்பியிருக்கிறார் என்ற பொருளில்.

ஆனால் வேறு சில கலாசாரங்களில், அது பெருமைக்குரிய பாராட்டாகிறது: வேலைக்காரர்களை வைத்துச் சம்பளம் தரும் அளவுக்கு அவர் வசதியாக வாழ்கிறார் என்ற பொருளில்.

குடும்பத்தொழில் என்பதும் இப்படிதான். எந்தக்கோணத்தில் பார்க்கிறோம் என்பதைப்பொறுத்து அது பாராட்டாகவோ அவமதிப்பாகவோ ஆகிறது:

★ தலைமுறை தலைமுறையாக ஒரு நிறுவனத்தை நடத்திவருகிறார்கள், சகோதரர்கள் ஒருவருக்கொருவர் உதவிக்கொள்கிறார்கள், எதற்கும் பிறரைச் சார்ந்திருப்பதில்லை என்கிற கோணத்தில் பார்த்தால், அதுவொரு பாராட்டத்தக்க விஷயம்

★ எல்லாப் பொறுப்புகளையும் குடும்ப உறுப்பினர்களே எடுத்துக்கொள்கிறார்கள், மற்றவர்களுக்கு வாய்ப்பே தருவதில்லை, இதனால் அங்கே ஒரேமாதிரியான சிந்தனைதான் நிலவுகிறது, புதிய முயற்சிகளுக்கு இடமே இல்லை என்கிற கோணத்தில் பார்த்தால், அதுவோர் அவமானகரமான விஷயம்

உண்மை இந்த இரு முனைகளிலும் இல்லை. நடுவில் இருக்கிறது.

ஒருவர் ஒரு நிறுவனத்தைச் சிறப்பாக நடத்திவருகிறார். அவருக்குப்பின் யார் அந்தப் பொறுப்பை ஏற்பது என்கிற கேள்வி வரும்போது, அவர் தன்னுடைய மகனையோ சகோதரரையோ தேர்ந்தெடுத்தால், அது குடும்ப நிறுவனமாக முத்திரை குத்தப்படுகிறது. மாறாக, வெளியிலிருந்து வந்த ஒருவரைத் தேர்ந்தெடுத்தால், அது பாராட்டப்படுகிறது. இது சரிதானா?

நிறுவனத்தலைவரின் மகன் என்கிற ஒரே காரணத்துக்காக, தகுதியில்லாத ஒருவரை ஏற்பதும் பிழைதான், தகுதியுள்ள

ஒருவரை மறுப்பதும் பிழைதான். அந்நிறுவனத்தின் நலன்கருதும் எவரும் இப்படிதான் சிந்திப்பார்கள்.

இப்போது, அதே நிறுவனத்தில் ஒரு கீழ்மட்ட வேலை காலியாகிறது என்றால், அதற்கு உரிய நபர் எப்படித் தேர்ந்தெடுக்கப்படுகிறார்?

★ ஏற்கெனவே அங்கே வேலைசெய்கிற (தகுதியுள்ள) ஒருவருக்குப் பதவி உயர்வு தரலாம். ஒருவேளை அவரிடம் அந்தப் பதவிக்குத் தேவையான தகுதிகள் இல்லையென்றால், அவற்றை வளர்த்துக்கொள்ளச்சொல்லலாம், அதற்கு நேரம் தரலாம்

★ அது சாத்தியமில்லை எனில், வெளியிலிருந்து ஒருவரைக் கொண்டுவரலாம். அப்போது, அவர் ஏற்கெனவே எல்லாத் தகுதிகளுடனும் இருக்கவேண்டும் என்று எதிர்பார்க்கப்படும்

ஆக, இயல்பாகவே 'நமக்குத் தெரிந்த ஒருவர்' என்பதற்கு நாம் முக்கியத்துவம் தருகிறோம். வெளியாட்களுக்குத் தராத வாய்ப்பை, நேரத்தை அவருக்குத் தர முனைகிறோம். இதற்கு என்ன காரணம்?

1. அவரோடு நாம் ஏற்கெனவே (வேறொருவிதத்தில்) பணியாற்றியிருக்கிறோம். ஆகவே, இந்தப் புதிய பொறுப்பிலும் அவரோடு அதிகச் சிரமமின்றி இயைந்து செயல்பட இயலும்

2. அவர் நம் நிறுவனத்தை ஏற்கெனவே நன்கறிந்தவர். ஊழியர்கள், வாடிக்கையாளர்கள், கூட்டாளி நிறுவனங்களுக்கும் அவரைத் தெரிந்திருக்கும்; ஒரு புதியவரைக்காட்டிலும் இவரை எளிதில் ஏற்றுக்கொள்வார்கள்

3. இத்தனை ஆண்டுகளாக நம்மோடு சேர்ந்து உழைத்திருக்கிறார்; அந்த விசுவாசத்துக்கு ஒரு பரிசு தரவேண்டாமா?

4. பிறரைக் கருத்தில்கொள்ளாமல் தனக்கு இந்தப் பதவியும் வாய்ப்பும் வழங்கப்பட்டிருக்கிறது எனும்போது, அவர் முன்பைவிட அதிகப் பொறுப்புடன் செயல்படுவார்

5. நம்பிக்கையான மனிதர், இன்னொரு புதியவருடன் இத்தகைய நம்பிக்கையைப் பெற எத்தனை நாளாகுமோ!
6. வெளியிலிருந்து வரும் ஒருவர் நம் நிறுவனக் கலாசாரத்துக்குப் பொருந்துவாரா?

உளவியல்ரீதியில் சிந்தித்தால் இப்படிப் பல காரணங்களை அடுக்கமுடியும். இவை அனைத்தும் ‘குடும்ப உறுப்பினர்’களுக்கும் பொருந்திப்போவதைக் கவனியுங்கள்.

ஆங்கிலத்தில் இதனை *Comfort Feel* என்பார்கள். நமக்குத் தெரிந்த நபர்களோடு பணியாற்றும்போது ஒருவிதமான சவுகர்ய உணர்வு வருகிறது. புதியவர்களோடு அத்தனை சுலபத்தில் நாம் ஒன்றுவதில்லை; அவர்கள்மீது நம்பிக்கை வைக்கத் தயங்குகிறோம். ஆகவே, ஒரு புதிய பொறுப்பு என்று வரும்போது, ஏற்கெனவே (வேறுவிதத்தில்) நாம் அறிந்த நபர்களை அவற்றில் நியமிக்க எண்ணுகிறோம். அவரிடம் ஓரிரு குறைபாடுகள் இருந்தாலும் பொறுத்துக்கொள்கிறோம். ஆயிரம்தான் இருந்தாலும் ‘நம்ம பய’ என்கிறோம்.

இந்தச் சிந்தனையை ஏற்றுக்கொள்ளாதவர்கள், ‘இதற்கு அறிவியல் அடிப்படை இல்லை’ என்கிறார்கள். ‘தனிப்பட்ட உணர்வுகளைக் கருத்தில் கொள்ளாமல், முழுக்கமுழுக்கத் தகுதி, திறமை அடிப்படையில் பரீட்சை வைத்துதான் நபர்களைத் தேர்ந்தெடுக்கவேண்டும்’ என்பது இவர்களுடைய கட்சி.

அதற்காக, குடும்ப உறுப்பினர்களால் நடத்தப்படும் நிறுவனங்கள் அறிவியல்பார்வையே இல்லாமல் இஷ்டம்போல் நடக்கின்றன என்று பொருளில்லை. அவர்களும் பொறுப்புணர்ச்சியோடுதான் செயல்படுகிறார்கள். சொல்லப்போனால், வெளியிலிருந்து வந்த ஒரு நபருக்கு அந்த நிறுவனத்தின்மீது இருக்கும் பொறுப்பைவிட, ஒரு குடும்ப உறுப்பினருக்கு அதிகப் பொறுப்பு இருக்கும். காரணம், ஏதாவது தவறாகிவிட்டால் அவர் தன்னுடைய சொந்த மகன்/மகள்/குடும்ப உறுப்பினர்களுக்குச் சிரமத்தைக் கொண்டுவந்தவராகிவிடுவார். ஆகவே, கூடுதல் கவனத்துடன் செயல்படுவார்.

இதே உணர்வுதான் அவர்களுடைய மற்ற செயல்பாடுகளிலும் பிரதிபலிக்கின்றன. எடுத்துக்காட்டாக, குடும்ப உறுப்பினர்களால் நடத்தப்படும் நிறுவனங்கள் தங்களிடம் வேலைசெய்கிற பிறரையும் நன்கு நடத்துகின்றன, நீண்டகாலத்துக்கு ஆதரிக்கின்றன, அதனால் ஊழியர்களும் அந்நிறுவனங்களுக்கு விசுவாசத்துடன் இருக்கிறார்கள் என்கிறது ஓர் ஆய்வு.

2012ம் ஆண்டு நிக்கோலஸ் கச்சனெர், ஜார்ஜ் ஸ்டால்க் ஜூனியர், அலைன் ப்ளாச், சோஃபி மிக்னான் ஆகியோர் இணைந்து நடத்திய இந்த ஆய்வில் ஒரு வியப்பூட்டும் விஷயம் தெரியவந்துள்ளது: ஒரே துறையைச் சேர்ந்த, கிட்டத்தட்ட ஒரேமாதிரியான இரு நிறுவனங்களில் ஒன்று குடும்பத்தினரால் நிர்வகிக்கப்படுகிறது, இன்னொன்று குடும்பத்துக்குச் சம்பந்தமில்லாத பொது நபர்களால் நிர்வகிக்கப்படுகிறது என்றால், அவற்றின் செயல்திறனில் பெரும் வித்தியாசம் இருக்கிறதாம்:

★ பொதுவான நேரங்களில், குடும்ப நிறுவனங்கள் கொஞ்சம் சுமாராகவே செயல்படுகின்றன, மற்றவர்களைவிட அதிக லாபம் சம்பாதிப்பதில்லை

★ ஆனால், ஏதேனும் சிரமங்கள் வரும்போது, குடும்ப நிறுவனங்களின் செயல்திறன் வியப்பூட்டும்வகையில் அதிகரித்துவிடுகிறது. எத்தனை கஷ்டங்களுக்கு மத்தியிலும் அவர்களால் தங்கள் நிறுவனங்களை வெற்றிகரமாகத் தொடர்ந்து நடத்தமுடிகிறது; தோல்விகளால் துவண்டுவிடாமல் மீண்டெழமுடிகிறது

அமெரிக்கா, கனடா, ஃபிரான்ஸ், ஸ்பெயின், போர்ச்சுகல், இத்தாலி, மெக்ஸிகோ ஆகிய நாடுகளைச் சேர்ந்த பல நிறுவனங்களை ஆராய்ந்து அவர்கள் இந்த உண்மையைக் கண்டறிந்திருக்கிறார்கள். குடும்ப நிறுவனங்களுக்கென்று சில பலங்கள் இருக்கின்றன; அந்த மனோநிலையை மற்றவர்களும் கற்றுக்கொள்ளலாம் என்கிறார்கள்.

அது சரி, இந்த ஆய்வில் இந்திய நிறுவனங்கள் இல்லையே.

உண்மைதான். ஆசியாவில் பெரும்பாலான நிறுவனங்கள் குடும்பங்களாலேயே நிர்வகிக்கப்படுவதால், அவற்றை மற்றவர்களுடன் ஒப்பிடமுடியவில்லை என்கிறார்கள் ஆய்வாளர்கள். அதேசமயம், இந்த உண்மைகள் நம் ஊருக்கும் பொருந்தும் என்பதில் ஐயமில்லை.

ஆக, தகுதியுள்ள (அல்லது, தகுதியை வளர்த்துக்கொள்கிற) குடும்ப உறுப்பினர்களால் நிர்வகிக்கப்படும் நிறுவனங்களை அவமானகரமாகக் கருதவேண்டியதில்லை. அதுவும் ஒரு தொழில் உத்திதான். அதிலும் கற்பதற்கு நிறைய உண்டு!

(மே 2017)

38. இருவருக்கும் நன்மை

பிரசாத் என்பவரை நான் பார்த்ததில்லை. ஆனால் அவரோடு பலமுறை பேசியிருக்கிறேன்.

சரியாகச் சொல்வதென்றால், ஆண்டுதோறும் சரியாக இருமுறைமட்டும் நாங்கள் பேசுவோம்.

ஒவ்வொருமுறையும், அவர்தான் என்னை அழைப்பார். கன்னடத்தில் 'வணக்கம்' சொல்வார். முன்பே எழுதிவைக்கப்பட்ட வசனங்களைப் பேசுவதுபோல் எங்கள் உரையாடல் ஒரேமாதிரியாக அமையும்:

'சார், வணக்கம், நான்தான் பிரசாத், டேங்க் க்ளீனிங்.'

'வணக்கம்ங்க, நல்லாயிருக்கீங்களா?'

'நல்லாயிருக்கேன் சார். நீங்க எப்படியிருக்கீங்க' என்பவர் மறுநொடி விஷயத்துக்கு வந்துவிடுவார், 'சார், உங்க அபார்ட்மென்ட் தண்ணி டேங்க்ஸெல்லாம் சுத்தப்படுத்தி ஆறுமாசமாகிடுச்சு. வர்ற திங்கள்கிழமை வந்து நான் எல்லாத்தையும் சுத்தப்படுத்தட்டுமா?'

'ஓ, தாராளமா வாங்க' என்பேன் நான், 'நன்றி!'

அவ்வளவுதான். அந்தத் திங்கள்கிழமை காலையில் அவர் எங்கள் அடுக்ககத்துக்கு வருவார். அப்போது நான் அலுவலகத்திலிருப்பேன். அதைப்பற்றி அவர் கவலைப்படுவதில்லை, மளமளவென்று வேலையைச் செய்வார், எங்கள் அடுக்ககத்தின் எல்லாத் தண்ணீர்த்தொட்டிகளையும் இயந்திரத்தின்மூலம் சுத்தப்படுத்துவார், பிறகு, அடுக்ககப் பாதுகாவலரிடம் இருக்கும் காசோலையை வாங்கிக்கொள்வார். மகிழ்ச்சியுடன் திரும்பிச்செல்வார். அடுத்த ஆறு மாதங்களுக்கு அவர் என்னைத் தொந்தரவு செய்யமாட்டார்.

நேற்றைக்கு, அவரிடமிருந்து அதே அழைப்பு வந்தது. வழக்கம்போல், 'திங்கள்கிழமை வாங்க' என்றேன். தொலைபேசி அழைப்பைத் துண்டித்தபிறகு, அவரைப்பற்றிக் கொஞ்சம் யோசிக்கத்தொடங்கினேன்.

இதுவரை நான் பிரசாதைச் சந்தித்ததில்லை. என்னுடைய மொபைல் எண் அவருக்கு எப்படிக் கிடைத்தது என்பதுகூட எனக்குத் தெரியாது. அவர் எங்கள் அடுக்ககத்தின் தண்ணீர்த்தொட்டிகளை எந்த அளவு சிறப்பாகச் சுத்தப்படுத்துகிறார் என்பதும் எனக்குத் தெரியாது. அட, அவ்வளவு ஏன், எங்கள் அடுக்ககத்தின் தண்ணீர்த்தொட்டிகள் எங்கே இருக்கின்றன என்பதுகூட எனக்குத் தெரியாது.

அப்படியானால், பிரசாத் என்னை ஏமாற்றிக் கொண்டிருக்கிறாரோ?

ம்ஹூம். எங்கள் அடுக்ககத்தின் பாதுகாவலர் ரொம்பக் கெட்டி. அத்தனைத் தண்ணீர்த்தொட்டிகளும் நன்கு சுத்தப்படுத்தப்பட்டபிறகுதான் காசோலையைத் தருவார். ஆகவே, அந்த வேலை சிறப்பாகச் செய்யப்படுகிறது என்பது எனக்கு உறுதியாகத் தெரியும்.

என்றாலும், முன்பின் பார்த்திராத ஒரு நபர், சரியாக ஆறு மாதங்களுக்கு ஒருமுறை என்னை அழைக்கிறார், எனக்குச் சரியாகத் தெரியாத, ஆனால், ஆரோக்கியக் காரணங்களுக்காக நான் அவசியம் செய்தாகவேண்டிய ஒரு

பணியைப்பற்றிச் சொல்லி நினைவுபடுத்துகிறார், அதைச் செய்வதற்கு நேரம் கேட்கிறார், அந்த நேரத்தில் வந்துசேர்கிறார், வேலையைச் செய்கிறார், பணத்தைப் பெற்றுக்கொள்கிறார். தொழில்மொழியில் சொல்வதென்றால், தன்னிடம் இருக்கும் தரவுகளை அவர் சிறப்பாகப் பயன்படுத்திக்கொள்கிறார், வரும்வரை காத்திருக்காமல் வருமுன் செயல்படுகிறார், சரியான வாடிக்கையாளர்களைச் சரியான நேரத்தில் (அவர்களுக்கு அந்தச் சேவை தேவைப்படும்போது) தொடர்புகொள்கிறார். இந்தப் பணியை அவர் நூற்றுக்கணக்கான, ஆயிரக்கணக்கான வாடிக்கையாளர்களிடம் செய்துகொண்டிருக்கக்கூடும், இதனால், அவருடைய தொழில் மிகவும் நேர்த்தியானமுறையில் நடைபெறக்கூடும்.

இதற்கு அவர் என்னென்ன தொழில்கருவிகளை*(Business Tools)*ப் பயன்படுத்தக்கூடும்?

CRM எனப்படும் வாடிக்கையாளர் நல்லுறவு மென்பொருள்கள் நிறைய இருக்கின்றன. அவற்றில் இதைச் செய்வது மிக எளிது:

1. எல்லா அடுக்ககங்களின் பட்டியலைத் தயாரிப்பது (இவற்றை *Accounts* என்பார்கள்)
2. ஒவ்வோர் அடுக்ககத்திலும் இருக்கிற உரிமையாளர்களில் ஒருவருடைய தொலைபேசி எண், பிற விவரங்களைக் குறித்துக்கொள்வது (இவர்களை *Contacts* என்பார்கள்)
3. அங்குள்ள தண்ணீர்த்தொட்டிகள் கடைசியாக எப்போது சுத்தப்படுத்தப்பட்டன என்று குறிப்பது (இவற்றை *Appointments* என்பார்கள்)
4. ஒவ்வொருமுறை தண்ணீர்த்தொட்டியைச் சுத்தப்படுத்திய பிறகும், சரியாக 5 மாதம், 3 வாரம் கழித்து அடுத்த சுத்தப்படுத்தலுக்கான நினைவூட்டலை*(Reminder)*ச் சேர்ப்பது
5. தினந்தோறும் இந்த நினைவூட்டல்களைப் பார்த்து, உரிமையாளர்களை அழைத்துப்பேசுவது, எங்கே எப்போது வேலைக்கு வரலாம் என்று உறுதிப்படுத்திக்கொள்வது, அதன்படி சுத்தப்படுத்தும் பணியைப் பூர்த்திசெய்வது

CRM உலகத்தில் இது ஓர் எளிய பணிதான். ஆனால், அவர் ஒரு *CRM*ஐப் பயன்படுத்திக்கொண்டிருப்பார் என்று எனக்குத் தோன்றவில்லை. சொல்லப்போனால், அப்படி *CRM*ஐப் பயன்படுத்துவது அவருக்குச் சிக்கலான விஷயமாக இருக்கும், சந்தையில் இருக்கும் பெரும்பாலான *CRM*கள் அவருடைய மொழியையும் பேசாது.

ஆகவே, அநேகமாக அவர் ஒரு சிறிய நோட்டுப்புத்தகத்தை(அல்லது, நாட்குறிப்பு/டைரியை)ப் பயன்படுத்திதான் இந்த விஷயங்களைக் குறித்துக்கொண்டிருப்பார் என்று நம்புகிறேன்: யாரோடு பேசவேண்டும், எப்போது பேசவேண்டும் என்றுமட்டும் குறித்துவைத்தால் போதும், மற்ற எல்லாமே (அவருடைய தொழிலின் ஒட்டுமொத்தச் செயல்முறையும்) அவருடைய மூளையில் இருக்கிறது.

அவர் ஒரு வாடிக்கையாளரைத் தொடர்புகொள்ளும்போது, சந்தேகத்துடன் பேசுவதே கிடையாது. காரணம், அவர்களுக்குத் தன்னுடைய சேவை நிச்சயம் தேவைப்படுகிறது என்று அவருக்கு உறுதியாகத் தெரியும். ஆகவே, தன்னம்பிக்கையோடு பேசுகிறார்.

அதேபோல், அவர் தொலைபேசியில் அழைக்கும்போது, அடுக்கக உரிமையாளர்கள் யாரும் அவரை ஒரு தொந்தரவாக நினைக்கமாட்டார்கள். காரணம், அவர் சும்மா அரட்டையடிப்பதற்காக அவர்களை அழைக்கவில்லை, அவர்களுக்கு ஓர் உதவியைச் செய்கிறார்: அவர்கள் தங்களுடைய தண்ணீர்த்தொட்டியை எப்போது சுத்தப்படுத்துவது என்று நினைவில் வைத்துக்கொள்ளவேண்டிய அவசியமே இல்லை. அவர்களுக்குப்பதிலாக, பிரசாத் அதை நினைவில் வைத்துக்கொள்வார், சரியான நேரத்தில் அவர்களுக்கு நினைவுபடுத்துவார். பதிலுக்கு, அந்தப் பணியைச் செய்யும் வாய்ப்பை அவர்கள் அவருக்கு வழங்கினால் போதும்.

இப்படி ஒரு சிறிய கூடுதல் வேலையை(அடுக்கக உரிமையாளர்கள் செய்யவேண்டிய தண்ணீர்த்தொட்டி சுத்தப்படுத்தல் பணியை அவர்களுக்குச் சரியான நேரத்தில் நினைவுபடுத்துவது)ச் செய்வதன்மூலம், அவர் தன்னுடைய வாடிக்கையாளர்களை

மகிழ்ச்சியில் ஆழ்த்துகிறார். அத்துடன், தனக்கு இரண்டு நன்மைகளைச் சேர்த்துக்கொள்கிறார்:

1. அவர் தன்னுடைய தொழிலை வளர்க்கப் புதியவர்களைத் தேடிச் செல்லவேண்டியதில்லை. ஏற்கெனவே உள்ள வாடிக்கையாளர்களே தொடர்ந்து அவருக்கு வேலைகொடுத்துக்கொண்டேயிருப்பார்கள்

2. அவரிடம் ஒருமுறை தங்களுடைய தண்ணீர்த்தொட்டிகளை ஒப்படைத்தவர்கள், அதன்பிறகு அந்தச் சுத்தப்படுத்தும் பணிக்காக இன்னொருவரைத் தேடமாட்டார்கள், தேடவேண்டிய அவசியமும் இல்லை. காரணம், மறுபடி அவர்களுடைய தண்ணீர்த்தொட்டிகளைச் சுத்தப்படுத்தவேண்டிய நாளுக்கு முன்பாகவே அவர் அவர்களைத் தொடர்புகொண்டுவிடுகிறார். அந்தப் பணியைப் பெற்றுவிடுகிறார்

பிரசாத்போலவே, பல பெரிய நிறுவனங்களும் தங்களுடைய வாடிக்கையாளர்களுடன் தொடர்ந்து தொடர்பில் இருக்கிறார்கள். எடுத்துக்காட்டாக, செல்பேசி நிறுவனங்கள் தங்களுடைய வாடிக்கையாளர்கள் பணம் செலுத்தவேண்டிய தேதியை நினைவுபடுத்தி மின்னஞ்சல்கள்/குறுஞ்செய்திகளை அனுப்புகின்றன, இன்னும் பல சேவை நிறுவனங்கள் புதிய சலுகைகளைப்பற்றிய விவரங்களை அனுப்பிவைக்கின்றன.

ஆனால், இதுபோன்ற செய்திகளை நாம் பொதுவாக எரிதம்(SPAM) என்கிறோம். அவற்றை வெறுக்கிறோம்.

அதேசமயம், பிரசாதின் தொலைபேசி அழைப்பை யாரும் எரிதமாக நினைக்கமாட்டார்கள், வெறுக்கமாட்டார்கள். காரணம்: இது தனிப்பட்ட அழைப்பு, அவர்களுடைய பணிகளில் குறுக்கிட்டுத் தொந்தரவு செய்யாத அழைப்பு, இதனால் வாடிக்கையாளர் (அடுக்கக உரிமையாளர்/ தண்ணீர்த்தொட்டிகளை வைத்திருப்பவர்), சேவை வழங்குநர் (தண்ணீர்த்தொட்டிகளைச் சுத்தப்படுத்துகிறவர்) ஆகிய இருவருக்குமே நன்மை உண்டு, மிக முக்கியமாக, சேவை வழங்குநருக்கு வாடிக்கையாளர் மேலிருக்கும் அக்கறையை இது காட்டுகிறது.

இப்போது, பிரசாத் தனிநபர். ஆகவே, இந்த வேலையை அக்கறையோடு செய்யமுடிகிறது. நாளைக்கே அவர் தன்னுடைய தொழிலை வளர்த்துப் பலரை வேலைக்குச் சேர்த்தால்? தன்னுடைய வாடிக்கையாளர்களின் எண்ணிக்கையை அதிகரித்தால்? அப்போதும் அவரால் இவ்வளவு அக்கறையோடு வாடிக்கையாளர்களுடன் தொடர்பில் இருக்கமுடியுமா?

இந்த ஊகத்துக்குப் பதில்சொல்வது சிரமம், ஆனால், பிரசாத் இப்போது தன் வாடிக்கையாளர்களிடம் காட்டும் அக்கறையை வைத்துப் பார்க்கிறபோது, அப்போதும் அவர் தன்னுடைய நிறுவனம்முழுக்க இந்த அக்கறையைக் கொண்டுசெல்வார், அதனை ஒரு கலாசாரமாகவே வளர்ப்பார் என்று தோன்றுகிறது.

உங்களுடைய தொழில், அல்லது அலுவலகப்பணி, அல்லது தனிப்பட்ட உறவுகளைக்கூட, இந்தக் கோணத்தில் பார்க்கலாம்: பிரசாத் செய்கிற நினைவூட்டலைப்போல, உங்களுக்குமட்டுமின்றி, உங்களுடைய வாடிக்கையாளர்கள்/கூட்டாளிகள்/உறவினர்கள்/சக ஊழியர்கள்/மற்றவர்களுக்கும் மகிழ்ச்சி தரக்கூடிய ஏதேனும் ஒரு சிறிய, கூடுதல் விஷயம் இருக்கிறதா? அதனை உங்களால் ஒவ்வொருவருக்கும் நெருக்கமானமுறையில் அமல்படுத்தமுடியுமா? அடுத்தவர்களுக்குத் தொந்தரவுசெய்யாத, அக்கறையானவிதத்தில் செயல்படுத்த இயலுமா?

இன்னும் தெளிவாகச் சொல்வதென்றால், நீங்கள் உங்களுடைய தொழிலை வளர்க்கும் முயற்சிகளில் ஈடுபடுகிறபோது, மற்றவர்கள் அதை எரிதமாக நினைக்காமலிருக்கவேண்டும், அதற்கு ஒரே வழி, அவர்களுடைய பார்வையிலிருந்து நீங்கள் சிந்திக்கவேண்டும், நிஜமாக அவர்கள்மீது அக்கறை காட்டவேண்டும், அவர்களுக்கு உண்மையான மதிப்பைக் கொண்டுவரவேண்டும். அப்போது, உங்களுடைய பேச்சு அவர்களுக்கு எரிச்சலூட்டாது, 'இதனால் நமக்கும் நன்மை, அவருக்கும் நன்மை' என்று மகிழ்ச்சியோடு ஏற்றுக்கொள்வார்கள், அது உங்கள் தொழிலுக்கும் நல்லது, உறவுக்கும் நல்லது.

அந்தச் சிறிய, கூடுதல் விஷயத்தை எப்படிக் கண்டுபிடிப்பது?

இப்படி ஒன்றல்ல, பல விஷயங்கள் இருக்கும், அவற்றைக் கண்டறிவதற்கான கண்ணாடி, அக்கறைதான். நம்முடைய தொழில்மீதுமட்டுமல்ல, வாடிக்கையாளர்கள்மீதும் அக்கறைகாட்டவேண்டும். ஒரே நேரத்தில் இந்த இரண்டுக்குமே தன்மை தரக்கூடிய விஷயங்கள் (அதாவது, நம் தொழிலையும் வளர்க்கக்கூடிய, வாடிக்கையாளருக்கும் பயன்படக்கூடிய விஷயங்கள்) அப்போதுதான் தெரியவரும்.

(ஏப்ரல் 2017)

39. கோடை வாசிப்பு

'படிக்கணும்னு ஆசைதான். ஆனா, எங்கே நேரம் இருக்கு?'

வாசிப்புப் பழக்கமில்லாத பலரும் இப்படிச் சொல்வார்கள். அதைக் கேட்கிற வாசிப்புப் பழக்கமுள்ளவர்கள், 'இதெல்லாம் சும்மா சாக்குப்போக்கு, மனசிருந்தா மார்க்கமுண்டு' என்பார்கள்.

இவர்கள் இருவர் சொல்வதும் உண்மைதான். தினசரி வேலைகளுக்கு நடுவே வாசிப்பைப்போன்ற பொழுதுபோக்குகளுக்கு நேரம் செலவிட இயலாத சூழ்நிலை உள்ளது. அதேசமயம், கொஞ்சம் மெனக்கெட்டால், வழக்கமான வேலைகளைத் தியாகம் செய்யாமலேயே வாசிப்புக்கான நேரங்களைக் கண்டுபிடித்துவிடலாம்.

எடுத்துக்காட்டாக, எனக்குத் தெரிந்த ஆட்டோ ஓட்டுநர் ஒருவர் தினமும் வேலைக்குக் கிளம்பும்போது கையில் ஒரு புத்தகத்தை எடுத்துக்கொள்கிறார். சவாரி இல்லாதபோது கொஞ்சம் படிப்பார், போக்குவரத்து சிக்னலில் சிவப்பு விளக்கு விழுந்திருந்தால் கொஞ்சம் படிப்பார், இப்படி நாள்முழுக்கக் கொஞ்சம்கொஞ்சமாக வாசித்தே தினமும் ஒரு புத்தகத்தை முடித்துவிடுகிறார்.

இதேபோல், பேருந்தில், ரயிலில், விமானத்தில், திரைப்படத்துக்காக வரிசையில் காத்திருக்கும்போது, அவ்வளவு ஏன், பூங்காவில் நடக்கும்போதுகூடப் படிக்கிறவர்கள் உண்டு. படிக்கவேண்டும் என்ற எண்ணம் வந்துவிட்டால் போதும், அதற்கான வழிகளை மக்கள் எப்படியாவது உருவாக்கிக்கொண்டுவிடுவார்கள்.

ஆனால், அந்த எண்ணத்தை எப்படி வரவழைப்பது?

முதலில், வாசிப்பில் இருக்கிற சுவை நமக்குப் பழகவேண்டும். அதற்கான ஊக்கம் உள்ளிருந்து வரவேண்டும், வெளியிலிருந்து வரக்கூடாது.

இதை நாம் பள்ளிக்கூடத்திலேயே பார்க்கலாம். 'புத்தகம் படிச்சா நல்ல மதிப்பெண் வாங்கலாம்' என்பதற்காகப் படிக்கிறவர்கள், அப்படி மதிப்பெண் வாங்கிய மறுகணம் அதை மறந்துபோய்விடுவார்கள். ஆனால், விஷயம் தெரிந்துகொள்ளவேண்டும் என்பதற்காகவோ, வாசிப்பின் சுவையை அறிந்தோ படிக்கிறவர்களுக்கு அது நெடுநாள் நினைவில் நிற்கும்.

அதுபோல, 'சார் பெரிய படிப்பாளி' என்று மற்றவர்கள் சொல்லவேண்டும் என்பதற்காகப் படிப்பது, வெளியிலிருந்து வருகிற ஊக்கம். அந்தத் தேவை நிறைவேறியபிறகு, அல்லது, அது நிறைவேறாது என்று தெரிந்தபிறகு படிக்கத்தோன்றாது. மாறாக, நூல்களை வாசிப்பதன்மூலம் கிடைக்கும் பரவசத்தைப் புரிந்துகொண்டு, அந்த அனுபவத்துக்காகவே வாசிக்கவேண்டும் என்று நினைக்கிறவர்கள் எப்படியாவது வாசிப்புப்பழக்கத்தைத் தக்கவைத்துக்கொள்வார்கள்.

ஆனால், இதை எங்கே தொடங்குவது? அந்த அனுபவத்தை முதலில் ருசித்துப்பார்த்தால்தானே அது நமக்குப் பிடிக்கிறதா இல்லையா என்று தெரியும்?

பள்ளிகளில் மாணவர்களுடைய வாசிப்புப்பழக்கத்தை ஊக்குவிப்பதற்காகக் கோடை விடுமுறை நேரங்களில் 'வாசிப்புத் தாள்' ஒன்றைத் தருவார்கள். அதில் பல நூல்களின் பெயர்கள் குறிப்பிடப்பட்டிருக்கும். அவற்றில் ஏதேனும் ஒன்றை

வாங்கி வாசிக்கவேண்டும். அப்படி வாசித்த நூலைப்பற்றிச் சுருக்கமாக ஒரு குறிப்பு எழுதவேண்டும். விடுமுறை முடிந்து பள்ளி திறக்கப்படும்போது ஆசிரியரிடம் அந்தக் குறிப்பைத் தரவேண்டும்.

ஆண்டுமுழுக்கப் பள்ளியில் நூலகம் இருக்கிறது. ஆர்வமுள்ள மாணவர்கள் அங்கே சென்று நூல்களை எடுத்து வாசிக்கிறார்கள். ஆனால், அந்தப்பக்கமே எட்டிப்பார்க்காத மாணவர்களும் இருக்கிறார்கள், அவர்களை ஆண்டுக்கு ஒரு புத்தகமாவது வாசிக்கவைக்கலாமே என்பதுதான் இந்தக் 'கோடை வாசிப்புத் தாளின்' நோக்கம்.

இந்தத் தாளில் என்னமாதிரியான புத்தகங்கள் இடம்பெற்றிருக்கும்?

அது வகுப்புக்கு வகுப்பு மாறுபடும். ஒன்றாம் வகுப்புக்குப் படங்கள் அதிகமுள்ள கதைப்புத்தகங்களைப் பரிந்துரைப்பார்கள், ஒன்பதாம் வகுப்புக்கு எழுத்துகள் அதிகமுள்ள நாவல்கள், வாழ்க்கை வரலாறுகளைப் பரிந்துரைப்பார்கள்.

வகுப்பு என்பதைவிட, வயது என்பதுதான் இங்கே முக்கியம். அந்த வயதில் இருக்கும் குழந்தைகளுக்கு என்னமாதிரியான புத்தகங்கள் பிடிக்கும் என்பதை யோசித்து ஆசிரியர்கள் இந்தப் பட்டியலைத் தயாரிப்பார்கள்.

மொழியைப்பொறுத்தவரை, அந்தப் பள்ளியில் என்னென்ன மொழிகள் கற்பிக்கப்படுகின்றன என்பதைப்பொறுத்து இந்தப் பட்டியல் மாறும். பெரும்பாலும் ஆங்கிலப் புத்தகங்கள், கொஞ்சம் தமிழ், கொஞ்சம் ஹிந்தி என்பதுபோல் பரிந்துரைப்பார்கள்.

மாணவர்கள் படிக்கவேண்டியது ஒரு புத்தகம்தான், ஆனால், இந்தப் பட்டியலில் பதினைந்துக்கும் மேற்பட்ட நூல்கள் இடம்பெற்றிருக்கும். அவையும் பலதரப்பட்ட புத்தகங்களாக இருக்கும். எடுத்துக்காட்டாக, ஒரு நகைச்சுவைக்கதை, ஒரு சரித்திரக்கதை, இரண்டு அறிவியல் புனைகதை, ஒரு கவிதைத்தொகுப்பு... இப்படி.

ஒரே ஒரு புத்தகத்தைப் படிப்பதற்கு ஆசிரியர்கள் இத்தனை நீளப் பட்டியலைத் தருவது ஏன்?

வாசிக்கும் பழக்கம் உள்ளவர்கள் முதல் ஓரிரு புத்தகங்களில் ஏதேனும் ஒன்றைத் தங்கள் விருப்பப்படி தேர்ந்தெடுத்து விடுவார்கள். சொல்லப்போனால், 'இதுல ஒரு புத்தகத்தைதான் வாசிக்கணுமா? நாலஞ்சு வாசிக்கறேனே!' என்றுகூட அவர்கள் ஏங்கக்கூடும்.

ஆனால், வாசிக்கும் பழக்கம் இல்லாதவர்களுடைய நிலைமை தலைகீழ். அவர்களுக்கு எதை வாசிக்கவேண்டும் என்றே தெரிந்திருக்காது. சொல்லப்போனால், எதையும் வாசிக்கவேண்டாம் என்பதுதான் அவர்களுடைய விருப்பம். ஆசிரியர் அதை ஒப்புக்கொள்ளமாட்டார் என்பதால், வேறு வழியில்லாமல் ஏதேனும் ஒரு புத்தகத்தைத் தேர்ந்தெடுக்க முனைவார்கள்.

அப்போது, அவர்கள் ஒவ்வொரு புத்தகத்தலைப்பாகப் படிக்கப்படிக்க, அந்தப் புத்தகங்களை நூலகத்திலோ புத்தகக்கடையிலோ பார்க்கப்பார்க்க, அவர்களுடைய மனம் வெவ்வேறு சாக்குப்போக்குகளைச் சொல்லி அவற்றை நிராகரிக்கும், 'இது நீளமான கதை', 'இது ரொம்பச் சின்ன கதை', 'இது சோகமான கதை', 'இந்த இங்கிலீஷ் எனக்குப் புரியாது', 'இந்த எழுத்தாளர் கண்ணாடி போட்டிருக்கார்', 'இந்தப் புத்தகத்துல படங்களே இல்லை', 'இந்தப் புத்தகத்துல வெறும் படங்கள்தான் இருக்கு'... இப்படி ஏதோ ஒரு காரணத்தால் ஒவ்வொரு புத்தகத்தையும் அவர்கள் நிராகரிக்கத்தான் நினைப்பார்கள். பசி இல்லாதபோது யாராவது சாப்பிடச்சொன்னால் விதவிதமாகக் காரணம் சொல்லி அதைத் தள்ளிப்போடுகிறோமல்லவா, அதுபோல்தான் இதுவும்.

இப்படி அவர்கள் அனைத்தையும் நிராகரிக்கிற மனோநிலையில் இருக்கும்போது, அவர்களையும் குஷிப்படுத்தி உள்ளிழுக்கவேண்டிய கட்டாயம் ஆசிரியர்களுக்கு. ஆகவே, பட்டியலைப் பெரிதாக்கிவிடுகிறார்கள். வரிசையாக நிராகரித்துக்கொண்டிருப்பவர் ஏதேனும் ஒன்றையாவது ரசித்துவிடுவார் என்கிற நம்பிக்கைதான்.

இந்தக் கோடை வாசிப்புப் பயிற்சியைப் பள்ளிக்கு வெளியிலும் நாம் முன்னெடுத்துச்செல்லலாம். ஒருவேளை உங்களுக்கு நூல் வாசிப்புப் பழக்கம் இல்லாவிட்டால், இதன்மூலம் தொடங்கலாம்.

முதலில், நீங்கள் எந்தவகை நூல்களை வாசிக்க விரும்புகிறீர்கள் என்று யோசியுங்கள்.

சிறுவயதில், பள்ளியில் படித்தபோது ஏதேனும் ஒரு குறிப்பிட்டவகை நூல்களை நீங்கள் விரும்பி வாசித்ததுண்டா? சிறுகதை, நாவல், துப்பறியும் கதை, கவிதை, ஹைக்கூ, கட்டுரை, வரலாற்று நூல்கள்... வகை எதுவானாலும் பரவாயில்லை, வாசிப்பில் சிறந்தது, மோசமானது என்று எதுவும் கிடையாது.

ஒரு விஷயம், சின்ன வயதில் வாசித்தது என்பதாலேயே இப்போதும் நீங்கள் அதை விரும்பவேண்டும் என்று அவசியம் கிடையாது. அதன்பிறகு உங்கள் மனோநிலை, விருப்பங்கள் எவ்வளவோ மாறியிருக்கும். ஆனால், எங்கே தொடங்குவது என்று தெரியாத சூழ்நிலையில், அங்கிருந்து தொடங்கலாம்.

ம்ஹூம், நான் எப்போதும் எந்தப் புத்தகத்தையும் விரும்பிப்படித்தது கிடையாது என்றால், உங்களுக்குப் பிடிக்கும் என்று தோன்றக்கூடிய ஏதேனும் ஒரு துறை/வகையை ஊகித்துத் தேர்ந்தெடுத்துக்கொள்ளலாம். அது சரிப்படாவிட்டால், அப்புறம் மாற்றிக்கொள்ளலாம்.

உங்களுடைய நண்பர்கள் யாரேனும் நல்ல வாசிப்பாளர்களாக இருந்தால், நீங்கள் தேர்ந்தெடுத்த துறை/வகையை அவர்களிடம் சொல்லி, 'இந்தமாதிரி நல்லதா ஒரு பத்துப் பதினஞ்சு புத்தகம் சொல்லேன்' என்று கேட்கலாம். ஒருவேளை அப்படி நண்பர்கள் யாரும் இல்லையென்றால், அருகிலிருக்கும் புத்தகக்கடை/ நூலகத்துக்குச் சென்று அங்குள்ள ஊழியரிடம் கேட்கலாம்.

பல எழுத்தாளர்கள், விமர்சகர்கள், தமிழில் வாசித்தாகவேண்டிய நூறு சிறுகதைகள், ஐம்பது நாவல்கள், எழுபத்தைந்து கவிதைத்தொகுப்புகள் என்பதுபோல் தங்களுடைய ரசனைப் பட்டியல்களை வெளியிட்டிருக்கிறார்கள், ஆங்கிலத்திலும்

இதுபோன்ற பட்டியல்கள் உண்டு, அவற்றையும் நீங்கள் கருத்தில்கொள்ளலாம்.

எப்படியோ, உங்கள் கையில் இப்போது ஒரு பட்டியல் வந்துவிட்டது, அதில் குறைந்தது பதினைந்து நூல்கள் இருக்கின்றன. அவற்றில் எதைப் படிப்பது?

ஆசிரியர் தந்த 'கோடை வாசிப்புத் தாளை' வைத்துக்கொண்டு அந்த மாணவர்கள் என்ன செய்தார்கள் என்பது நினைவிருக்கிறதல்லவா? ஒவ்வொரு புத்தகத்தின் பெயரையும் வாசியுங்கள், அது என்னவகைப் புத்தகம் என்று தெரிந்து கொள்ளுங்கள், முடிந்தால் (புத்தகக்கடையிலோ நூலகத்திலோ இணையத்திலோ) அதைக் கையிலெடுத்து நான்கைந்து பக்கங்களை வாசித்துப் பிடித்திருக்கிறதா என்று பாருங்கள், அதன்பிறகு அதைக் காசுகொடுத்து வாங்குங்கள்.

கண்டிப்பாகப் புத்தகத்தை வாங்கினால்தான் உண்டு என்றல்ல, இரவல் பெற்றும் படிக்கலாம். ஆனால், காசுகொடுத்து வாங்கினால், அதற்காகவேனும் கஷ்டப்பட்டுப் படித்துவிடுவோம் என்பது உளவியல் உண்மை.

அதேசமயம், இரவல் புத்தகத்திலும் ஒரு நன்மை உண்டு: ஒருவேளை அந்தப் புத்தகம் சொதப்பலாக இருந்தால், திருப்பிக்கொடுத்துவிட்டு வேறு புத்தகத்தைத் தேடலாம்.

சொந்தப் புத்தகமோ இரவலோ, தொந்தரவில்லாத ஓரிடத்தில் உட்கார்ந்து மனத்தைச் செலுத்திப் படியுங்கள். ஓரக்கண்ணால் தொலைக்காட்சியைப் பார்த்துக்கொண்டே நுனிப்புல் மேயாதீர்கள். நீங்கள் எதையும் யாருக்கும் நிரூபிப்பதற்காகப் படிக்கவில்லை, உங்களுக்காகப் படிக்கிறீர்கள், அதை மறக்கவேண்டாம்.

ஆரம்பத்தில் கடினமாகதான் இருக்கும், தூக்கம் வரும், செல்ஃபோன் மணி ஒலிக்காதா, இதிலிருந்து பிய்த்துக்கொண்டு ஓடிவிடமாட்டோமா என்று தோன்றும், பல்லைக் கடித்துக்கொண்டு படியுங்கள், தினமும் நான்கு பக்கம் என்றாலும் பரவாயில்லை, விடாமல் படியுங்கள், இந்த வெயிலில்

வெளியே போய் வேறு என்ன செய்துவிடப்போகிறீர்கள்?

இப்படி வேண்டாவெறுப்பாகப் படிக்கப்படிக்க, உங்களையும் அறியாமல் அதில் மனம் மூழ்கக்கூடும், அடுத்த பக்கம், அடுத்த அத்தியாயம், அடுத்த நாவல் என்று ஆவல் பிறக்கக்கூடும். அப்படியே பிடித்துக்கொண்டு செல்லவேண்டியதுதான்.

ஒருவேளை அப்படி எந்த ஆவலும் பிறக்காவிட்டால்?

வகை/துறையை மாற்றிப்பாருங்கள், அச்சுப்புத்தகங்களுக்குப்பதில் மின்புத்தகங்கள், ஒலிப்புத்தகங்களை முயன்றுபாருங்கள், படிக்கும் இடத்தை மாற்றிப்பாருங்கள், படிக்கும் நிலையை (உட்கார்ந்துகொண்டு, படுத்துக்கொண்டு, நின்றுகொண்டு, நடந்துகொண்டு...) மாற்றிப்பாருங்கள்... வாசிப்பில் ஆர்வம் பிறப்பதற்கு உங்களாலான முயற்சிகளையெல்லாம் செய்யுங்கள்.

அதன்பிறகும் ஆர்வம் வரவில்லையா? பரவாயில்லை. உலகில் ரசிப்பதற்கு இன்னும் எத்தனையோ கலைகள் உள்ளன, தேடுங்கள்!

(ஏப்ரல் 2017)

40. கவலையிலிருந்து தீர்வுக்கு

ஒருவன் எல்லாவற்றுக்கும் கவலைப்பட்டுக்கொண்டிருந்தானாம்.

காலை எழுந்தவுடன், 'இந்தநாள் எப்படியிருக்குமோ' என்று கவலை. அந்தநாள் நல்லவிதமாகச் சென்றாலும், 'மாலையில் ஏதேனும் நடந்துவிடுமோ' என்று கவலை. பேருந்தைப் பிடிக்கச்சென்றால், 'அது ஏற்கெனவே போயிருக்குமோ?' என்று கவலை. ஒருவேளை பேருந்து வந்து ஏறிவிட்டால், 'உட்கார இடம்கிடைக்குமா?' என்று கவலை. உட்கார இடம்கிடைத்துவிட்டால், 'பேருந்து போக்குவரத்தில் சிக்கிக்கொள்ளுமோ' என்று கவலை, அட, அதுகூடப் பரவாயில்லை, 'ஏதேனும் விபத்து நடந்துவிடுமோ' என்றுகூடக் கவலைப்படுவான் அவன்.

இந்தக் கவலைகள் எவற்றுக்கும் எந்த ஆதாரமோ அடிப்படையோ இல்லை, கவலைப்படுவது அவனுடைய இயல்பு, அவ்வளவுதான்.

அவனைத் திருத்த நினைத்தார் ஒரு நண்பர். ஒருநாள் அவனோடு அமர்ந்து நிதானமாக அறிவுரை சொன்னார், அவனுடைய கவலைகளையெல்லாம் ஒவ்வொன்றாகக் கேட்டு, அவற்றுக்கான விளக்கத்தை(அதாவது, மருந்தை)த் தந்தார்,

அவற்றையெண்ணி அவன் கவலைப்படவேண்டியதில்லை என்று தெளிவுபடுத்தினார்.

எடுத்துக்காட்டாக, ‘பேருந்து கிடைக்காதோ?’ என்கிற கவலைக்கு மருந்து, ‘ஒருவேளை பேருந்து கிடைக்காவிட்டால், ஆட்டோரிக்ஷாவில் பயணம்செய்யலாம்’ என்ற எண்ணம்தான்.

‘ஆட்டோரிக்ஷாவுக்குக் காசு இல்லையே’ என்று கவலைப்பட்டால்? உடல் தெம்பாகத்தானே இருக்கிறது. மளமளவென்று நடந்துவிடவேண்டியதுதான்!

நடந்தால் வியர்க்குமே என்று கவலை வருகிறதே.

அலுவலகம்முழுக்கச் செயற்கைக்குளிர்தானே? உள்ளே நுழைந்த ஐந்தாவது நிமிடம் எல்லாம் சரியாகிவிடும்.

இப்படி அவனுடைய ஒவ்வொரு கவலைக்கும் அவரிடம் விளக்கம் இருந்தது. எப்பேர்ப்பட்ட கவலையையும் சமாளித்துவிடலாம் என்று அவர் அவனுக்குப் புரியவைத்தார்.

எல்லாவற்றையும் கேட்டபிறகும், அவனுடைய முகத்தில் தெளிவில்லை, இன்னும் குழப்பத்துடனே காணப்பட்டான்.

அவர் புன்னகையுடன் கேட்டார், ‘இப்ப உன் மனசுல எந்தக் கவலையும் இல்லைதானே? அப்புறமென்ன குழப்பம்?’

‘இப்ப எந்தக் கவலையும் இல்லைதான்’ என்றான் அவன், ‘ஆனா, அடுத்து என்ன கவலை வருமோன்னு கவலையா இருக்கு!’

அப்போதுதான் அவருக்குப் புரிந்தது, கவலையென்பது உண்மையில் ஒரு மனநிலை. கவலைப்படுவதற்கு எதுவுமே இல்லையென்றாலும், ஊரார் கவலைகளை இழுத்துப்போட்டுக்கொண்டு கவலைப்படுவோம், அப்படி எந்தக்கவலையும் கிடைக்காவிட்டால், கவலைப்படுவதற்கு எதுவுமில்லையே என்றாவது கவலைப்படுவோம்.

இதில் வேடிக்கையான விஷயம், இப்படி வெறுமனே கவலைப்படுவதால் எதுவும் ஆகிவிடப்போவதில்லை. அந்த

நேரத்தில் அந்தப் பிரச்னையைச் சரிசெய்ய ஏதேனும் செய்தாலாவது பயனுண்டு.

எடுத்துக்காட்டாக, ‘பேருந்து கிடைக்காதோ?’ என்பது எதார்த்தமான பிரச்னைதான், ஆனால், அதையெண்ணிக் கவலைப்படுவதால் எந்தப் பயனும் கிடையாது, இவர் கவலைப்படுகிறாரே என்பதற்காக அரசாங்கம் நான்கு பேருந்துகளைக் கூடுதலாக இயக்கப்போவதில்லை. அதற்குப் பதிலாக, அவர் வழக்கமான நேரத்தைவிடக் கால்மணிநேரம் முன்கூட்டியே கிளம்பினால் அந்தப் பிரச்னையைத் தீர்க்கலாம்.

ஆனால், பசியோடு இருக்கும்போது நம்மால் தெளிவாகச் சிந்திக்கமுடியாததைப்போல, கவலையால் குழம்பியிருக்கிற மனத்தால் பிரச்னைகளுக்குத் தீர்வுகாணமுடியாது. ’பேருந்து கிடைக்காதோ?’ என்கிற கேள்வி மனத்தின் பெரும்பகுதியை மூடிவிட்டால், ‘பேருந்து கிடைப்பதற்கு என்ன செய்யலாம்?’ என்கிற ஆக்கப்பூர்வமான கேள்விக்கு இடமிருக்காது.

அதற்காகக் கவலைகளே கூடாது என்பதல்ல. அந்தக் கவலைகள்தான் நம்மைத் தீர்வைநோக்கிச் செலுத்துகின்றன. வெறும் கவலைகளைமட்டும் நிரப்பிவைத்துக்கொள்ளக்கூடாது என்பதுதான் முக்கியம்.

என்னசெய்யலாம்?

முதல்வேலையாக, வெறும்கவலைகளால் பயனில்லை என்பதை மனத்துக்குச் சொல்லித்தரவேண்டும். வெறும் சொற்களாக அல்ல, ஆதாரங்களுடன், தரவுகளுடன்.

ஒரு பத்திரிகைக்கட்டுரையானாலும் சரி, ஆய்வறிக்கையானாலும் சரி, அவற்றை எழுதுவோர் தாங்கள் சொல்லவரும் கருத்துகள் எந்த அளவு உண்மையானவை என்பதை நிரூபிப்பதற்காகப் பலவிதமான தரவுகளைத் தருவார்கள். எடுத்துக்காட்டாக, இதுபற்றி முன்பு நிகழ்த்தப்பட்ட ஒரு பரிசோதனையின் முடிவுகளைச் சொல்வார்கள், இத்துறைசார்ந்த அறிஞர்களின் கருத்துகளைச் சொல்வார்கள், புள்ளிவிவரங்களைச் சேர்ப்பார்கள், இதன்மூலம், அவர்கள் சொல்லவரும் கருத்து

உண்மைதான் என்று வாசகன் நம்பத்தொடங்குவான்.

'தினமும் இத்தனைலிட்டர் தண்ணீர் குடிக்கவேண்டும்' என்று சொன்னால், 'ஏன் குடிக்கவேண்டும்?' என்றுதான் கேள்வி வரும். அதற்குப்பதிலாக, தினமும் அந்த அளவு தண்ணீர் குடித்தவர்கள் அடைந்திருக்கிற நன்மைகளைப் புள்ளிவிவரங்களுடன் ஒரு மருத்துவர் சொன்னால், நம்பிக்கை வரும், அதைப் பின்பற்றுகிற எண்ணமும் வரும்.

அதுபோல, 'வெறும்கவலையால் எந்தப் பயனும் இல்லை' என்று நம் மனத்துக்குப் பழக்கப்படுத்தவேண்டும். அதற்கான புள்ளிவிவரத்தை நாமே தயாரிக்கலாம்.

சொல்லப்போனால், இதை நாம்தான் தயாரிக்கவேண்டும். கவலைகள் நமக்குள்மட்டுமே முளைக்கின்றவையில்லையா? அவற்றை வெளியே சொன்னாலன்றி இன்னொருவரால் நமக்கு உதவ இயலாது. நம் கவலைகளை நாமே அலசி ஆராய்ந்து ஒரு தீர்மானத்துக்கு வரவேண்டும். அதற்கு, 'கவலைக் கணக்கெடுப்பு' பயன்படும்.

அதென்ன 'கவலைக் கணக்கெடுப்பு'?

மிக எளிய விஷயம்தான். ஒரு தாளை எடுத்துக்கொள்ளுங்கள், அதன் நடுவே நெட்டுக்குத்தாக ஒரு கோடு கிழித்து இரண்டாகப் பிரித்துக்கொள்ளுங்கள். அந்தத் தாளையும் ஒரு பேனாவையும் சட்டைப்பையிலோ, கைப்பையிலோ வைத்துக்கொள்ளுங்கள்.

அதன்பிறகு, உங்களுக்கு ஏதேனும் ஒரு விஷயத்தைப்பற்றிக் கவலை வரும்போதெல்லாம், அந்தத் தாளை வெளியிலெடுங்கள், அந்தக் கவலையை எழுதிக்கொள்ளுங்கள். அதனருகே (கோட்டுக்கு வலப்புறம்) ஒரு புள்ளி வையுங்கள். இப்படி ஒவ்வொரு கவலையையும் எழுதி, புள்ளி வைத்துக்கொள்ளுங்கள்.

ஒருவேளை, ஏற்கெனவே வந்த கவலை மீண்டும் வந்தால், ஏற்கெனவே வைத்திருக்கும் புள்ளிக்கு அருகே இன்னொரு புள்ளி வைக்கலாம். அதாவது, ஒவ்வொருமுறை கவலைப்படும்போதும் ஒரு புள்ளி. ஒரே கவலை திரும்பத்திரும்ப வந்தால், அதனருகே இருக்கும் புள்ளிகள் அதிகரித்துக்கொண்டே செல்லும்.

சிறிதுநேரத்தில், உங்களுடைய கவலை நிஜமாகிவிடும், அல்லது பொய்யாகிவிடும். அப்போது, அந்தத் தாளை எடுத்து அதைக் குறித்துக்கொள்ளுங்கள்: நிஜமாகிப்போன கவலைகளுக்கு ஒரு ‘டிக்’ போடுங்கள், பொய்யாகிப்போன கவலைகளை அடித்துவிடுங்கள்.

எடுத்துக்காட்டாக, காலையிலிருந்து ’பேருந்து கிடைக்காதோ’ என்று ஏழுமுறை கவலைப்பட்டிருக்கிறீர்கள். உண்மையில் பேருந்து கிடைக்காவிட்டால், அந்த ஏழு புள்ளிகளுக்கும் அருகே ஒரு டிக் போடுங்கள். பேருந்து கிடைத்துவிட்டால், அந்தக்கவலை பொய்யாகிவிட்டது, அதை அடித்துவிடுங்கள்.

இப்படி நாள்முழுக்க எழுதிய விஷயங்களை இரவில் எடுத்துப்பாருங்கள். அல்லது, வாரம்முழுக்க எழுதியவற்றை ஞாயிற்றுக்கிழமை வாசியுங்கள், அதில் எத்தனை டிக்? எத்தனை அடித்தல்கள்? உங்களுடைய கவலைகள் பெரும்பாலும் நிஜமாகின்றனவா? அல்லது, பொய்யாகின்றனவா? அந்தச் சதவிகிதத்தைக் கண்டறிந்து எழுதிவைத்துக்கொள்ளுங்கள். எடுத்துக்காட்டாக: 80% கவலைகள் பொய்யாகின்றன என்று கணக்கிட்டு எழுதுங்கள்.

இங்கே 80% என்பது ஒரு குத்துமதிப்பான எண்தான். உங்களுக்கு அது 70%ஆக இருக்கலாம், 90%ஆகக்கூட இருக்கலாம்.

இதை நம்புவது சிரமம்தான். முயன்றுபார்த்தால்தான் தெரியும். பெரும்பாலான கவலைகள் அப்போதைக்குப் பெரிய பிரச்னைகளாகத் தோன்றும். ஆனால், சிறிதுநேரம்கழித்து (அல்லது, சிலநாள்கழித்து) அவை அற்பமாகிவிடும். இது கவலைப்பட்ட கணத்தில் நமக்குத் தெரியாது, பின்னர் கணக்கெடுத்தால்தான் தெரியும்.

யோசித்துப்பாருங்கள், சிறுவயதில் ’இன்னிக்குப் பள்ளிக்கூடத்துக்குத் தாமதமாப் போறோமே, வாத்தியார் அடிப்பாரோ?’ என்பது பெருங்கவலையாக இருந்திருக்கும். இப்போது அதை யோசித்தால் சிரிப்புதான் வருகிறதில்லையா? ஒருவேளை உண்மையிலேயே ஆசிரியர் அடித்திருந்தாலும்கூட,

அதற்குநாம் அவ்வளவு கவலைப்பட்டிருக்கவேண்டியதில்லை என்பது இப்போதுதான் புரிகிறது. பெரும்பார்வையில் சிறுகவலைகள் அர்த்தமற்றதாகிவிடுகின்றன, அவற்றால் எந்த மாற்றமும் நிகழ்ந்துவிடவில்லை என்பது விளங்குகிறது.

சரி, கவலையால் பெரிய பயனில்லை என்பது புரிகிறது. அடுத்து?

இதே ‘கவலைக் கணக்கெடுப்’பைக் கொஞ்சம் மாற்றியமைக்கலாம். அதன்மூலம் தீர்வுகளை நோக்கி நகரலாம்.

முன்பு கவலைகளை எழுதியபின் அருகே ஒரு புள்ளி வைத்தீர்கள் அல்லவா? இப்போது, அந்தப் புள்ளியை வைத்தவுடன், அரைநிமிடம் அந்தக்கவலைக்கான தீர்வைப்பற்றி யோசியுங்கள். வெறும் அரைநிமிடம் போதும், அதற்குள் தீர்வு கிடைத்தால் மகிழ்ச்சி, கிடைக்காவிட்டால் பிரச்னையில்லை, தாளைப் பையில் வைத்துவிடுங்கள்.

அதன்பிறகு, ஒவ்வொருமுறை அந்தக்கவலை மீண்டும் எழுகிறபோதும், இன்னொரு புள்ளியை வைத்துவிட்டு, மீண்டும் அரைநிமிடம் தீர்வைப்பற்றி யோசியுங்கள். இப்படி ஒவ்வொரு புள்ளியாக வைக்கவைக்க, அப்பிரச்னையின் தீர்வைப்பற்றி நீங்கள் அதிகம் யோசிப்பீர்கள், தீர்வுகள் கிடைக்கத்தொடங்கும், அவற்றுள் சிறந்தவற்றைத் தேர்ந்தெடுத்து அமல்படுத்துவீர்கள், அக்கவலையைப் பொய்யாக்கிப் பட்டியலிலிருந்து நீக்குவீர்கள்.

அதாவது, முன்பு நீங்கள் வெறுமனே கவலைப்பட்டுக் கொண்டிருந்தீர்கள். அதை டிக் செய்வதும் அடிப்பதும் உங்களிடம் இல்லை. அது தானாக நிகழும், அதை நீங்கள் வெறுமனே பதிவுசெய்துகொண்டிருந்தீர்கள்.

ஆனால் இப்போது, அக்கவலைகளை நீக்குவதுபற்றி நீங்கள் சிந்திக்கிறீர்கள். கவலைப்படும் கணங்களைத் தீர்வைத்தேடும் கணங்களாக மாற்றிக்கொள்கிறீர்கள்.

முன்புபோலவே, இப்போதும் தினசரி (அல்லது, வாராவாரம்) கவலைப்பட்டியலைக் கவனித்துக் கணக்கெடுங்கள். அதில் எத்தனை கவலைகள் டிக் ஆகின்றன, எத்தனை கவலைகள்

அடிக்கப்பட்டு நீங்குகின்றன, அந்தச் சதவிகிதம் முன்பைவிட மேம்பட்டுள்ளதா, இல்லையா?

தீர்வைப்பற்றிச் சிந்திக்கச் சிந்திக்க, உங்களுடைய கவலைகளின் எண்ணிக்கையும் குறையும், கவலைப்படுகிற தருணங்களும் குறையும். குழப்பமிருக்கிற மனத்தில் தீர்வுக்கான சாத்தியம் இருக்காது, அந்தக் குழப்பத்தைக் குறைப்பதன்மூலம் தீர்வைநோக்கி நம்பிக்கையோடு நகர்கிறோம்.

இந்தப்பயிற்சி கிடைத்தபின், கவலைகளைத் தாளில் எழுதிவைக்கவேண்டியதில்லை. மனத்தில் எழுதிக்கொள்ளலாம். அப்போது, ஒவ்வொரு கவலையையும் நீங்கள் வெறுமனே பதிவுசெய்யமாட்டீர்கள், அதைத் தீர்ப்பதற்கான வழியோடு சேர்த்துச் சிந்திப்பீர்கள்.

(ஏப்ரல் 2017)

41. வேலை மலை மேலேறி...

நீங்கள் செய்யவேண்டிய வேலைகளை நினைக்கும்போது உங்கள் மனத்தில் தோன்றும் உருவம் என்ன?

பெரும்பாலானோர் மலையைதான் அதற்கு உவமையாகச் சொல்வார்கள். பிரமாண்டமான மலை. ஒருபோதும் அளந்துமுடிக்கமுடியாத மலை. அள்ள அள்ளக் குறையாத மலை.

சொல்லப்போனால், இது மலையைவிடப் பிரமாண்டமானது. ஏனெனில், மலை வளர்வதில்லை. வேலைகள் வளர்ந்துகொண்டேயிருக்கின்றன.

என்ன செய்யலாம்?

முதலில், இந்த உண்மையை ஏற்றுக்கொள்ளலாம்: வேலைகள் தொடர்ந்து வந்துகொண்டுதானிருக்கும், மலை மலையாகவேதானிருக்கும், அது குறைந்து சமதளமாகப்போவதில்லை, அப்படியே சமதளமானாலும் நாம் அதை விரும்பப்போவதில்லை. செய்வதற்கு எந்த வேலையுமில்லாமல் சும்மா உட்கார்ந்திருப்பது யாருக்குதான் பிடிக்கும்?

ஆக, மலையை ரசிக்கப்பழகிவிடுவது நல்லது. இது என் மலை, நான் இதை விரும்புகிறேன், இதில் ஏறி விளையாடுவது எனக்குப் பிடித்தமான பொழுதுபோக்கு, வலித்தாலும் பரவாயில்லை, ஏறுவேன், அனுபவிப்பேன்... இப்படி ரசிக்கப்பழகிவிட்டால், சலிப்பு குறையும். கொஞ்சம் நிதானமாக அந்த மலையை அணுகலாம்.

உலகில் எல்லாருடைய மனத்திலும் இப்படியொரு மலை உண்டு. அதாவது, செய்யவேண்டிய வேலைகள் என்கிற மலை. நூற்றுக்கணக்கில், ஆயிரக்கணக்கில் வேலைகள்.

இங்கே 'வேலை' என்பது, ஒரு மேலாளர் நம்மிடம் வந்து 'இந்த வேலையைச் செய்' என்று சொல்கிற விஷயங்கள்மட்டுமல்ல. காலை எழுந்து அலுவலகம் செல்வதே ஒரு வேலைதான். எட்டரைமணிப் பேருந்தைப் பிடித்தால்தான் அலுவலகத்துக்கு நேரத்துக்குச் செல்லமுடியும் என்பதால், அதுவும் ஒரு வேலைதான். பேருந்தில் ஏறியதும் பயணச்சீட்டு வாங்குவதும் வேலைதான். சன்னலோர இருக்கையில் அமர்ந்து சாலையில் வாலைமகளிரை வாஞ்சையோடு பார்ப்பதும் வேலைதான்...

ஆனால், இதில் சில வேலைகளை நமக்கு யாரும் நினைவுபடுத்தவேண்டியதில்லை. நாமே சட்டென்று இயல்பாகச் செய்துவிடுகிறோம், வேறு பல வேலைகள் முக்கியமானவையாக இருந்தும்கூட மறந்துபோகிறோம், அல்லது, சரியான நேரத்தில் அவற்றைப் பூர்த்திசெய்ய இயலாமல் சிரமப்படுகிறோம். இது ஏன்?

முதலில், வேலைகளை மறப்பது ஒரு பெரிய தவறே கிடையாது. சிந்திக்கத்தெரிந்த மூளையை, 'வேலைகளை நினைவுபடுத்தும் இயந்திரமாக'ப் பயன்படுத்துவதுதான் தவறு. ஒரு காகிதத்தில் அல்லது கணினியில் எழுதிவைத்தால் அது வேலைகளை நினைவுபடுத்திவிட்டுப்போகிறது, அந்த வேலையை எதற்கு மூளைக்குத் தரவேண்டும்?

சரி, எழுதிவைத்தால் வேலை நடந்துவிடுமா? தானே நடக்காது. நாம்தான் நடத்தவேண்டும். எதை எப்போது செய்வது, எப்படிச்

செய்வது என்று சிந்திக்கிற அந்த வேலையை மூளைக்குத்தரலாம். அது அதனை மிகச்சிறப்பாகச் செய்துமுடிக்கும்.

எடுத்துக்காட்டாக, 'எட்டுமணிக்கு இவரைச் சந்தித்துப் புதிய தொழில்பற்றிப் பேசவேண்டும்' என்று நினைவூட்டும் வேலையைச் செல்பேசி பார்க்கட்டும். அவரைச் சந்தித்தபின் அவரிடம் இனிமையாகப் பேசித் தொழில் ஒப்பந்தத்துக்குச் சம்மதம் பெறும் வேலையை மூளை பார்க்கட்டும். சரியான வேலையைச் சரியான நபரிடம் ஒப்படைப்பதுதானே சரி?

டேவிட் ஆலென் என்ற மேலாண்மை நிபுணர் இதற்காக GTD *(Getting Things Done)* என்ற உத்தியை உருவாக்கியிருக்கிறார். நம் மனத்தில் ஆயிரக்கணக்கில் குவிந்துகிடக்கும் வேலைகளைத் தாளுக்கு (அல்லது கணினிக்கு, அல்லது செல்பேசிக்கு)க் கொண்டுவந்து ஒழுங்குபடுத்துவதன்மூலம் அவற்றைச் சரியாகச் செய்துமுடிக்கலாம் என்கிறார் இவர்.

GTD கொள்கையின் சில அடிப்படை அம்சங்களைக் கருத்தில்கொண்டு ஓர் எளிய மாதிரிப்படிவம் இங்கே தரப்பட்டுள்ளது. உங்கள் மனத்திலிருக்கும் ஒவ்வொரு வேலையையும் இந்தப் படிவத்தின்வழியே ஓட்டிப்பாருங்கள். அவை சரியான நேரத்தில் செய்துமுடிக்கப்பட்டுவிடும், அல்லது, உங்கள் மனத்திலிருந்து வெளியேறிவிடும், புதிய 'வேலை'களுக்கு இடமிருக்கும்!

1. என்ன வேலை?

____

2. இங்கே எதிர்பார்க்கப்படும் 'முடிவுநிலை' என்ன? அதாவது, எதைச்செய்தால் இந்த வேலை நிறைவடையும்? (ஒருவேளை, முடிவுநிலையே இல்லை எனில், இது வெறுமனே 'தெரிந்துகொள்ளவேண்டிய' விஷயம்தான், 'வேலை' இல்லை, அதை உங்கள் மனத்திலிருந்து அகற்றிவிடலாம்.)

____

____

3. இதைச் செய்ய எவ்வளவு நேரமாகும்?

★ *2 நிமிடத்துக்குள் என்றால் => உடனே செய்துவிட்டு அதனை உங்கள் மனத்திலிருந்து அகற்றிவிடலாம்*

★ *2 நிமிடத்துக்குமேல் என்றால் => கேள்வி 4*

4. இதை நானேதான் செய்யவேண்டுமா?

★ *'இல்லை' என்றால் => செய்யக்கூடியவர்கள் யாரோ அவர்களிடம் இதனை ஒப்படைத்துவிட்டு, உங்கள் மனத்திலிருந்து அகற்றிவிடலாம், அல்லது, 'பின்னர் சரிபார்க்கவேண்டியவை' என்று ஒரு பட்டியல் தயாரித்து அங்கே எழுதிவைத்துக்கொள்ளலாம்*

★ *'ஆம்' என்றால் => கேள்வி 5*

5. இதை உடனே செய்யவேண்டுமா?

★ *'ஆம்' என்றால் => 'உடனே செய்யவேண்டியவை' என்று ஒரு பட்டியல் தயாரித்து அங்கே இதனை எழுதிவைத்துக்கொள்ளவும்*

★ *'இல்லை' என்றால் => 'பின்னர் செய்யவேண்டியவை' என்று ஒரு பட்டியல் தயாரித்து அங்கே இதனை எழுதிவைத்துக்கொள்ளவும். எப்போது செய்வது என்று நாள்/நேரத்தைக்கூடக் குறிப்பிடலாம்*

இப்படி உங்கள் மனத்திலிருக்கும் எல்லா விஷயங்களையும் எடுத்துக்கொண்டு இந்தக் கேள்விகளைக் கேட்டபின், உங்களிடம் மூன்று பட்டியல்கள் இருக்கும்:

★ *உடனே செய்யவேண்டியவை*

★ *பின்னர் செய்யவேண்டியவை*

★ *பின்னர் சரிபார்க்கவேண்டியவை*

முக்கியமாக, உங்கள் மனத்தில் இப்போது எந்த 'வேலை'யும் இருக்கக்கூடாது. அப்படி இருந்தால், உடனே மேற்கண்ட கேள்விகளைக் கேட்கத்தொடங்குங்கள், அவற்றை

ஒழுங்குபடுத்துங்கள், மனத்திலிருந்து அகற்றித் தாளுக்குக் கொண்டுவாருங்கள்.

இப்போது, 'உடனே செய்யவேண்டியவை' பட்டியலை எடுத்துக்கொள்ளுங்கள். அதிலுள்ள ஒவ்வொரு வேலையையும் எடுத்துக்கொண்டு இந்தக் கேள்வியைக் கேளுங்கள்:

6. இது ஒற்றை வேலையா, அல்லது பல வேலைகளின் தொகுப்பா?

எடுத்துக்காட்டாக, 'இன்னாருக்குக் கடிதம் எழுதவேண்டும்' என்பது ஒற்றை வேலை. ஆனால், அந்தக் கடிதத்தில் எழுதவேண்டிய விஷயங்களை இன்னொருவரிடமிருந்து கேட்டுத் தெரிந்துகொள்ள வேண்டுமென்றால், அது ஒற்றை வேலை இல்லை. இரண்டு வேலைகளின் தொகுப்பு:

★ இவரிடம் பேசித் தெரிந்துகொள்வது

★ அவருக்குக் கடிதம் எழுதுவது

இப்படிப் பல வேலைகளின் தொகுப்பாக இருக்கிறவற்றைப் பொதுவாக நாம் தள்ளிப்போடுவோம். காரணம், அவற்றில் ஒரு வேலை எளிதாக இருக்கும், இன்னொன்று கடினமாக இருக்கும், ஒன்று இன்னொன்றைச் சார்ந்திருக்கும்.

ஆகவே, இவற்றையும் பல வேலைகளாகப் பிரித்து, மேற்சொன்ன முறைப்படி திட்டமிடவேண்டும். அப்போது வேலைகள் இன்னும் விரைவாக நடக்கும்.

இந்த வேலைகளைச் செய்துகொண்டிருக்கும்போது, புதிய வேலைகள் வரும். அவற்றையும் இதே ஆறு கேள்விகளுக்கு ஆளாக்குங்கள். இந்தப் பட்டியல்களுக்குள் உட்காரவையுங்கள்.

நினைவிருக்கட்டும், இது உங்கள் மலை, நீங்கள் ஓடியாடி விளையாடவேண்டிய இடம், உங்கள்மேல் ஏறி அமரப்போகிற சுமையில்லை!

(மார்ச் 2017)

தெளிவான எழுத்தும் ஆழமான ஆய்வும் நிறைந்த நூல்களுக்காகத் தமிழ் வாசகர்களிடையில் நன்கு அறியப்பட்டுள்ள என். சொக்கன் புனைவு, வாழ்க்கை வரலாறு, நிறுவன வரலாறு, தன்னம்பிக்கை, சிறுவர் இலக்கியம் உள்ளிட்ட துறைகளில் இதுவரை எழுபதுக்கும் மேற்பட்ட நூல்கள், நூற்றுக்கணக்கான கதைகள், கட்டுரைகளை எழுதியுள்ளார். விரிவான ஆய்வுகள், சான்றுகளின் அடிப்படையிலான ஆழமான வரலாற்று நூல்களைத் தமிழில் எழுத இயலும், அவற்றைப் பெரும்பான்மை வாசகர்களுக்குக் கொண்டுசேர்க்கவும் இயலும் என்பதைப் பலமுறை நிரூபித்த எழுத்து வகை இவருடையது.

தமிழ், ஆங்கிலம் ஆகிய இரு மொழிகளிலும் எழுதும் சொக்கனுடைய நூல்கள் ஹிந்தி, கன்னடம், மலையாளம் உள்ளிட்ட பல மொழிகளில் மொழிபெயர்ப்பாகியுள்ளன.

www.ingramcontent.com/pod-product-compliance
Ingram Content Group UK Ltd.
Pitfield, Milton Keynes, MK11 3LW, UK
UKHW042132021026
15589UKWH00003B/785

9 789395 222181